மூதாதையரைத் தேடி...

மூதாதையரைத் தேடி. . .

சு.கி. ஜெயகரன் (பி. 1946)

தாராபுரத்தில் பிறந்த சு. கிறிஸ்டோஃபர் ஜெயகரன், காரைக்குடி அழகப்பா கல்லூரியில் புவியியலில் இளங்கலைப் பட்டமும் சென்னை மாநிலக் கல்லூரியில் முதுகலைப் பட்டமும் இங்கிலாந்து லஃப்பரோ பல்கலைக் கழகத்தில் நிலத்தடி நீர் ஆய்வு தொடர்பான சான்றிதழ் பட்டமும் பெற்றவர்.

அரசுசாரா நிறுவனம் ஒன்றில் தமிழக நீர்வள ஆய்வுக் குழுவின் தலைவராக எழுபதுகளில் பணியாற்றிவிட்டு தன்சனிய அரசின் நிலத்தடி நீர்வள ஆலோசகப் பணிபுரிந்த பின், காமன்வெல்த் செயலகத்திற்காக மேற்கு ஆப்பிரிக்க நாடான சியராலியோனில் பணியாற்றினார். ஜப்பானிய நிறுவனம் ஒன்றிற்காக பல மேற்கு ஆப்பிரிக்க, தெற்கு ஆப்பிரிக்க நாடுகளில் பணியாற்றி, பின்னர் ஜெர்மானிய நிறுவனம் ஒன்றிற்காக சாம்பியாவில் பணியாற்றி 2011இல் ஓய்வு பெற்று தற்போது பெங்களூரில் வசித்து வருகிறார்.

வரலாற்றுக்கு முற்பட்ட காலத்திய தொல்லியல், ஆதிமனிதக் குடியேற்றம், தமிழின வரலாறு ஆகிய துறைகளில் ஆர்வம் கொண்ட ஜெயகரனின் ஆய்வுக் கட்டுரைகள் இந்திய மற்றும் வெளிநாட்டு ஆய்விதழ்களில் வெளியாகியுள்ளன.

இவர் எழுதிய இதர நூல்கள்: ‘தளும்பல்’ (உயிர்மை), ‘மணல்மேல் கட்டிய பாலம்’ (காலச்சுவடு) ‘கறுப்பு கிறிஸ்துவும் வெள்ளை சிங்கங்களும்’ (உயிர்மை).

சு.கி. ஜெயகரன்

மூதாதையரைத் தேடி...

காலச்சுவடு பதிப்பகம்

அட்டைப்படம்—பரந்ரோபஸ் பொய்ஸி (Paranthropus Boisei OH-5) கிழக்கு, தெற்கு ஆப்பிரிக்காவில் வாழ்ந்த திடகாத்திரமான ஆஸ்ட்ரேலோப்பிதஸீன். தன்சனீயாவில் முதலில் கண்டுபிடிக்கப்பட்டு, 'சின்ஜ்' என்றழைக்கப்பட்ட அந்தயினத்தின் மண்டையோட்டை ஆதாராமாக வைத்து மாரிஸ் வில்ஸன் வரைந்த ஓவியம் (Natural History Museum, London. Ref. No. 001985) பின்னட்டைப்படம் – கேம் பாஸ் ஷெல்டர் (தென் ஆப்பிரிக்கா), பாறை ஓவியங்கள் பின்னணியில் ஆசிரியர்.

மூதாதையரைத் தேடி . . . ❖ ஆய்வு நூல் ❖ ஆசிரியர்: சு.கி. ஜெயகரன் ❖ © சு.கி. ஜெயகரன் ❖ முதல் பதிப்பு: நவம்பர் 1991, காலச்சுவடு முதல் பதிப்பு: மே 2006, மேம்படுத்தப்பட்ட நான்காம் பதிப்பு: ஜூலை 2015, ஆறாம் (குறும்) பதிப்பு: டிசம்பர் 2020, ஏழாம் (குறும்) பதிப்பு: டிசம்பர் 2021 ❖ வெளியீடு: காலச்சுவடு பப்ளிகேஷன்ஸ் (பி) லிட்., 669, கே. பி. சாலை, நாகர்கோவில் 629001

Moothathayarai Thedi… ❖ Research Book ❖ Author: Su.Ki.Jayakaran ❖ © S.C. Jayakaran ❖ Language: Tamil ❖ First Edition: November 1991, Kalachuvadu First Edition: May 2006, Enlarged Fourth Edition: July 2015, Sixth (Short) Edition: December 2020, Seventh (Short) Edition: December 2021 ❖ Size: Demy 1 x 8 ❖ Paper: 18.6 kg maplitho ❖ Pages: 256 plus 6 colour pages

Published by Kalachuvadu Publications Pvt.Ltd., 669, K.P. Road, Nagercoil 629001, India ❖ Phone: 91-4652-278525 ❖ e-mail: publications@kalachuvadu.com ❖ Printed at Compuprint Premier Design House, Chennai 600086

ISBN: 978-81-89359-29-4

12/2021/S.No.157, kcp 3338, 18.6 (7) uss

ஈன்றபோது பெரிது உவந்த
இன்றில்லாத
அம்மா
தனலட்சுமிக்கு

என் நன்றிக்கு உரியவர்கள்:

ஆத்மபலம் கொடுத்த என் அண்ணன்மார் தியடோர் பாஸ்கரன், அமரர் எட்வர்ட் திலகராஜ்.

கையெழுத்துப் பிரதிகளை, முதல் பதிப்பு துவக்கம் இந்தப் பதிப்பு வரை பல்வேறு நிலைகளில் செப்பனிட்டு. ஆக்கபூர்வமான ஆலோசனைகள் தந்து உதவிய தி.அ.ஸ்ரீனிவாஸன்

முதல் பதிப்பை வெளியிட்ட க்ரியா ராமகிருஷ்ணன்

இந்நூலை மறுபடியும் பதிப்பிட வேண்டிய அவசியத்தை வலியுறுத்தி, அண்மைத் தரவுகளை உள்ளடக்கிய பதிப்புகளை வெளியிட்டு ஊக்குவித்த காலச்சுவடு கண்ணன்

மனித உடற் கூற்றியல் பற்றிய விளக்கங்கள் தந்து, சம்பந்தப்பட்ட ஓவியங்களையும் வரைந்துகொடுத்த என் மனைவி ஃப்ளாஸி

இந்நூலின் கைப்பிரதியை பல நிலைகளில் கணிப்பொறியில் அச்சேற்றி, நூலின் தன்மையை உணர்ந்து உழைத்த பா. கலா முருகன்

அட்டைப் படத்தை வடிவமைத்து, சித்தரிப்புகளுக்கு மெருகூட்டிய சுஜித் சுஜன்

ஆறு சித்தரிப்புகளைத் தந்து உதவிய லண்டன், நேட்சுரல் ஹிஸ்டரி ம்யூஸியம்

நான் எழுதுவதில் அக்கறை காட்டிய வாசக அன்பர்கள்.

Natural History Museum, Cromwell Road, London is duly acknowledged with thanks for allowing me to reproduce the following images from their library.

1. Pic No. T1985 / I - Paranthropus Boisei OH-5 (Jacket)
2. Pic No. T5548 / B - Homo habilis
3. Pic No. T6541 / B - H.Heidelbergenesis
4. Pic No. T1980 / J - Peking man
5. Pic No. T1984 / A - Cro – Magnon man
6. Pic No. X42597 / R - Man's Place in Evolution, Cladogram

உள்ளடக்கம்

இந்நூல் பற்றி	13
1. மனிதன் என்ற விலங்கு	19
2. தொல்லுயிர் எச்சங்கள்	27
3. பூமியின் வரலாறு, காலநிர்ணயம்	39
3 – 1. பூமியின் வரலாறு	39
3 – 2. கால நிர்ணயம்	50
4. மனித உடலமைப்பு	60
5. இந்தியத் துணைக்கண்டத்தில் வாலில்லாக் குரங்குகளின் முன்னோடி	69
6. ஆதிமனித இனத்தின் முன்னோடிகள்	76
6 – 1. ஆஸ்ட்ரேலோப்பிதஸீன்	79
6 – 2. ஹோமோ ஹெபிலைன்	90
6 – 3. ஹோமோ எரக்டஸ்	96
6 – 4. ஹோமோ ஹெய்டெல்பெர்கென்ஸிஸ்	111
7. அழிந்துபட்ட ஆதிமனிதயினங்கள்	117
7 – 1. நியாண்டர்தாலினம்	120
7 – 2. டெனிஸோவன் இனம்	128
7 – 3. ஃப்ளோரோஸியன்ஸிஸ் இனம்	132
8. தற்கால மனிதயினம்	137
8 – 1. ஆப்பிரிக்க, இஸ்ரேல் கண்டுபிடிப்புகள்	138
8 – 2. இந்தியாவில் தற்கால மனிதயினத்தின் தோற்றம்	145

8 – 3. பலாங்கொடை மனிதன், இலங்கை	151
8 – 4. குரோமேன்யோ ஆதிமனிதயினம்	155
9. ஆதிமனிதக் குடியேற்றங்கள்	160
10. கலாசார வளர்ச்சி	178
11. தொல்பழங்கால பாறை ஓவியங்கள்	193
முடிவுரை	203
இணைப்புகள்	209
1. கண்டங்களின் பெயர்ச்சி	211
2. பனியுகங்கள்	214
3. ஓட்ஸி: பனியில் உறைந்தவன்	216
4. டோபா எரிமலை வெடிப்பும், ஆதி மக்கட்தொகைமீது அதன் பாதிப்பும்	219
5. மறைந்த இணைப்பு	221
6. பில்ட்டௌன் ஆதிமனிதன்: அறிவியல் புரட்டு	222
7. டுமாய்க் கண்டுபிடிப்பு	224
8. டிகிக்கா குழந்தை	226
9. விழுப்புரம் 'ஓடைக் குழந்தை'	228
10. ஆதி அமெரிக்கன் (அமெரிந்தியர்களின் முன்னோர்கள்)	230
11. ஆதிச்சநல்லூர் அகழாய்வு	233
12. இந்நூலாசிரியரின் தொல்லுயிரெச்சக் கண்டுபிடிப்புகள்	236
13. மேரி ஆனிங்	240
துணைநூற் பட்டியல்	243
சொல்லடைவு	247

படங்களின் பட்டியல்

1. டோலுண்ட் மனிதன் 29
2. பனியில் உறைந்த குட்டி மாமதம் 30
3. நிமிளையில் முழுவதுமாகப் பாதுகாக்கப்பட்ட நீர்ச்சிலந்தி 31
4. ஆர்கியோடெரிக்ஸ் 33
5. இக்தியோஸார் 34
6. டிரைலோபைட் 43
7. அம்மோனைட் 44
8. மிஸோஸோயிக் சகாப்த விலங்குகள் 45
9. மனிதன் – வாலில்லாக்குரங்கு பல்லமைப்பு ஒப்பீடு 66
10. கீழ்த் தாடைக்குக் கீழே, அடிநாக்கு பொருந்தியிருக்கும் லாட வடிவ எலும்பு 67
11. பாகிஸ்தானில் அகழ்ந்தெடுக்கப்பட்ட சிவாபிதகஸ் மண்டையோடு 72
12. இராமாபிதகஸ் எலும்புகள் கிடைத்துள்ள இடங்கள் 73
13. டாங் குழந்தை 80
14. மிஸஸ் ப்ளெஸ் 81
15. குரோம்ட்ராய் 83
16. துர்கானா ஏரிக்கரையில் கண்டெடுக்கப்பட்ட சின்ஜின் கீழ்த்தாடை 85
17. லூஸி 86
18. ஆஸ்ட்ரேலோபிதஸீன் தொல்லுயிர் எச்சங்கள் கிடைத்துள்ள இடங்கள் 87
19. ஓல்டுவாய் பள்ளத்தாக்கில் கிடைத்த பாதஎலும்பு 91
20. ஹெபிலைன் தொல்லுயிர் எச்சங்கள் கிடைத்துள்ள இடங்கள் 92
21. சஞ்சிரான் மண்டையோடு 97
22. ஹோமோ எரக்டஸ் எச்சங்கள் கிடைத்துள்ள இடங்கள் 99
23. கீன்யாவில் கண்டெடுக்கப்பட்ட ஹோமோ எரக்டஸ் தொல்லுயிர் எச்சங்கள் 102

24. ரத்தினபுரி கலாசாரத்திய, உடைக்கப்பட்ட படிகங்களால் செய்யப்பட்ட கற்கருவிகள் 108
25. காப்வே ஆதிமனித மண்டையோடு அகன்று வளைந்த தாடை உருவாக்கப்பட்ட தோற்றம் 112
26. பெட்ராலோனா மண்டையோடு 115
27. ஜிப்ரால்டரில் கண்டுபிடிக்கப்பட்ட நியாண்டர்தாலின மண்டையோடு 121
28. இறந்தவர்களை குழியிலிட்டுப் புதைத்து இறுதிமரியாதை செலுத்தும் நியாண்டர்தாலினம் 126
29. டெனிஸோவன் கடைவாய் பல்லின் தோற்றம் 130
30. ஃப்ளோரஸ் தீவு ஆதிக்குட்டை மனிதர் 133
31. கஃப்ஸெ குகையில் கிடைத்த மண்டையோடு 142
32. பெல்லான் பண்டி இடுகாடு 153
33. உக்ரைனில் கண்டறியப்பட்ட மாமதங்களின் தாடையெலும்புகள், தந்தங்கள், நெஞ்செலும்புகளாலான குடில்களின் உருவகிக்கப்பட்ட தோற்றம் 157
34. பரிணாம வளர்ச்சியில் மனிதனின் இடம் 159
35. ஆஸ்திரேலியத் திணைக்குடியினரில் ஒருவர் 165
36. புதிய கற்காலக் கருவிகள் 180
37. கல்லாயுதங்கள் - கால அட்டவணை 181
38. சாம்பியாவில் நச்சிக்குஃபு குகையிலுள்ள கோலம் போன்ற வடிவம் 197
39. சிறுமலை பாறை ஓவியம் 200
40. ஒட்ஸி 216
41. டுமாய் மண்டையோடு 225
42. நய்யா, ஆதி அமெரிக்கப்பெண் 231
43. ஆதிகாண்டா மிருக மண்டையோட்டின் பக்கவாட்டுத் தோற்றம் 237
44. சாம்பியத் தொல்லெச்சங்கள் சிங்கத்தின் பற்கள் 239

வண்ணப்படங்கள்

சிவாபிதகஸ் (இண்டிகஸ்) பகுதி 5
ஹோமோ ஹெபிலைன் வாழ்க்கைமுறை பகுதி 6–2
பீகிங் மனிதன் பகுதி 6–3
நியாண்டர்தாலினத்தவர் பகுதி 7–1
குரோமேன்யோ வாழ்க்கை முறை பகுதி 8–4
ஷாவே குகை ஓவியம் பகுதி 11

இந்நூல் பற்றி

நம் முன்னோர்கள் அன்று, எளிதில் விளக்க வியலாத இயற்கை நிகழ்வுகளுக்குத் தம் கற்பனையில் பிறந்த புனைவுகளை நமக்கு முன்வைத்தனர். நம் இனத்தின் தோற்றம் பற்றிக் கேட்க விரும்பிய கதைகளைப் புராணங்கள், சமய நம்பிக்கைகள், ஐதிகங்கள் ஆகியவற்றின் அடிப்படையில் அனைத்துச் சமுதாயங்களிலும் உருவாக்கினர். அவை இன்றும் வேரூன்றித் தழைத்துக் கொண்டிருக்கின்றன. பத்தொன்பதாம் நூற்றாண்டு துவக்கம் தொல்லியல், உயிரியல், மானிடவியல், புவியியல் துறை சார்ந்தவர்கள், தம் ஆய்வுகளில் கண்டறிந்த ஆதாரங்களின் அடிப்படையில் அதற்கு விளக்கங்கள் தந்தனர். சார்லஸ் டார்வின் தாம் எழுதிய இயற்கையின் தேர்வு மூலம் இனங்கள் தோன்றிப் 'பரிணமித்த வரலாறு' *(1859)* 'மனிதனின் தோற்றம்' *(1879)* ஆகிய நூற்கள் மூலமாக ஒரு மகத்தான அறிவியல் புரட்சியைச் செய்தார். அவரது விளக்கங்கள், பரிணாம வளர்ச்சியைத் தூண்டிய புவியியல் சூழல்கள், தொல்லுயிரெச்சங்களால் அறியப்படும் வளர்ச்சி, கரு தோன்றி வளரும் விதம் போன்றவற்றை ஆதாரங்களாகக் கொண்டவை. "பல்லுயிரியம் பற்றிய முழுமையான புரிதல் இல்லாத நமக்கு, பல யுகங்களுக்கு முன் தோன்றிய உயிரினங்கள் பற்றி விளங்கிக்கொள்ளவியலாதது குறித்து வியப்படைய வேண்டியதில்லை... ஏன் ஓர் உயிரினம், ஒரு காலகட்டத்தில் பல்கிப் பெருகி வாழ்ந்தது, ஆனால் அதே காலத்தில் வாழ்ந்த, அந்த இனத்துடன் உறவு கொண்ட மற்றொரு

இனம், ஏன் எண்ணிக்கையில் பெருகாமல் ஒரு குறிப்பிட்ட இயற்கைச் சூழலில் மட்டுமே வாழ்கிறது என்பது போன்ற விளக்கப்படாத புதிர்கள் பலவுள்ளன. அழிந்துபட்ட மூதாதையர் வழிதோன்றி, பரிணாம வளர்வடைந்த ஓர் உயிரினம், மாற்றங்கள் கொண்ட இனமாக உருவெடுப்பதற்கு, இயற்கையின் தேர்வே முதலும் முக்கியமுமான காரணமாகும்" என்று, தம் நூலில் சார்லஸ் டார்வின் அன்று கூறினார். அன்றிலிருந்து இன்றுவரை மேற்கொள்ளப்பட்ட அறிவியல் ஆய்வுகள், பூவுலகின் ஆரம்பம், பின்னர் உண்டாகிய உயிரினங்களின் தோற்றம், அவை அடைந்த பரிணாம வளர்ச்சி, மனித இனத்தின் ஆரம்பம் பற்றிய புதிர்கள் பலவற்றை விடுவித்துள்ளன. இந்நிலை, தடைகள் பலவற்றைத் தாண்டி, உலகின் பல்வேறு மூலை முடுக்குகளில் கண்டறியப்பட்ட தொல்லுயிரெச்சங்கள், கற்கருவிகள், எலும்புகள் மற்றும் எலும்புகள் சிலவற்றிலிருந்து எடுக்கப்பட்ட மரபணுக்கள் ஆகியவற்றின் ஆதாரங்களுடன் மேற்கொண்ட ஆய்வுகளுக்குப் பின்னரே உருவாகிய நிலை. இன்று நம் முன்வைக்கப்பட்டுள்ள அறிவியல் விளக்கங்கள், முன்கூறிய புனைவுகள் போல உருவாக்கப்பட்டவை அல்ல, கற்பனையால் அலங்கரிக்கப்பட்டவையல்ல. டார்வினின் கோட்பாடுகளின் ஆதரவாளரான தாமஸ் ஹக்ஸ்லி, "அன்று ஏற்பட்ட அறிவியல் முன்னேற்றம் ஒரு விதத்தில் விபரீதமானது. ஏனெனில் (மனிதனின் தோற்றம் பற்றிய) அழகான தொன்மம் ஒன்றை, ஒரு விகாரமான அறிவியல் உண்மை அடியோடு அழித்துவிட்டது..." என்று கூறினார்.

அன்றிலிருந்து மேலும் தொடரப்பட்ட ஆய்வுகள் அறிவியல் மேம்பாடு கண்ட, ஒரு உன்னதமான நிலையை இன்று உருவாக்கியுள்ளது. அண்மைக் கால மரபணு ஆய்வுகள், நம் மூதாதையர்களைத் தேடுவதிலும், ஆதிக் குடியேற்றங்கள் பற்றித் தெளிவுபடுத்துவதிலும் ஒரு மகத்தான திருப்புமுனையை ஏற்படுத்தியுள்ளன. இதனால் இரண்டு லட்சம் ஆண்டுகளுக்குமுன் ஆப்பிரிக்கக் கண்டத்தில் தோன்றிய ஆதிமனித குலத்தின் வழித் தோன்றல்களே, இன்று உலகெங்கினும் பரவிக் குடியேறி வாழ்ந்துகொண்டிருக்கும் தற்கால மனிதஇனம் என்பது தெரியவந்துள்ளது. அண்மையில் அகழ்ந்தெடுக்கப்பட்ட ஆதிமனிதயெலும்புகள், அவை படிந்திருந்த படிவங்கள், இதர தடயங்களின் மீது நடத்தப்பட்ட காலக்கணிப்புகள் ஆகியவை தற்கால மனிதயினம் ஆப்பிரிக்காவை விட்டு வெளியேறியயினம் (Out of Africa) என்பதையே வலியுறுத்துகின்றன; தொல்மானிடவியல் ஆதாரங்களும் 'ஆப்பிரிக்காவே மானுடத்தின் தொட்டில்' என்பதை உறுதிப்படுத்துவதால், அந்தக் கோட்பாடே இந்நூலின்

அடியோட்டமாகக் காணப்படுகிறது. கண்டறியப்பட்ட தொல்லுயிரெச்சங்களின் அடிப்படையில் அறியப்படும் பரிணாம வளர்ச்சியின் பின்புலத்தில், மறைந்து போன மூதாதையர்களைத் தேடுகிறது இந்நூல். இந்தத் தேடலில் புவியியல் ஆதாரங்கள் முக்கிய பங்கு வகிக்கின்றன. தொல்லுயிரெச்சங்களை இனம் கண்டு, அவை புதையுண்ட நிலை, புதைந்துள்ள படிவங்களின் அமைப்பு, அவற்றின் காலம் போன்றவற்றைக் கணிக்கும் பணிகள், புவியியலாளருடையது. அகழ்ந்தெடுக்கப்பட்ட ஆதிமனிதயினத்தவரின் எலும்புகளை உடற்கூற்றினடிப்படையிலும், அவர்கள் உருவாக்கிப் பிரயோகித்த கற்கருவிகள் மற்றும் விட்டுச் சென்ற இதர தடயங்கள் தொல்லியல் அடிப்படையிலும், மூதாதையரின் வாழ்க்கைமுறை மானிடவியல் அடிப்படையிலும் கூறமுற்பட்டாலும், இந்நூல் முதன்மையாக, ஒரு புவியியலாளனின் கண்ணோட்டத்திலேயே எழுதப்பட்டுள்ளது.

இந்நூலின் முதற்பகுதி விலங்கினங்களில் மனிதன் வகிக்கும் இடம், தொல்லுயிரெச்சக் கண்டுபிடிப்புகளின் முக்கியத்துவம், அவை பாதுகாக்கப்பட்ட சூழல்கள், பூமியின் வரலாறு, கால நிர்ணயம் செய்யும் முறைகள் பற்றி கூறுகிறது. இரண்டாம் பகுதி, இந்தியத் துணைக் கண்டத்தில் வாழ்ந்த வாலில்லாக் குரங்கினத்தின் முன்னோடிகள், அவற்றைத் தொடர்ந்து தோன்றிய ஆதிமனிதயினத்தின் முன்னோடிகள் பற்றிக் கூறுகிறது. இந்நூலின் முதற்பதிப்பு 1991இல் வெளியானதற்குப் பின், இன்றுவரை உலகளவில் புதிய கண்டுபிடிப்புகள் பல நிகழ்ந்துள்ளன. அதனால், முன்பு செய்யப்பட்ட வகைப்படுத்துதலில் சில மாற்றங்களையும், பரிணாம வளர்ச்சியின் கிளைகள் பற்றிய தெளிவுகளையும் ஏற்படுத்தியுள்ளன. முக்கியமாக அழிந்துபட்ட ஆதிமனிதயினங்கள் பற்றிக் கூறவரும் மூன்றாம் பகுதியில், கடந்த பத்தாண்டுகளில் அறியப்பட்ட டெனிஸோவன் இனம் பற்றியும், நியாண்டர்தாலின எலும்புகளிலிருந்து எடுக்கப்பட்ட மரபணுக்களின் மீது மேற்கொண்ட ஆய்வுகள், அவை பகன்ற அறிவியல் தகவல்கள் பற்றியும் குறிப்பிடப்பட்டுள்ளது. அதையடுத்து வரும், தற்கால மனிதயினத்தின் தோற்றம் பற்றிக் கூறும் நான்காம் பகுதியில், ஐரோப்பியர்களின் மூதாதையர்களான குரோமேன்யோ ஆதிமனிதர், இலங்கையிலிருந்து அறியப்பட்ட பலாங்கொடை மனிதர் பற்றிய விளக்கங்கள் தரப்படுகின்றன. முத்தாய்ப்பாக, ஆதிமனிதக் குடியேற்றங்கள், பரிணாம வளர்ச்சியின் வெளிப்பாடான கலாசார வளர்ச்சி, அதன் அம்சங்களில் ஒன்றான பாறைகளில் ஆதிமனிதர்கள் வரைந்த ஓவியங்கள் பற்றியும் கூறிமுடிகிறது இந்நூல்.

மனிதயினத்தின் தோற்றம் தொடர்பான அறிவியல் வெளிப்பாடுகளால், அது பற்றி உலகளவில் ஏற்பட்ட புரிதல், விரிவும் ஆழமும் பெற்ற போதிலும், அது நம்மிடையே இன்றும்கூட ஒருவிதமான தேக்க நிலையிலேயே உள்ளது. பூமியின் வரலாறு, அதில் மனிதனின் தோற்றம், ஆதிமனிதக் குடியேற்றங்கள் ஆகியவற்றைச் சிலர் வேதங்களையும், புராணங்களையும், இலக்கியங்களையும் மட்டுமே, ஆதாரங்களாகக் கொண்டு விளக்க முற்படுகின்றனர். சமயச் சார்புகொண்ட விளக்கங்கள் மட்டுமின்றி, ஆரிய, திராவிடயினக் குடியேற்றங்கள் பற்றிய – துறை சார்ந்த ஆய்வாளர்கள் கூறியவற்றைப் புறக்கணித்த – அறிவியல் ஆதாரங்களற்ற, தன்னின உயர்வு வாதக் கருத்தாக்கங்கள் உருவாக்கப்பட்டு உலாவர ஆரம்பித்தன; இன்றும் உலா வருகின்றன. வேதகாலம் ஒரு பொற்காலம் என்றும் மத்திய ஆசியாவிலிருந்து ஆரியக் குடியேற்றங்கள் நிகழவில்லை என்றும் கூறி சிந்துவெளிப் பண்பாடு திராவிடப் பண்பாடு என்பதை மறுப்பதும், இரும்புயுகத்தில் தழைத்த ஆதிச்சநல்லூர் அகழாய்வு தரும் விவரங்களை வெளியிடாமல் இருட்டடிப்பு செய்வதும் ஒரு பின்னடைவு. இத்தகைய சூழலில் சமகால ஆய்வுகள், அண்மைத் தரவுகள் தந்த தகவல்களுடன் இந்நூலின் நான்காம் பதிப்பு வெளிவருகிறது.

மனிதயினத்தின் தோற்றம் பற்றி, 1958இல் வெளிவந்த ‘ஆதி மனிதன்’ என்ற நூலே, முதலில் மனிதகுலத்தின் பரிணாமம் பற்றி தமிழில் வெளியான நூல் என்று நினைக்கிறேன். அந்நூல் இர்விங், ஹேனா கோல்ட்மேன் தம்பதியினர் எழுதிய First Men என்ற ஆங்கில நூலின் மொழிபெயர்ப்பு. கே. ராமராஜன் மொழிபெயர்த்த அந்நூலுக்கு, சென்னை அருங்காட்சியகத்தின் காப்பாளராயிருந்த, மானிடவியலாளர் ஏ. ஐயப்பன் எழுதிய முன்னுரையிலிருந்து மேற்கோள் காட்ட விரும்புகிறேன். “மனிதனின் தோற்றம் பற்றிய டார்வினின் ஆழ்ந்த தத்துவங்கள், பாமரர்களைப் பொறுத்தமட்டில் ‘மனிதன் வாலில்லாக் குரங்கிலிருந்து வந்தவன், குகை மனிதர்களிலிருந்து பிறந்தவன்’ என்ற ஓரிரண்டு அர்த்தமற்ற வாசகங்களுக்குள் முடிந்துவிடுகின்றன. ஆனால் மனிதன் என்ற நிலைக்கு அவன் பரிணமித்தது சிக்கல்கள் நிறைந்த ஒரு சரித்திரமாகும்... நம்மில் பெரும்பலோரைச் சூழ்ந்து நிற்கும் ஒருவிதமான மாயையால், மனித நிலைக்கு முற்பட்ட நம் வம்சாவளியையும், நம் கலாசாரம் எவ்வளவு எளிமையான ஆரம்பத்திலிருந்து உருவானது என்பதையும் உணர விரும்பாத இயல்புடையவர்களாயிருக்கிறோம். தம் உறவெல்லாம் தேவலோக வாசிகளுடன்தான் என நம்பித் தனக்குப் பெருமை தேடிக்கொள்ள முயலுகிறான் மனிதன். மேலும் தம் வம்சாவளி

பற்றிப் பல ஐதிகக் கற்பனைகள் உருவாக்கிக்கொள்ளும் போக்கு மேட்டுக்குடியினர் சதா செய்கின்ற காரியமாயினும், அதையே இன்று பாமரர்களும் செய்ய முற்படுவது விந்தை! இது மனிதன் ஒரு கேவலமான மூலத்திலிருந்து தோன்றியதால் உண்டான தாழ்வு மனப்பான்மையோ என ஐயுறுகிறேன். உண்மையில், சரியான திருஷ்டி கொண்டு நோக்கினால் மனிதனின் வரலாறு அதன் அளவிலும், மகத்துவத்திலும் மிக உன்னதமான வீர இதிகாசம் ஆகும்" என்கிறார் அவர். மேலும் ஆதிமனிதன் பற்றிய நூல், 'நாம் கடந்து வந்த காலத்தை எண்ணிப் பார்க்கவுதவும்' என்றும், அதிலிருந்து அறிவு மூலம் நம்மையும், நம்மைச் சுற்றியுள்ளவர்களையும் உண்மை நிலையில் காணமுடியும், மனிதர்களிடையே உள்ள அற்ப எண்ணங்களை அழிக்கும் என்றும், 'மனிதர்களிடையே உள்ள சகோதரத்துவம், உண்மையான முன்னேற்றத்தின் போக்கு, மனிதனின் எல்லா நாகரிக முயற்சிகளிலும் தேவைப்படும் கூட்டுறவு ஆகியவற்றைத் தெரியவைப்பதுதான் மனித சாஸ்திரத்தின் பணி' என்றும் கூறுகிறார் ஐயப்பன் நம்பிக்கையுடன். நான் இந்நூலைப் படைத்ததும், சிறிதளவு இதுபோன்ற நம்பிக்கையால் என்றால் அது மிகையாகாது.

இந்நூலில் குலம், இனம், உறவு என்ற பதங்கள் மிகப் பரந்த நோக்கில் பிரயோகப் படுத்தப்பட்டுள்ளன. அவற்றின் பயன்பாட்டைப் புரிந்துகொள்ள, மதம், சாதி, சமூகம், உயர்வு–தாழ்வு என்ற சிறுவட்டங்களுக்குள் உழல்வதிலிருந்தும், தன்னினவுயர்வு வாதத்தில் திளைப்பதிலிருந்தும் வெளியே வந்தால்தான் முடியும். வருங்காலத்தே வளர்ந்து வரும் துறை சார்ந்த ஆய்வுகள் மற்றும் கண்டுபிடிப்புகளால் இந்நூலிலுள்ள சில வாதங்கள் வலுவடையலாம் அல்லது வலுவிழக்கலாம், சில விளக்கங்கள் மாற்றமடையலாம், திருத்தப்படலாம். உலகின் மூலை முடுக்குகளில் கிடைத்த சில தடயங்களை வைத்து, மூதாதையர்களின் வரலாறு பற்றி அறிய முற்படுவது, முன்பு எழுதப்பட்ட காவியம் ஒன்றின் ஓலைச்சுவடிகள் சிலவற்றை மட்டும் வைத்துக்கொண்டு, கிடைக்காத அல்லது காணாமல்போன ஓலைச்சுவடிகள் என்ன கூறியிருக்கும் என்று முழுக் கதையையும் ஊகிப்பது போன்றதாகும். குறைவான தடயங்களை மட்டுமே வைத்துத் துப்புத் துலக்குபவர் போல, கிடைத்த தொல்மானிடவியல் ஆதாரங்களுடன், நம் மூதாதையரைத் தேடும் முயற்சியே இந்நூல்.

❖

1

மனிதன் என்ற விலங்கு

'உலகெங்கிலும் பரவலாகக் காணப்படும் இந்த விலங்கு, சுமார் ஐந்தரை அல்லது ஆறடி உயரம் கொண்டது; நேராக நிற்கும் உடலும், இரு காலில் நடக்கும் தன்மையும் உடையது; தேகத்தில் மயிர், குறிப்பாகத் தலை, அக்குள், இடையில் மிகுந்திருக்கும்; ஆண் இனத்தின் முகத்திலும் மயிர் வளரும்; பெண் இனத்தின் தலைமுடி நீண்டிருக்கும்; பெண் இனம் ஆண் இனத்தைவிடச் சற்றே உருவத்தில் சிறியது; குழந்தை ஈன்று பாலூட்டி வளர்க்கும் இந்த விலங்கின் கர்ப்பகாலம் பத்து மாதங்கள்; காய், பழம், வேகவைத்த அரிசி, இறைச்சி ஆகியவை உணவு...' இது மனிதனைக் குறித்த ஒரு விலங்கியலாளரின் வர்ணனை.

மனிதனின் மூலம் பற்றிக் கருத்து வேற்றுமைகள் இருந்தாலும், அவன் விலங்கினத்தைச் சேர்ந்தவன் என்பதில் ஐயமில்லை. விலங்கினத்தில் மனிதர் வகிக்கும் சிறப்பிடம் என்ன என்பதைப் பார்க்க வேண்டும். அனைத்து மனிதர்களும் விவேகம் பெற்றவர் என்று பொருள்படும் (Man the Wise) ஹோமோ செபியன் (Homo sapien) என்னும் இனத்தைச் சேர்ந்தவர்கள். ஒரு இனத்தில் எந்த ஆணும் பெண்ணும் கூடி இனப்பெருக்கம் செய்ய முடியும். இயற்கையின் இந்த நியதிப்படி அனைத்து மனிதர்களும் ஒரேயினத்தைச் சேர்ந்தவர்கள்.

இனம் பற்றிய பெருமையும் உயர் மனப் பான்மையும் சமுதாயங்களைப் பிளவுபடுத்தியுள்ளன, சண்டைகளுக்கும் போர்களுக்கும் காரணமாயிருந்திருக்கின்றன. ஆப்பிரிக்காவில் தோன்றிய மனிதனின் மூதாதையர், வெப்பமண்டலப்பகுதியில் உள்ள சூரியனின் வெம்மையைத் தாங்குமாறு ஆதியில் கறுப்புச் சருமம் கொண்டவர்களாகவேயிருந்தனர். சூரிய ஒளியில் உள்ள புற ஊதாக்கதிர்களின் (Ultra-Violet rays) தாக்குதலைத் தாங்குவதற்கு அதிக மெலனின் கொண்ட கறுப்புச் சருமம் உதவியது. இந்தக் கறுப்பினத்தவர் ஆப்பிரிக்காவை விட்டு வெளியேறி, உலகின் இதர பகுதிகளுக்குச் சென்றனர். ஐரோப்பா போன்ற குளிரான பகுதிகளுக்குச் சென்றவர்கள், சூரிய ஒளி குன்றிய குளிர்பகுதிகளில் வெண்ணிற தோலைப் பெற ஆரம்பித்தனர். ஆப்பிரிக்காவை விட்டு வெளியேறி தென்னிந்தியா, இலங்கை போன்ற வெப்பமான பகுதிகளில் குடியேறியவர் கறுப்புச் சருமம் கொண்டவராகத் தொடர்ந்தனர். மரபியல் ஆய்வுப்படி இத்தகைய சருமத்தின் நிறத்திலான பிரிவு ஏறத்தாழ *35,000* ஆண்டுகளுக்கு முன் உருவானது. வெள்ளைத் தோல் கொண்டவர் கறுப்புத் தோல் கொண்ட இனத்திலிருந்தே உருவானதால், வெள்ளைத் தோல் கொண்ட இனத்தவர் எந்த வகையிலும் எத்தகைய பரிமாணத்திலும் உயர்ந்தவர் அல்லர்.

பதினெட்டாம் நூற்றாண்டில் சுவீடனில் வாழ்ந்த லின்னேயஸ், உலகின் பல பகுதிகளில் காணப்படும் தாவரங்களையும் விலங்குகளையும் பட்டியலிட்டு உயிரின வகைப் பாட்டியலை (Taxonomy) உருவாக்கினார். இம்முறையில் ஒத்த உயிரினங்களை தொகுதி (Phylum) என்றும், அதனுள் வேறுபாடுகள் உள்ளவற்றை வகுப்பு (Class) என்றும், அதிலுள்ள உட்பிரிவுகளை இனம் (Genus) என்றும் சிறப்பினம் (Species) என்றும் வகைப்படுத்தினார். இப்பகுப்பில் பொதுப் பண்புகள் கொண்ட விலங்குகள் ஒரு தொகுதியாக வகைப்படுத்தப்பட்டு, பின் அவற்றினிடையே உள்ள வேறுபட்ட தன்மைகளைப் பொறுத்து மேலும் படிப்படியாகப் பகுக்கப்படும். இறுதியில் ஒவ்வொரு விலங்கும் அதன் இனம் மற்றும் சிறப்பினப் பெயருடன் குறிப்பிடப்படும். எடுத்துக்காட்டாக மனிதயினமும் அதன் மூதாதையரும் 'ஹோமோ' என்ற இனப்பெயரைக் கொண்டவர். இருகாலில் நடந்த ஹோமோ மூதாதையர் 'எரக்டஸ்' என்ற சிறப்பினப் பெயராலும், தற்கால மனிதர் 'செபியன்' என்ற சிறப்பினப் பெயராலும் குறிப்பிடப்படுகின்றனர். மனிதனையும், மனிதக்குரங்குகளையும், குரங்குகளையும் ஒத்த உடலமைப்பு பெற்றவை என எண்ணிய லின்னேயஸ், ஒரே இனமாகக் கொண்டார். என்றாலும் இந்த மூன்று வகையினருக்கும் ஒரே

முன்னோடியிருந்திருக்க வேண்டும் என்பதை அன்று அவர் உறுதிப்படுத்தவில்லை.

விலங்குகளைப் பொதுவாக முதுகெலும்புள்ளவை, முதுகெலும்பில்லாதவை என்று இருவகையாகப் பிரிக்கலாம். முதுகெலும்புகள் பலவிதமாக மாறுபட்டுள்ள நிலையில், முதுகெலும்புள்ள பிராணிகள் ஒரே மூதாதையரிலிருந்து தோன்றின என்பது டார்வினின் விளக்கம். பெரிய குடும்பமான இந்த முதுகெலும்புள்ள விலங்குகளுள் மனிதன் பாலூட்டி வகையைச் சேர்ந்தவன். பாலூட்டிகளை மற்ற முதுகெலும்புள்ள விலங்குகளிலிருந்து வேறுபடுத்தும் முக்கியமான அம்சம், அவை குட்டி ஈன்று பாலூட்டுவது. மேலும், உடலிலுள்ள ரோமமும் நடுச்செவியிலுள்ள மூன்று சிறிய எலும்புகளும் மற்ற விலங்குகளுக்கு இல்லை. முதுகெலும்புள்ள பிராணிகளில் பாலூட்டியான மனிதன், குரங்கு வகையைச் சேர்ந்தவன். குரங்கு வகையை மற்ற பாலூட்டிகளிலிருந்து வேறுபடுத்தும் அம்சங்கள்: 1) கை கால்களில் நகங்கள் இருப்பது, 2) பெருவிரல் மற்ற நான்கு விரல்களை விட்டு விலகி எதிர்ப்புறமாக மற்ற நான்கு விரல்களைத் தொடும் வகையில் இருப்பது, 3) மேல், கீழ்த்தாடைகளில் நான்கு உளிப் பற்கள் இருப்பது. மனிதனுக்கும், குரங்கு வகைக்கும் இந்த எல்லாச் சிறப்பு அம்சங்களும் உள்ளன; எனவே, மனிதன் மற்ற விலங்குகளைவிட, எடுத்துக்காட்டாக புலியைவிட, குரங்குக்கு நெருங்கிய உறவினன். குரங்கின்வகையில் ஒரு பிரிவு, வாலில்லாக் குரங்கு. வாலில்லாதிருப்பதும், தோள்பட்டை எலும்பு, பக்கவாட்டில் இல்லாமல் தோளின் பின்பக்கம் பொருந்தியிருப்பதும், கடைவாய்ப் பற்களில் Y வடிவப் பள்ளம் இருப்பதும் மற்ற குரங்குகளிலிருந்து வாலில்லாக் குரங்குகளை வேறுபடுத்திக் காட்டுகின்றன. இந்த அம்சங்கள் மனிதனுக்கு இருப்பதால் மனிதன் வாலில்லாக் குரங்கு வகையைச் சேர்ந்தவன். கிப்பன் (Gibbon), ஒராங்உடான் (Orangutan), சிம்பன்ஸி (Chimpanzee), கொரில்லா (Gorilla) முதலியன வாலில்லாக் குரங்குகள். இவை மற்ற விலங்குகளைவிட மனிதனுக்கு நெருங்கிய உறவுள்ள விலங்குகள். வாலில்லாக் குரங்கு வகையில் எந்த விலங்கு மனிதனுக்கு நெருங்கிய உறவு கொண்டது என்பதைக் கண்டுகொண்டால், உயிரினங்களிடையே மனிதனின் இடம் என்ன என்பதைத் தெரிந்துகொள்ளலாம்.

ஒரே மூதாதையரின் வழித்தோன்றிய இனங்களிடையே காணப்படும் சில ஒற்றுமைகளை ஒத்த இயல்புகள் (Homologies) என்று கூறுவர். இரு இனங்களிடையே பல ஒத்த இயல்புகள் இருந்தால், அந்த இரு இனங்களும் ஒன்றுக்கொன்று நெருங்கிய உறவுள்ளவை என்று அறியப்படும். ஆனால், இரு உயிரினங்களின்

உடலமைப்பிலுள்ள ஒற்றுமைகள் அனைத்தும் ஒத்த இயல்புகள் ஆகாது. வாத்து, நீர் நாய் இரண்டிற்கும் கால் விரல்களிடையே சவ்வுகள் இருப்பதால் இவை நெருங்கியவை என்று கொள்ளக் கூடாது. இந்த ஒற்றுமையான அம்சம்–இந்த இரண்டு இனங் களும் நீரில் நீந்தி இரை தேடுமாறு பரிணமித்த கால்கள்–ஒரே வேலையைச் செய்தாலும் ஒத்த இயல்பாகாது. இதே போல வௌவாலின் இறக்கைகளையும், பறவைகளின் இறக்கை களையும் ஒத்த இயல்பாகக் கொள்ள முடியாது.

நமக்கும் வாலில்லாக் குரங்குகளுக்கும் உள்ள ஒத்த இயல்புகளை அறிய பொதுவான உடலமைப்பு, இரத்த அணுக்களின் அமைப்பு, குரோமோசோம்களின் அமைப்பு, அவற்றின் எண்ணிக்கை போன்ற இயல்புகளையே கவனிக்க வேண்டும். இந்த நோக்கில், வாலில்லாக் குரங்குகளில் கிப்பன், ஒராங்உடானைவிட சிம்பன்ஸியும் கொரில்லாவும் மனிதனுக்கு நெருங்கிய உறவினர்கள் என்பது தெளிவாகிறது. இதனால் தான் இந்நூலில் இவை இரண்டையும் 'மனிதக் குரங்குகள்' என்று குறிப்பிடுகிறேன்.

நம்மை மனிதக் குரங்குகளிலிருந்து வேறுபடுத்தும் முக்கியமான வேற்றுமைகள் மூன்று: அளவில் பெரிய மூளை, தட்டையான முகம், நேராக நின்று இருகாலில் நிமிர்ந்து நடக்கும் தன்மை. தொல்லுயிர் எச்சங்களாகக் காணப்படும் இனங்களில் எந்த இனம் இந்த மூன்று அம்சங்களில் ஒன்றையோ அல்லது இரண்டையோ அல்லது மூன்றையுமோ கொண்டிருக்கிறதோ அந்த இனம் மனிதக் குரங்கைவிட நமக்கு நெருங்கிய உறவுள்ளது. தொல்லுயிர் எச்சங்களாகக் காணப்படும் இனங்களின் ஒத்த இயல்புகளை ஆராயும்போது ஆதாரங்களாக அமைவன, தொல்லுயிர் எச்சமாகச் சமைந்த எலும்புகளும், பற்களும், கல்லாயுதங்களுமே. மனிதக்குரங்குகள், மனிதயினத்தின் முன்னோடிகள், ஆதிமனிதர் ஆகிய இனங்களின் எலும்புகள் ஆப்பிரிக்கா, ஐரோப்பா, ஆசியக் கண்டங்களில் கிடைத்துள்ளன. இவற்றில் எந்த இனம் மனித இனத்துடன் ஒத்த இயல்பு கொண்டது, அது மனிதக் குரங்கிலிருந்து எவ்வாறு வேறுபடுகிறது, நமக்கு எவ்வாறு நெருங்கியது என்பவை ஆராயப்பட வேண்டும்.

பொதுவாக, எந்தப் பேரினத்திலும் இனத்தை மரமாகவும், அதன் சிற்றினங்களைக் கிளைகளாகவும், தனித்த உறுப்பினர்களை இலைகளாகவும் சித்தரித்து, ஒரு குடும்பத்தின் வம்ச வரலாற்றைக் காட்டலாம். அமலன் என்பவருக்கு நகுலன் என்ற சகோதரனும், கமலன் விமலன் என்ற இரு புதல்வரும் இருக்கிறார்கள் என்பதைப் பின்வருமாறு காட்டலாம்.

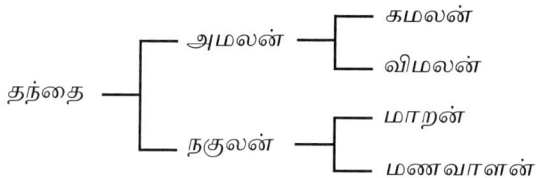

அமலன், நகுலனின் புதல்வர்கள் மணமுடித்து அவர்கள் இனம் வளர இந்த வம்ச மரத்தின் கிளைகளும், இலைகளும் எண்ணிக் கையில் கூடும். இப்போது நகுலன் இறந்ததும் அமலனுக்கும் நகுலனுக்கும் இருந்த உறவைக் கீழ்க்கண்டவாறு காட்டலாம்.

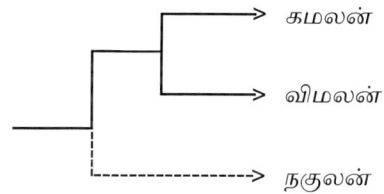

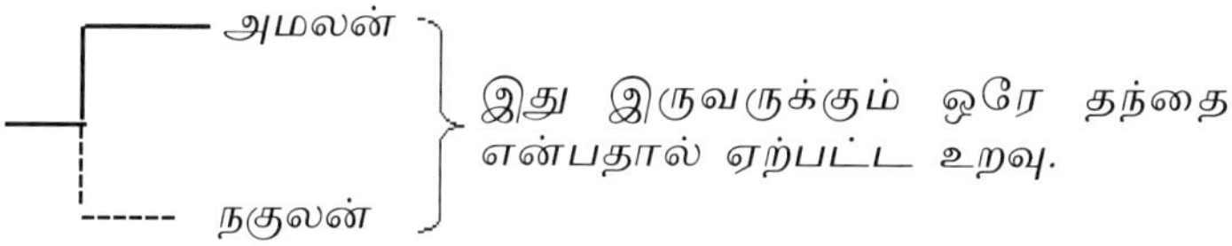

மேலும் அமலனின் மகன்களுக்கும், இறந்துவிட்ட நகுலனுக்கும் உள்ள உறவைக் கீழ்க்கண்டவாறு காட்டலாம்.

இந்த உறவு கமலன், விமலனின் தந்தைக்கும் நகுலனுக்கும் தந்தை ஒருவரே என்பதால் ஏற்பட்ட உறவு.

இம்முறையே இந்நூலில் கையாளப்படுகிறது. ஒரு சாதாரணக் குடும்பத்தின் வம்ச வரலாற்றில், ஒரு அங்கத்தினரின் மூலத்தை ஆராயும்போது பெயர் தெரியாத, இறந்துபோய்விட்ட முன்னோர்களால் ஏற்படும் இடைவெளிகளும், யாருக்கு யார் சொந்தம் என்பதும் அவர்கள் எவ்வாறு சொந்தம் என்பதும் குழப்பங்களை ஏற்படுத்துவதுண்டு. மூதாதையரைத் தேடும் முயற்சியிலும் இத்தகைய குழப்பங்கள் ஏற்படுகின்றன. இங்குதான் தொல்லுயிர் எச்சங்களாகக் காணப்படும் விலங்குகளுக்கும், நமக்கும் உள்ள உறவை ஆராய வேண்டியது அவசியமாகிறது. உறவுகளை ஆராயும்முன் சிறிய விளக்கம் தேவைப்படுகிறது. 1859இல்

இனங்களின் தோற்றம் பற்றி எழுதிய சார்லஸ் டார்வின், மனிதகுல வரலாறு பற்றி வருங்காலத்தில் மேற்கொள்ளப்படும் ஆய்வுகள் தனது முடிவுகளை மேலும் தெளிவுபடுத்தும் என்றே கூறினார். ஆனால் டார்வின், மனிதன் குரங்குகளிலிருந்து உதித்தான் எனக் கூறியதாக அவச்சொல் பெற்றார். 'கொம்பேறித் தாவும் குரங்கிலிருந்து பிறந்தவன் மனிதன்' என்று பாடியவர், பரிணாம வளர்ச்சியைத் தவறாகப் புரிந்துகொண்டவர். நாம் குரங்கிலிருந்து பிறந்தவரல்லர். குரங்குகள் நம் மூதாதையரென்றால் ஏன் இன்றும் குரங்குகள் குரங்குகளாகவே இருக்கின்றன? அதாவது நாமும் நம் கொள்ளுப்பாட்டனும் எவ்வாறு சமகாலத்தவராக முடியும்? குரங்குக்கும் மனிதனுக்கும் உள்ள உறவு தாத்தா-பேரன் உறவல்ல, பங்காளி உறவு; அதாவது, சித்தப்பா மகன்-பெரியப்பா மகன் உறவேயாகும். ஒரு வம்ச விருட்சத்தின் பல கிளைகளில் இரு கிளைகளாகக் குரங்குகளும், ஆதிமனிதர்களும் உருவாயினர்.

அறிவியல் ஆய்வுகள், மனிதர் விலங்கினத்தில் ஒரு வகை, ஆனால் சில சிறப்பம்சங்களால் தனிவகை என்பதை யுணர்த்துகின்றன. ஆயிரம் வகைப் பறவைகள், பலவகை மீன்கள், வண்டுகள், பலவகை மான்கள், பலவகைக் குரங்குகள், நான்கு வகை வாலில்லாக் குரங்குகள் வாழும் நிலையில் மனிதகுலம் மட்டும் ஒரே வகை என்பதே சிறப்பம்சம். மனித இனம் மற்றும் வாலில்லாக் குரங்குகள் இருவருக்கும் இருந்த பொதுவான முன்னோடிகளிலிருந்து பிரிந்த மனித இனத்தின் முன்னோடிகளின் சிறப்பு, இரு காலில் நடக்க ஆரம்பித்ததுதான். நேராக நிமிர்ந்து நின்ற இனம் கைகளை ஆயுதங்கள் செய்யவும், வேட்டையாடவும், திறமையாக இரைதேடவும் கற்றுக்கொண்டு குழுக்களாக வாழத் தலைப்பட, பல சந்ததியினருக்குப் பின் வந்த இனத்திலிருந்து நாம் உருவானோம் என்பது பொதுவான கருத்து. ஆனால் உண்மையில் பரிணாம வளர்வில் எல்லா இனங்களும் இயற்கையின் சோதனைகளுக்குட்படுத்தப்படுகின்றன. அவற்றில் சில தேறுகின்றன; பல அழிந்துபடுகின்றன. தேறியவை, இயற்கையின் மாற்றங்களுக்கு ஏற்ப வாழக் கற்றுக்கொண்டவை; தம் முன்னோரை விட மாற்றங்களுடன் பரிணமித்தவை. தேறியவையும் பல தடவைகள் முயன்று, பல தடவைகள் தோல்வியுற்று, பல சந்ததிகளுக்குப் பின்னரே கல்லாயுதம் செய்தல், தீயின் பயனை அறிதல் போன்ற முக்கியமான சாதனைகளைப் புரிந்தன. மனித இனத்தின் முன்னோடிகள் ஆரம்பகால வாழ்க்கை நிலையிலிருந்து மேற்சொன்ன சிறப்பு நிலையையடைந்தது ஒரு நேர்க்கோட்டு வளர்ச்சியல்ல.

மனிதர், ஆதிமனிதர், மனிதக் குரங்குகள் மற்றும் இதர வாலில்லாக் குரங்குகள் இவற்றை ஹோமினாய்டியா (Hominoidea) எனும் பேரினத்தில் சேர்த்துள்ளனர். இந்த பேரினத்தை மூன்று சிற்றினங்களாகப் பகுத்திருந்தனர். அதில் பாங்கிடே (Pongidae) எனும் பகுப்பில் ஆப்பிரிக்க மனிதக் குரங்குகளையும், ஆசியாவில் வாழும் ஒராங்உடானையும் சேர்ந்திருந்தனர். ஹைலோபாடிடே (Hylopatidae) எனும் பகுப்பில் இதர ஆசிய வாலில்லாக் குரங்குகளும், ஹோமினிடே (Hominidae) எனும் பகுப்பில் மனிதரும் மனிதரின் மூதாதையர்களும் அடங்குவர். மேற்கூறிய சிற்றினத்தைச் சார்ந்த தனித்தனி உறுப்பினரை ஹோமினிட் (Hominid) என சில ஆண்டுகளுக்கு முன்புவரை மானிடவியலாளர் குறிப்பிட்டு வந்தனர். அண்மைக் காலத்தில் தொடரப்பட்ட மரபியல் ஆய்வுகளால் இந்தப் பகுப்பில் சில மாற்றங்கள் ஏற்பட்டுள்ளன.

சிம்பன்ஸிகளுக்கும் நமக்கும் 97 விழுக்காடு மரபணு ஒற்றுமைகள் உள்ளதென்று தெரிவதால் இதையே ஆதாரமாக வைத்து இரு இனங்களுக்கும் ஒரு பொதுவான முன்னோடி இனம் இருந்தது என்பதும், ஏறத்தாழ 5 அல்லது 7 மில்லியன் ஆண்டுகளுக்கு முன்னர் ஆதிமனித முன்னோடிகளும் சிம்பன்ஸியின் முன்னோடியான ஆதி மனிதக் குரங்குகளும் இரு கிளைகளாகப் பரிணமித்தன என்பதும் கண்டுபிடிக்கப்பட்டது. அதற்கு முன்னரே, 11–13 மில்லியன் ஆண்டுகளுக்கு முன்னர், இன்று ஆசியாவில் வாழும் மனிதக் குரங்கான ஒராங்உடானின் முன்னோடிகள், மேற்கூறிய கிளையிலிருந்து பிரிந்து தனித்துப் பரிணமித்தன என்பதால், இவற்றை ஒரு தனிச்சிற்றினமாகக் கொள்ள வேண்டியதன் அவசியம் உணரப்பட்டது. இதனடிப்படையில் கீழ்க்காணும் பகுப்பு உருவாகியுள்ளது.

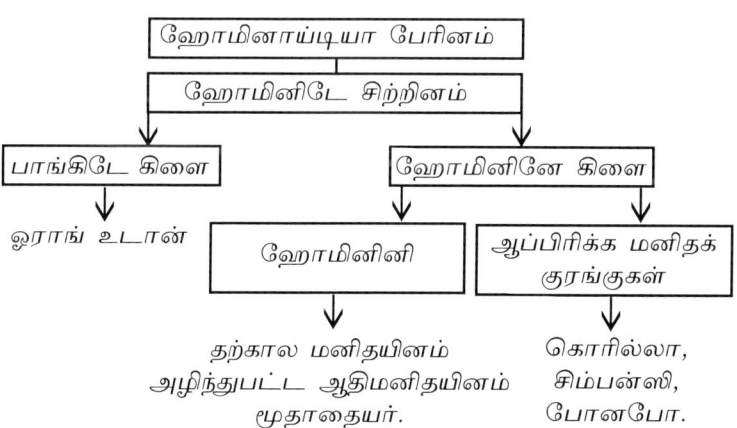

ஹோமினினே குடும்பத்தின் தனிப்பட்ட உறுப்பினரை 'ஹோமினின்' என்று அழைக்கும் முறையே இந்நூலில் கையாளப்படுகிறது.

பரிணாமம் பற்றிய ஆரம்ப கால விளக்கச் சித்திரங்கள், முதலில் நாலுகாலில் தாவித்திரிந்த குரங்கினம், பின்னர் சற்று நிமிர்ந்து நின்ற இனம், அதன் பின்னர் நேராக நின்று இருகாலில் நடந்த தற்கால மனிதர் என்று மனிதயினத்தின் வளர்ச்சி நிலையைச் சித்தரித்துள்ளன. இது அடிப்படையில் பிழையானது. தவழும் குழந்தை எப்படித் தத்தித் தத்தி நடந்து பின் நன்கு நடக்குமோ அதுபோலவே பரிணாம மலர்ச்சியும் ஏற்பட்டிருக்க வேண்டும் என எண்ணியதால், உருவாக்கப்பட்ட பிழையான சித்தரிப்பு இது. லீமர்களுக்கும், சிம்பன்ஸிகளுக்கும் அவசியம் நேரும்போது கணிசமான தொலைவு இருகாலில் நடக்க முடியும். தற்கால மனிதர் இருகாலில் நடப்பது வேறுவிதமானப் பரிணாம வளர்ச்சி என்பதைப் பின்னர் பார்க்கலாம்.

❖ ❖

2

தொல்லுயிர் எச்சங்கள்

தொல்லுயிர்கள் பற்றிய ஆய்வுக்கு ஆதாரம் அவற்றின் எஞ்சிய, பாதுகாக்கப்பட்ட பகுதிகளே என்பதால் இவற்றைத் தொல்லுயிர் எச்சங்கள் என்று குறிக்கிறோம் [ஆங்கிலத்தில் ஃபாசில் (Fossil) என்ற சொல், தோண்டுவது என்று பொருள்படும் ஃபோடர் (Fodre) என்னும் இலத்தீன் மூலச் சொல்லிலிருந்து உருவானது.] படிவப் பாறைகள் படிந்தகாலம், அவை படிந்த சூழல் ஆகியவற்றை அறிய இவை பற்றிய புரிதல் முக்கியம். புவியியலின் முக்கிய பிரிவான தொல்லுயிரியலின் (Palaeontology; Palaios - Ancient, Ontos - Life) உதவியால் பூமியின் வரலாறு பற்றி அறியலாம்.

உலகெங்கிலும் பல்லாயிரக்கணக்கான உயிரினங்கள் வாழ்ந்து அழிந்ததால், எங்கு தோண்டினாலும் தொல்லுயிர் எச்சங்கள் கிடைக்க வேண்டுமே. ஆனால், அவை கிடைப்பது ஏன் அரிதாக இருக்கிறது? இயற்கை எதையுமே வீணாக்குவதில்லை. ஒரு விலங்கு அழிந்தால் முதலில் நுண்ணுயிர்களின் தாக்குதலால் அதன் மாமிசம் அழுகிவிடுகிறது. பிறகு காகம், கழுகு, நரி, கழுதைப்புலி போன்ற இயற்கைத் துப்புரவாளிகள் அதை உண்டு, எலும்புகளை மட்டுமே மிச்சம் வைக்கின்றன. எஞ்சியவற்றை சூரிய வெப்பமும் காற்றும் தாக்கிப் பொடிப்பொடியாக்கி மண்ணாக்கி விடுகின்றன. இந்த மண்ணில் வளரும் தாவரங்கள் மணிச்சத்துப் போன்றவற்றைக் கிரகித்துக்கொள்ள, வேறொரு சுழற்சி உருவாகிறது. இந்தச் சுழற்சியில்

மாட்டிக்கொள்ளாமல், நுண்ணுயிர்கள், இயற்கைத் துப்புரவாளி கள், மற்றச் சக்திகள் தாக்குதலிலிருந்து தப்பித்து தொல்லுயிர்களின் எச்சங்கள் கிடைப்பது வெகு அரிது. இவ்வாறு அரிதாகப் பாதுகாக்கப்பட்ட தொல்லுயிர் எச்சங்களே ஆய்வாளரின் முக்கியத் தடயங்கள்.

தொல்லுயிர் எச்சங்கள் இயற்கையால் பாதுகாக்கப்பட வேண்டுமானால்

1) தொல்லுயிர்கள் எலும்பு, பற்கள், ஓடுகள் போன்ற உறுதியான பகுதிகளைக் கொண்டிருப்பதும்,

2) அவை இயற்கையின் அழிக்கும் சக்திகளுக்கு இலக்கா காமல் உடனடியாகப் புதைவதும்,

3) புதைபட்ட இடத்தில் பாதுகாக்கப்படுவதற்கான சூழலிருப்பதும் அவசியம்.

இவற்றில் கடைசியாகக் குறிக்கப்பட்ட 'சூழல்' மிகவும் முக்கியமானது. எடுத்துக்காட்டாக, அமிலத் தன்மையுள்ள வறண்ட மண்ணில் பதிந்த எலும்பு, படிப்படியாக அழிந்து மண்ணுடன் கலக்கிறது. அதே சமயத்தில், வறண்ட களர் மண்ணில் படியும் எலும்பு பாதுகாக்கப்படுகிறது. பனிப்படர்வு களில் புதைபடும் உயிரினங்களின் எலும்புகள் மட்டுமின்றி, அரிதாக அவற்றின் மென்மையான தசைகளும் பாதுகாக்கப் படுகின்றன. எனவே, தொல்லுயிர் எச்சங்களை அவை பாது காக்கப்பட்ட சூழலைப் பொறுத்து, முழுவதுமாகப் பாதுகாக்கப் பட்ட மாற்றமடையாத தொல்லுயிர்கள் என்றும் மாற்ற மடைந்த தொல்லுயிர் எச்சங்கள் என்றும் இரு பிரிவுகளாகப் பகுக்கலாம். தொல்லுயிர்களுடன் தொடர்புள்ள பிறவற்றை மூன்றாவது பிரிவாகக் கொள்ளலாம்.

1. முழுவதுமாகப் பாதுகாக்கப்பட்ட தொல்லுயிர்கள்

அழிந்துவிட்ட உயிரினங்கள் சில முழுவதுமாகப் பாதுகாக்கப் பட்ட நிலையில் கண்டுபிடிக்கப்பட்டுள்ளன. நான்கு வகையான சூழ்நிலைகளில் தொல்லுயிர்கள் மாற்றமடையாமல் முழுமையாகப் பாதுகாக்கப்படுகின்றன. அவை வறண்ட சூழல், அமிலச் சூழல், பனிச்சூழல், நிமிளைச் சூழல்.

வறண்ட சூழல் : சில சமயங்களில், வெம்மையான வறண்ட பிரதேசங்களில் இறந்த விலங்கின் உடலிலுள்ள நீர் ஆவியாகி வெளியேறி, அந்த உடல் காய்ந்த நிலையில் பல லட்ச ஆண்டுகள் இருப்பதுண்டு. மீனவர்கள் மீனை உலரவைத்துப் பாதுகாப்பதை ஒத்ததாக இம்முறையைக் கருதலாம். தெற்கு படகோனியாவி லுள்ள வறண்ட குகையில் கண்டுபிடிக்கப்பட்ட, 15,000 ஆண்டு

களுக்கு முன் வாழ்ந்த மைலோடான் எனும் தரைக்கரடியின் தோல், நகம் போன்றவற்றையும், கோபி பாலைவனத்தில் கண்டெடுக்கப்பட்ட வாத்துமூக்குக் கொண்ட டைனசாரின் (Duck-Billed Dinasaur) உடலையும் எடுத்துக்காட்டுகளாகக் கொள்ளலாம்.

சதுப்புநில, அமிலநீர்ச்சூழல் (Peat Bog Environs): பிரிட்டன், அயர்லாந்து, ஜெர்மனி, ஹாலந்து போன்ற நாடுகளில் ஸ்பாக்னம் (Sphagnum) எனும் பாசி படர்ந்த சதுப்பு நிலங்கள் உள்ளன. இவற்றை பாக் (Bog) என்பர். மழைநீர் தேங்கி சதுப்பான இப்பகுதிகளில் சில மீட்டர் ஆழத்திற்குப் படிந்திருக்கும் குப்பை செத்தைகள் பல நூற்றாண்டுகள் மக்கி, இறுகி பீட் (Peat) என்றழைக்கப்படும் பழுப்பு நிலக்கரியாக மாறுகின்றன. பொதுவாக ஐரோப்பாவில் உள்ள பாக் குட்டைகள் மூவாயிரத்தி லிருந்து பத்தாயிரம் ஆண்டுகளுக்கு முற்பட்டவை. பழுப்பு நிலக்கரியை எரிபொருளாகவும், உரமாகவும் இப்பகுதிகளில் வாழ்ந்தவர்கள் காலகாலமாக வெட்டியெடுத்து உபயோகித்தனர். அப்போது அதில் பல மனித உடல்களும், விலங்கினங்களின் எச்சங்களும் கண்டுபிடிக்கப்பட்டன. குளிரான பகுதியில் உள்ள பாக் குட்டைகளின் நீர் அமிலத்தன்மை கொண்டதாலும், குட்டைகளில் நீரில் கரையும் ஆக்ஸிஜன் அளவு குறைவாக உள்ளதாலும், இந்த உடல்கள் காடியில் ஊற வைத்த ஊறுகாய் போல பாதுகாக்கப்பட்டுள்ளன. சுருங்கிய, கருத்த தோலுடன் காணப்பட்ட உடல்களை பழுப்பு நிலக்கரி தோண்டியபோது கண்டவர், அவை பேய்களின் உடல் என்று கருதி அஞ்சி ஓடியதாகவும் கதைகள் உள்ளன. சென்ற நூற்றாண்டில் இந்த உடல்களின் காலம் நிர்ணயிக்கப்பட்டது. நூற்றுக்கணக்காக எடுக்கப்பட்ட இதுபோன்று பாதுகாக்கப்பட்ட உடல்களில் முக்கியமானவை:

1879இல் டென்மார்க்கில் ராம்டன் எனும் பாக்கில் எடுக்கப்பட்ட கி.மு. 160 – கி.பி. 340 காலகட்டத்திற்குள் வாழ்ந்த 'ஹில்டர்மோஸ் பெண்' என்றழைக்கப்படும் உடல்.

1904இல் ஹாலந்தில் பொர்டாங்கர் பாக்கில் கண்டு பிடிக்கப்பட்ட கி.மு. 160 – கி.பி. 220 காலகட்டத் திற்குள் வாழ்ந்த இரு ஆண்களின் உடல்கள்.

1950இல் ஹாலந்தில் ஒரு பாக்கில் கண்டுபிடிக்கப்பட்ட

படம் 1 டோலுண்ட் மனிதன்

டோலுண்ட் மனிதன் (Tollund Man) (படம் 1). கழுத்தில் தூக்குக் கயிற்றுடன் காணப்பட்ட இந்த உடலைப் பரிசோதித்தபோது 30 – 40 வயது கொண்ட அவன் கடைசியாக பார்லி உணவு உண்டிருந்தான் என்பது கண்டுபிடிக்கப்பட்டது. பெரும்பான்மை யான பாக் உடல்கள், ரோமானியர் ஆண்ட இரும்பு யுகத்தில் நரபலிகளாகக் கொடுக்கப்பட்டவை. சில தண்டிக்கப்பட்ட குற்றவாளிகளுடையவை. ஐரோப்பிய தடயவியல் (Forensic) ஆய்வாளர் சிலர் பாக்கில் இறந்துபட்டவர் எவ்வாறு கொல்லப் பட்டனர், அவர்கள் எத்தகைய தோற்றம் கொண்டிருந்தனர், எத்தகைய உடைகளையும் ஆபரணங்களையும் அணிந்திருந் தனர் போன்றவற்றைத் தங்கள் ஆய்வுகளின் மூலம் தெளிவு படுத்தியுள்ளனர்.

பனிச்சூழல் : பனியில் இறந்த உயிரினங்கள் உறைந்த நிலையில் முழுவதுமாகப் பாதுகாக்கப்படுகின்றன. சைபீரியாவில் பனியாறு களில் காணப்படும் பிளவு ஒன்றில் விழுந்து வெளியேற முடியாமல் இறந்த, யானை யின் மூதாதையான மயி ரடர்ந்த மாமதத்தின் குட்டி (Wooly Mammoth) ஒன்று, பனியால் மூடப்பட்டு உறைந்து முழுமையாகப் பாதுகாக்கப்பட்டு கண்டெடுக்கப்பட்டது (படம் 2). அது தோண்டியெடுக்கப் பட்டபோது அதன் உடல் அழுகாமலும், அது உண்ட இலைகளும் தழைகளும் வயிற்றில் செரிக்கப்படாமலும் இருந்தன.

படம் 2 பனியில் உறைந்த குட்டி மாமதம்

இவ்வாறு பாதுகாக்கப்பட்ட மனித உடல் ஒன்று ஆல்ப்ஸ் பகுதியில் கிடைத்தது. (பார்க்க: இணைப்பு: ஓட்ஸி)

1972இல், கிரீன்லாந்தின் மேற்குக் கரையில், 500 ஆண்டு களுக்குமுன் இறந்த, எட்டு இனூய்ட் (Inuit) களின் உடல்கள் பாதுகாக்கப்பட்ட நிலையில் கண்டுபிடிக்கப்பட்டன. சீல் தோலாடையுடன் ஈமச்சடங்குகள் செய்யப்பட்டு அடுக்கி வைக்கப்பட்ட இந்த உடல்கள் மழை, சூரிய ஒளி ஆகியவை படாமல் ஈரமில்லாத குகைகளில் வடதுருவத்தின் குளிரால் இயற்கையாகப் பாதுகாக்கப்பட்டிருந்தன.

நிமிளைச் சூழல்: *நிமிளை (Amber) என்பது இறுகிய, நாள்பட்ட மரப்பசை. அது இளகிய மரப்பசையாக இருந்த போது பழங்காலத்தில் வாழ்ந்த ஈ, வண்டு, எறும்பு போன்ற உயிரினங்கள் அதில் படிந்து மடிய, அவை முழுவதுமாகப் பாதுகாக்கப்பட்டிருக்கின்றன (படம் 3). பால்டிக் கடல் பகுதியில் கிடைக்கும் பூச்சிகள் படிந்த நிமிளை ஆபரணங்களில் பதிக்கப்படுகிறது. பொதுவாக, இவை பழுப்பு நிலக்கரிப் படிவங்களில் கிடைக்கின்றன.*

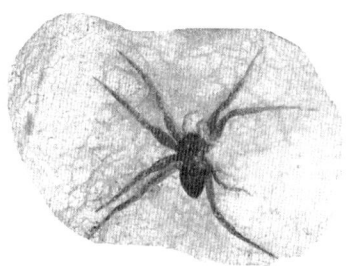

படம் 3 நிமிளையில் முழுவதுமாகப் பாதுகாக்கப்பட்ட நீர்ச்சிலந்தி (பிளெய்ஸ்டோஸீன் படிவம் நியூசிலாந்து)

2. மாற்றமடைந்த தொல்லுயிர் எச்சங்கள்

கல்லாகச் சமைதல்: *மரம் ஒன்று எவ்வாறு கல்லாகச் சமைகிறது? வெள்ளம் ஏற்பட்ட ஆற்றின் கரையருகே நிற்கும் மரம் ஒன்று, வேரறுபட்டு ஆற்றுப் போக்கில் அடித்து செல்லப்படுகிறது. வெள்ளப்போக்கின் வேகம் குறைய, இந்த மரம் ஆற்றங்கரையின் அருகே உள்ள பள்ளத்தில் படிந்து, பின்னர் இதன்மேல் வெள்ளம் அள்ளி வந்த சேறு காற்றுப் புகவிடாமல் படிகிறது. புதையுண்ட மரம் இந்த நிலையில் மரத்தை அழுக வைக்கும் பாக்டீரியா, காயவைக்கும் சூரிய வெப்பம் ஆகியவற்றின் தாக்குதலிலிருந்து தப்பிக்கிறது. பின்னர், மண்ணின் பருக்கைகளினிடையே கசிந்துவரும் சிறிது அமிலத் தன்மையுள்ள நிலத்தடிநீர் மரத்திலுள்ள ஸெல்லுலோஸைக் கரைக்க ஆரம்பிக்கிறது. கரைத்த இடத்தில் நிலத்தடி நீரிலுள்ள, மணல்சாரத்தை (சிலிகான்) இந்த இடத்தில் அடைக்கிறது. இந்தச் செயலை, ஒரு பழைய வீட்டின் ஓடுகளை அகற்றிப் புதிய ஓடுகளைப் பரப்பும் திறமையான ஒரு கொத்தனாரின் வேலைக்கு ஒப்பிடலாம். அகற்றிய ஓடுகளுக்குப் பதிலாக அதே அளவு ஓடுகளை, அதே அமைப்புடன் அடுக்கும் கொத்தனார் அந்த வேலையை முடித்தபின் இருப்பது, அதே அமைப்புடன் கூடிய, ஆனால்*

புதிய ஓடுகள் வேய்ந்த கூரை. இது போலவே, நிலத்தடி நீர் மரத்திலுள்ள செல்லுலோஸை அகற்றி அந்த இடத்தில் மணல்சாரத்தை (சிலிகா) அப்பிவிட, நாளாவட்டத்தில் அந்த மரம் முழுவதும் மணல்சாரத்தால் அமைந்ததாகிவிடும். இது நடக்க சில ஆயிரம் ஆண்டுகளாகும். மரம் முழுவதும் கல்லானாலும் மரத்தின் அமைப்பு அப்படியே இருக்கும்.

கல்லாகச் சமைந்த மரங்கள் சில தமிழ்நாட்டின் சில பகுதிகளில் கிடைத்துள்ளன. சுமார் 10 கோடி ஆண்டுகளுக்கு முன்னர் சாத்தனூரில், கடற்கரையோரமாக அமைந்த காட்டிலிருந்த மரம் ஒன்று, வெள்ளப்பெருக்கில் அடித்துச் செல்லப்பட்டு, முகத்துவாரத்தில் களிமண்ணில் புதையுண்டு கல்லாகச் சமைந்தது. அன்று கடற்கோளால் புதையுண்டிருந்த சாத்தனூருக்கும் இன்றைய கடற்கரைக்கும் உள்ள தூரம் 100 கி.மீ. 1940இல் புவியியல் ஆய்வாளர் எம்.எஸ். கிருஷ்ணனால் கண்டுபிடிக்கப்பட்ட, கல்லாகச் சமைந்த இந்த மரம் சுமார் 18 மீ. நீளமுடையது. இது பூக்கும் மரங்களுக்கு முன்னிருந்த ஒருவித ஊசியிலை மரத்தின் அடிமரமாகும். சாத்தனூருக்கு அருகே, வரகூர், ஆனைப்பாடி, சாரதாமங்கலம், ஆளுந்தளிப்பூர் போன்ற இடங்களிலும் ஓடைப் படிவங்களில் கல்லாகச் சமைந்த மரங்கள் கிடைத்துள்ளன. திருப்பூருக்கு அருகில் மங்கலம் எனும் கிராமத்தருகே, நொய்யல் ஆற்றுப்படுகையில் மணற்படிவங்களில் கல்லாகச் சமைந்த மரம் ஒன்றை நான் 1970இல் களப்பணி செய்தபோது கண்டெடுத்தேன். தொல் தாவரவியலுக்கான (Palaeobotany) பீர்பால் சகானி ஆய்வுக்கூடம் இந்த மரத்தை 'டெர்மினேலியா' இனம் என்று கண்டுபிடித்தது. (பார்க்க: இணைப்பு: இந்நூலாசிரியரின் தொல்லுயிரெச்சக் கண்டுபிடிப்புகள்)

மரம் மேற்கூறியவாறு கல்லாகச் சமைவது போல எலும்புகளும் மாற்றம் அடைகின்றன. எலும்பு 65% கால்ஷியம், மெக்னீஸியம், சோடியம் உப்புகளாலும், 35% புரதத்தாலும் ஆனது. எலும்பொன்று ஈரமான களர் மண்ணில் புதையுண்டால், அதிலுள்ள புரதம் நீக்கப்படுகிறது. இதர உப்புகளை நிலத்தடி நீர் கரைத்து அந்த இடங்களில் மணல்சாரத்தை படியவைக்க, அந்த எலும்பு கல்லாகச் சமைகிறது. இதை மணல்சாரத்தால் மாற்றப்பட்ட (Silicified) தொல்லுயிர் எச்சம் என்று குறிக்கலாம். இத்தகைய மாற்றம், மணல்சாரத்தால் மட்டுமின்றி, நிலத்தடி நீரில் கரைந்துள்ள மற்றத் தாதுக்களாலும் ஏற்படக்கூடும். நிலத்தடி நீரில் கரைந்துள்ள சாரம் பெரும்பாலும் சுண்ணாம்புச் சாரமாகும். நிலத்தடிநீர் தொல்லுயிர்களிலுள்ள உப்புகளைக் கரைத்து, அதில் சுண்ணாம்புச்சாரத்தைப் படிய வைத்ததும்,

சுண்ணாம்புச்சாரத்தால் மாற்றப்பட்ட (Calcified) தொல்லுயிர் எச்சங்கள் உருவாகின்றன. கடல்வாழ் உயிரினங்கள், நீர்நிலை களிலுள்ள படிவங்களில் புதையுண்டு இம்முறையில் மாற்றம் அடைந்து பாதுகாக்கப்படுகின்றன. இது போலவே சில தொல்லுயிர் எச்சங்கள், இரும்புச் சல்ஃபைடு மூலமும் மாற்ற மடைகின்றன. மேற்கூறிய மாற்றங்கள் எடைக்கு எடை அல்லாமல், கன அளவுக்கு கன அளவாக ஏற்படுகின்றன. இதனால் கல்லாகச் சமையும் தொல்லுயிர் எச்சங்கள் கடின மானதாகவும் கனமானதாகவும் மாறிப் பாதுகாக்கப்படுகின்றன.

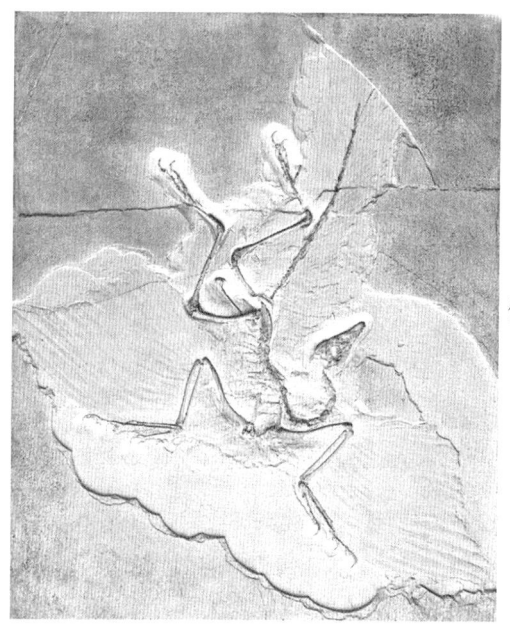

படம் 4 ஆர்கியோடெரிக்ஸ்
இடது: படிவம். வலது: உருவகிக்கப்பட்டது.

ஜெர்மனியில் சோலன்ஹோபனில் ஜுரேஸிக் சுண்ணாம்புப் படிவங்களில் படிந்திருந்த ஆர்கியோடெரிக்ஸ் தொல்லுயிரெச்சம், பறவைகளின் பரிணாம வளர்ச்சி பற்றி அறிய உதவும் ஒரு முக்கியத் தடயமாகும். இந்தப் படிவங்களில் 14 கோடி ஆண்டு களுக்கு முன் வாழ்ந்த ஐந்து ஆர்கியோடெரிக்ஸ்களின் படிவங்கள் கிடைத்துள்ளன (படம் 4). இவற்றிற்கு ஊர்வனவற்றின் அம்சங்களான பற்கள், நீண்ட வால், மூக்கிலும் கால்களிலும் செதில்கள், இறக்கையில் மூன்று நகங்கள் ஆகியவை இருந்தன.

பொதுவாக, இவற்றின் எலும்புக்கூடு தீரோபாட் (Theropod) என்னும் டைனசாரின் எலும்புக்கூட்டை வெகுவாக ஒத்திருந்தது. ஆனால் வாலின் இருபுறமிருந்த சிறகுகள் கொண்ட இறக்கையும், அவற்றை அசைக்குமாறு அமைந்த V வடிவ நெஞ்செலும்பும், விலா எலும்பும் ஆர்கியோடெரிக்ஸ் ஒரு ஆதிப்பறவை என்பதைத் தெளிவாக்கின. நெஞ்செலும்பு அகன்றிருந்ததால் பறக்க இயலாமல், வான்கோழி, தீக்கோழி போன்று ஓடித் திரிந்த தீரோபாடிலிருந்து உருவான இந்த ஆதிப்பறவை, டைனசார்களையும் இன்றைய பறவைகளையும் இணைத்த தொடர்பு என்பது பொதுவான கருத்து. தென் அமெரிக்காவில் இன்று வாழும் ஹோட்ஸின் (Hoatzin) என்னும் பறவைகளின் குஞ்சுகளுக்கு, இறக்கைகளில் ஆர்கியோடெரிக்சுக்கு இருந்தது போல நகங்களிருப்பது குறிப்பிடத்தக்கது.

கரிமமாதல் (Carbonisation): தொல்லுயிர் எச்சங்கள் கரிமமாவதால் மாற்றம் அடைகின்றன. படிவப் பாறைகளின் அழுத்தம் மற்றும் வெப்பத்தால் ஏற்படும் இந்த முக்கியமான மாற்றத்தால் தொல்லுயிர் இனங்களின் உடற்பகுதிகள் கருகிய நிலையில் கரிமப் பதிவாகப் படிகின்றன. இந்தப் பதிவில் தொல்லுயிர்களின் மெல்லிய தசைநார், ரோமம் போன்றவையும், இலை தழை இவற்றின் நார் போன்ற அமைப்பும் அச்சாகப் பதிகின்றன. இவ்வாறு பாதுகாக்கப்பட்ட தொல்லுயிர் எச்சங்களில் முக்கியமானது ஜெர்மனியில் ஜுரேஸிக் படிவங்களில் கிடைத்த இக்தியோஸார் (Ichthyosaur) என்னும் 250-100 மில்லியன் ஆண்டுகளுக்கு முன் வாழ்ந்த, இன்றைய ஓங்கில் போல தோற்றமுடைய கடல் வாழ் விலங்கு (படம் 5). 1811இல் மேரி ஆனிங் என்ற தொல்லுயிரெச்சங்களைச் சேகரிப்பவரால் இங்கிலாந்தில் படிவங்களிலிருந்து முழுமையாகத் தோண்டியெடுக்கப்பட்டது. ஆனால் அது கரிமமாகியது அல்ல (பார்க்க: இணைப்பு மேரி ஆனிங்) ஜுரேஸிக் காலகட்டத்தில் பரவலாக வாழ்ந்த இந்த

படம் 5 இக்தியோஸார்

விலங்கு 2–4 மீட்டர் நீளம் கொண்டது. இதன் துடுப்பு, வால் போன்றவை கரிமப் பதிவாகக் கச்சிதமாகப் பாதுகாக்கப்பட்ட நிலையிலிருந்தன.

தமிழ்நாட்டில் சிவகங்கைக்கு அருகில் உள்ள தெரணியில் கோண்ட்வானாக் களிமண் படிவங்களில் அன்று வாழ்ந்த தாவரங்களின் இலை, தழைகள் கரிமப் பதிவுகளாகக் கிடைத்திருக்கின்றன. பூமியில் புதையுண்ட காடுகள் நிலக்கரிப் படிவங்களானதும் கரிமமாதல் முறையில் ஏற்பட்டதுதான்.

3. தொல்லுயிர் எச்சங்களோடு தொடர்புடையவை

அச்சு *(Cast)*: புதையுண்ட உடலைச் சுற்றிய மண் ஈரமாகி உலர்ந்ததும் ஒரு ஓடு போன்ற அமைப்பு உருவாகிறது. பின்னர், புதையுண்ட உடல் அழிந்ததும், அங்கு கூடு போன்ற வெற்றிடம் ஏற்படுகிறது. இந்த வெற்றிடம் புதையுண்ட உடலின் தோற்றத்தைக் கொண்டிருக்கும். இந்த மாதிரியான கூடுகளை அச்சுகள் என்று குறிக்கலாம். இதை வைத்து அந்த உடலின் அமைப்பு, கன அளவு ஆகியவற்றை அறியலாம். கி.மு. 79இல், வெஸூவியஸ் எரிமலை வெடித்துக் குமுறி ஹெர்கூலேனியம், பாம்பி ஆகிய இரு ரோமானிய நகரங்களையும் எரிமலைச் சாம்பல் மூடியது. இந்நகரங்களில் வாழ்ந்தவர்கள், விஷவாயுவால் மாண்டு எரிமலைச் சாம்பலில் புதையுண்டனர். பாம்பியில் அகழாய்வு செய்தபோது மேற்கூறியது போன்று உருவான, மனித அமைப்பைக் கொண்ட அச்சுகள் கண்டுபிடிக்கப்பட்டன. இந்த அச்சுகளில் சுண்ணாம்புச் சாந்தை (Plaster of Paris) ஊற்றியதும் அது இறுகி சிலை போன்ற வார்ப்புகள் கிடைத்தன. நாய் ஒன்றைப் பாதுகாக்க முயன்று, இயலாமல், அதை அணைத்தவாறு மடிந்த ஒரு இளைஞனின் உடலும், நாயின் உடலும் இவ்வாறு பாதுகாக்கப்பட்ட அச்சுகளாகக் கிடைத்தன.

வார்ப்புகள் (Moulds): மேற்கூறிய அச்சுகள் சில சமயங்களில் நீரிலுள்ள கரைசல்களால் நிரம்புவதுண்டு. அதாவது, அகழ்வாய்வாளர் சுண்ணாம்புச் சாந்தை ஊற்றுவது போன்ற செயலை, நிலத்தடி நீர் செய்யும்போது, அழிந்துவிட்ட உயிரினத்தின் வெளியமைப்பைக் கொண்ட, கல்லாக மாறிய தொல்லுயிர் எச்சம் கிடைக்கிறது. அரியலூருக்கு அருகில் பல கடற்சிப்பிகள், நத்தைகள் இவ்வாறு பாதுகாக்கப்பட்ட வார்ப்புகளாகக் கிடைக்கின்றன.

முட்டைகள்: படிவங்களில் பாதுகாக்கப்பட்டுக் கல்லாகச் சமைந்த டைனோஸார் மற்றும் ஆதிப் பறவைகளின் முட்டைகள் உலகின் பலவிடங்களில் கிடைத்துள்ளன. அவைபற்றிய ஆய்வுகள்

சென்ற நூற்றாண்டின் ஆரம்பத்தில் துவங்கின. 1923இல் நியூயார்க் அமெரிக்க இயற்கை அருங்காட்சியகத்தின் ஆய்வுக்குழு, மத்திய ஆசியாவிலுள்ள, மங்கோலியாவில் டைனோஸார் முட்டைகளை, அவை இடப்பட்டு, அடைகாக்கப்பட்ட, பள்ளங்களான அவற்றின் கூடுகளுடன் சேர்த்துக் கண்டுபிடித்தது. அவற்றில் சில உடையாமலும், பல உடைந்த நிலையிலும் காணப்பட்டன. அதைத் தொடர்ந்து டைனோஸார் முட்டைகளைத் தேடுவதில் ஆய்வாளர்களும், தொல்லுயிரெச்சங்களில் ஆர்வம் கொண்டவர்களும் முற்பட்டனர்.

1990இல் ஸ்பெயினில், ஐஸோநாவில் (Isona) டைனோஸார் முட்டைகள் பற்றிய சர்வதேச கருத்தரங்கு நடத்தப்பட்டது. மத்திய இந்தியாவில், முக்கியமாக ஜபல்பூருக் கருகில், கொத்துக்கொத்தாக முட்டைகளும், அவையிடப்பட்டிருந்த கூடுகளும் கண்டுபிடிக்கப்பட்டன. பஞ்சாப், தில்லி பல்கலைக் கழகங்களின் ஆய்வாளர்களால் மேற்கொள்ளப்பட்ட ஆய்வுகளில் முக்கியமாக மூன்றுவிதமான டைனோஸார்களின் முட்டைகள் அறியப்பட்டன. அவை 68 – 65 மில்லியன் ஆண்டுகளுக்குமுன் டெக்கான் எரிமலை வெடிப்புகள் நடந்த காலத்தில் வாழ்ந்த டைனோஸார்களின் முட்டைகள். அவற்றில் 25 மீ நீளம், 15 மீ உயரம் கொண்ட தாவரஉண்ணியான டைட்டனோசாரஸ் (Titanosaurus) பெரியது. அவை கிரிடேஷியஸ் காலகட்டத்தில் அரியலூருக்கருகில் இருந்த கடற்கரையோரப் பகுதிகளில் வாழ்ந்தன. அங்கு நாற்பதுகளின் துவக்கம், சிமென்ட் தொழிற்சாலைக்கென வெட்டியெடுக்கப்பட்ட படிவங்களில் டைனோஸார் முட்டைகள் எடுக்கப்பட்டு, தமிழக அரசால் சிமென்ட் ஆலையின் அருங்காட்சியகத்தில் பேணப்படுகின்றன. டைனோஸார் முட்டைகள் 20 – 25 செ.மீ. நீண்ட வட்ட வடிவக் கோளமாக, சொரசொரப்பான ஓடுகள் கொண்டவை. ஓடுகள் 1–4 மி.மீ கனம் கொண்டவை.

துளைகள், வளைகள், குகைகள்: ஏற்கனவே குறிப்பிட்டது போல தொல்லுயிர்களுடன் தொடர்புள்ளவையும் எச்சங்களாகப் பாதுகாக்கப்படுவதுண்டு. உதாரணமாக, முற்காலத்தில் புழுக்கள் செய்த துளைகள் அல்லது முயல், எலி போன்ற குழிதோண்டும் மிருகங்களின் வளைகள் போன்றவற்றைச் சொல்லலாம். இந்த வளை, துளைகளை ஆராயும்போது, வளைகளில் காணும் உயிரினங்களின் எச்சங்களை வைத்து அங்கு வாழ்ந்த விலங்குகளுக்கு இரையான விலங்குகள் பற்றியும் அவை வாழ்ந்த முறை பற்றியும் அறியலாம். இது போலவே ஆதிமனிதர் வாழ்ந்த குகைகளும். இந்தக் குகைகளில் அவர்கள் நெருப்பு மூட்டி வாழ்ந்ததையும், அவர்கள் உண்டு எறிந்த

எலும்புகள், பழக்கொட்டைகள் ஆகியவற்றை வைத்து அவர்கள் உண்ட உணவு பற்றியும் ஓரளவுக்கு அறிந்துகொள்ள இயலும்.

கால்தடங்கள் : கால் தடங்கள் சில சமயங்களில் இயற்கையாகப் பாதுகாக்கப்படுகின்றன. இதற்குச் சிறந்த எடுத்துக்காட்டு, தன்சனீயாவில், லாயத்தொலில் என்னும் இடத்தில் மேரி லீக்கியால் கண்டுபிடிக்கப்பட்ட கால் தடங்கள். இவை எப்படிப் பதிந்தன? முற்காலத்தில் எரிமலையொன்று சாம்பலைக் கக்கி, உறும ஆரம்பித்ததும், அருகில் வாழ்ந்த ஆதிமனிதக் கூட்டமொன்று மருண்டு உயிரைக் காப்பாற்றிக்கொள்ள எதிர்திசையில் ஓடுகிறது. அப்போது மழை பெய்ய, எங்கும் படிந்த எரிமலைச் சாம்பல் மழைநீருடன் கலந்து களிமண் சகதியாகிறது. இந்தச் சகதியில் இவர்கள் தட்டுத் தடுமாறி நடக்க, பின்னாலேயே கழுதைப்புலிகளும், ஓநாய்களும் இரை தேடியவாறே செல்கின்றன. மான் இனங்களும் வேறு சில மிருகங்களும் இந்தச் சகதியின் மீது ஓடுகின்றன. இவை அனைத்தின் கால் தடங்களும் நன்கு அச்சுப் போலப் பதிகின்றன. பின்னர் மழை நின்று சுள்ளென்று வெயிலடித்ததும், இந்த எரிமலைச் சாம்பற்சேறு உலர்கிறது, சில காலத்திற்குப் பிறகு மறுபடியும் எரிமலை குமுறிச் சாம்பலைப் பரவலாகப் படிய வைக்கிறது. சாம்பல், கால்தடங்களின் அச்சில் படிந்து நாளாவட்டத்தில் இறுகிய வார்ப்புகளாக மாறுகிறது. இது நடந்தது சுமார் 36 லட்சம் ஆண்டுகளுக்கு முன்னர். நாளாவட்டத்தில் மேலே படிந்த படிவங்கள் இயற்கைச் சக்திகளால் நீக்கப்பட்டதும், பதிந்த கால் தடங்கள் தெரிகின்றன.

இதுபோலவே, மெக்ஸிகோவுக்கு 100கி.மீ தொலைவிலுள்ள பியூப்லோ எனுமிடத்தில் 2003இல் லிவர்பூல் கல்லூரியைச் சார்ந்த புவியியலாளர், சில்வியா கொன்சாலஸ், கால் தடங்களைக் கண்டுபிடித்துள்ளார். அக்காலத்தே சிதறிய எரிமலைச் சாம்பலில் நூற்றுக்கணக்கான ஆதிமனித மற்றும் விலங்குகளின் காலடித் தடங்கள் காணப்படுகின்றன. ஆதி மனிதத் தடங்களில் மூன்றிலொரு பங்கு சிறுவர்களுடையவை. காலடித்தடங்களை, அவை பதிந்துள்ள படிவங்களை வைத்து தான் காலநிர்ணயம் செய்யவியலும்.

தொல்லுயிர்களின் பாதுகாக்கப்பட்ட கழிவுகள்: (Coprolite)

அன்று வாழ்ந்த விலங்குகளின் மலம், சாணம் போன்ற கழிவுகள் படிவங்களில் காணப்படுகின்றன. அவை சில சமயங்களில் பனிச்சூழலிலும், வறண்ட குகைகளிலும் பாதுகாக்கப்பட்டுள்ளன. அவற்றை நுண்ணிய பரிசீலனைக்கு உட்படுத்தும்போது, அந்த தொல்லுயிரினம் தாவரங்களை உண்டு வாழ்ந்ததா அல்லது இதர விலங்குகளைக் கொன்று அவற்றின்

இறைச்சியை உண்டு வாழ்ந்ததா என்பதை அறியமுடியும். எடுத்துக்காட்டாக தாவர உண்ணியான மாட்டின் சாணத்தில் வெளிவரும் விதைகள், நார்கள் போன்றவை மாடு உண்ட தாவரங்கள் பற்றி அறிவிக்கும். அதுபோலவே ஐரோப்பாவில் சில குகைகளில் ஆதிமனிதர் களின் மலம் ஆராயப்பட்டு அவர்களின் உணவுப் பழக்கங்கள் பற்றி அறிய முடிந்தது. குறிப்பிட்ட பருவங்களில் மட்டுமே கிடைக்கும் பழங்கள் கொட்டைகள் கிழங்குகள் ஆகியவற்றை கழிவுகளில் கண்டு, அக்காலத்திய பருவநிலை பற்றி அறியமுடியும். 1941இல் நாக்பூருக்குத் தெற்கேயுள்ள பிஸ்தூரா, டொங்கர்காவ் கிராமங்களில் ஆய்வாளர் மேட்லி (C.A. Matley) டைனோஸார்களின் சாணங்களைப் படிவங்களில் கண்டறிந்தார். அவற்றை ஆராய்ந்த லக்னோ தொல் தாவரவியல் ஆய்வுக்கூடம் அந்த டைனோஸார்கள் அக்காலத்திலிருந்த ஊசியிலை, சைகாட் மரங்கள் போன்றவற்றின் தழைகளை வெகுவாக உண்டு வாழ்ந்தன என்பதையும், அந்த வகையான மரங்கள் தழைக்கத் தேவையான ஈரமான பருவநிலை அன்று இருந்தது என்பதையும் கண்டறிந்தது.

டைனசார்களின் கழிவில் கூழாங்கற்களும் கண்டெடுக்கப் பட்டுள்ளன. இவற்றை இன்றைய முதலைகள் சிலவற்றின் வயிற்றில் காணப்படும் கூழாங்கற்களுடன் ஒப்பிடலாம். தானியங்களைக் கோழி கொத்தும்போது சில கற்களையும் விழுங்குகிறது. இது வயிற்றில் உணவை அரைத்து ஜீரணிக்க உதவுகிறது. இது போலவே அழிந்துவிட்ட டைனசார்களும் கூழாங்கற்களை உட்கொண்டிருக்க வேண்டும் என்று கருதப்படுகிறது. இவற்றை வயிற்றுக் கற்கள் எனப்பொருள் படுமாறு கேஸ்ட்ரோலித் (Gastrolith) என்பர்.

❖ ❖

3.1.

பூமியின் வரலாறு, காலநிர்ணயம்

பூமியின் வரலாறு

பூமியின் வயது சுமார் 450 கோடி ஆண்டுகள். இந்த வரலாற்றை, பல புவியியல் நிகழ்ச்சிகளின் கோர்வையாகக் காணலாம். புவியின் வரலாற்றில் ஆதிமனிதன் தோன்றிய காலம் மிகவும் சமீபத்தில் தான் என்றாலும், பூமியின் வரலாற்றை பற்றி அறியும் முறைகளைத் தெரிந்து கொள்வது அவசியம்.

சூரிய மண்டலத்தில் பூமி உருகிய தீக்கோளமாய் இருந்தது. அதைச் சுற்றிக் கரியமிலவாயும் அண்டவெளியிலிருந்த மற்றும் பல வாயுக்களும் சேர்ந்த காற்று மண்டலம் இருந்தது. அப்போது உருகிய பாறைகள் வழிந்தோடிய பூமியின் மேற்பரப்பை, விண்கற்கள் தாக்கியவண்ணமிருந்தன. பூமியைவிட்டு வெளியேறிய நீராவியும், மற்ற வாயுக்களும் கரிய மேகங்களாகக் கவிய, சூரிய ஒளியற்ற பூமியின் மேற்பரப்பு குளிர்ச்சி அடைந்தது. நீராவியாக நின்ற மேகக் கூட்டங்கள் இடைவிடாமல் மழையாகப் பெய்தன. உருகிய பாறைகள் கொண்ட சூடான பூமியின் மேற்பரப்பில் விழுந்த மழைநீர், மீண்டும் நீராவியாக மாறி, மேகக்கூட்டங்களாகச் சென்று மறுபடியும் பெரு மழையாக இடைவிடாது பெய்ய, பூமி குளிர்ந்து நீர்நிலைகள் பெருகின. பின்னர் சூரியன், காற்று, நீர் போன்றவற்றாலும் நிலநடுக்கம், எரிமலைக் குமுறல், கண்டங்களின் பெயர்ச்சி, மடிப்புமலைகள் உருவாதல் போன்றவற்றாலும்

இன்றைய பூமியின் பரப்பு, மலைகள், மடுக்கள், குளங்கள், குட்டைகள், ஓடைகள், ஆறுகள், பரந்த கடல்கள், பனிப்பரப்புகள், பாலைவனங்கள் என உருமாறியது என்று சுருக்கமாக பூமியின் வரலாற்றைக் கூறலாம்.

பூமியின் வரலாறு, விரிவாக நான்கு கட்டங்களாகப் பிரிக்கப்படுகிறது. அவை, முதல் காலகட்டமான கேம்பிரியனுக்கு முற்பட்ட காலகட்டம், அடுத்துவந்த பேலியோஸோயிக், மிஸோஸோயிக், கெயினோஸோயிக் காலகட்டங்கள் (பார்க்க: புவியியல் வரலாற்றுக் கால அட்டவணை).

I. கேம்பிரியனுக்கு முற்பட்ட சகாப்தம் (இ.மு. 700 கோடி – 450 கோடி)

இந்த சகாப்தம் மூன்றாகப் பிரிக்கப்படுகிறது. பூமி உருவானதிலிருந்து (சுமார் 450 கோடி) இன்றைக்கு சுமார் 250 கோடி ஆண்டுகளுக்கு முற்பட்ட காலகட்டம் அஸோயிக் (Azoic) காலகட்டம் என்று அழைக்கப்படுகிறது. அதற்குப் பின், இன்றைக்கு 150 கோடி ஆண்டுகளுக்கு முன், பாக்டீரியா, பாசிகள் போன்ற உயிரினங்கள் தோன்றி வாழ்ந்த காலகட்டம் ஆர்கியோஸோயிக் (Archaeozoic) என்றும் புழு, கடற்பஞ்சு, நுங்குமீன் போன்றவை உருவான காலகட்டம் புரோட்டிரோஸோயிக் (Proterozoic) காலகட்டம் என்றும் அழைக்கப்படுகின்றன.

இந்தக் காலகட்டத்தைச் சேர்ந்த பாறைகளில் பொதுவாகத் தொல்லுயிர் எச்சங்கள் எவையும் இல்லையென்றாலும், ஆப்பிரிக்காவில் இந்த சகாப்தத்தைச் சார்ந்த படிவப்பாறைகளில், பாசி போன்ற உயிரிகளின் படிமங்கள் கிட்டியுள்ளன. தமிழ் நாட்டிலுள்ள நீலகிரி மலைத்தொடர், பழனி (கொடைக்கானல்) மலைத்தொடர், சேர்வராயன், கல்வராயன், ஜவ்வாது மலைத்தொடர்கள் போன்ற பெரிய மலைகளும், பல்லாவரம், திருவண்ணாமலை போன்ற பல பாறைக்குன்றுகளும் கேம்பிரியனுக்கு முற்பட்ட சகாப்தத்தைச் சார்ந்த கடினப் பாறைகள் என்பதால், அவற்றில் தொல்லுயிரெச்சங்களைக் காணவியலாது.

II. பேலியோஸோயிக் சகாப்தம்

தொன்மையான உயிரினங்களின் சகாப்தமான பேலியோஸோயிக், மூன்று காலகட்டங்கள் கொண்ட கீழ் பேலியோஸோயிக், மூன்று காலகட்டங்கள் கொண்ட மேல் பேலியோஸோயிக் என்று இரண்டாகப் பிரிக்கப்படுகிறது.

புவியியல் வரலாற்றுக் கால அட்டவணை

சகாப்தம்		காலகட்டம்	இன்றைக்கு முன் (கோடி ஆண்டுகள்)	குறிப்பிடத்தக்க நிகழ்ச்சி, உயிரினம்
கெயினோஸோயிக் (Cainozoic) அண்மைக்கால உயிரினங்களின் சகாப்தம்	நான்காவது	தற்காலம் (ஹோலோஸீன்) Holocene		தற்கால மனிதர்
		பிளைஸ்டோஸின் Pleistocene	0.2 – 0.3	கற்கால மனிதர்
	(டெர்ஷியா) மூன்றாவது	பிளையோஸீன் Pliocene	0.3 – 1.2	முதுகெலும்புள்ள பல விலங்குகள்; பாலூட்டிகள், யானைகள் பரவலாகத் திரிந்த காலம்
		மையோஸீன் Miocene	2.5	மலரும் தாவரங்கள்,நாய், கரடி போன்ற விலங்குகளின் முன்னோடிகள்
		ஓலிகோஸீன் Oligocene	4.0	பன்றி, வாலற்ற குரங்குகளின் முன்னோடிகள்
		இயோஸீன் Eocene	6.0	குதிரைகளின் முன்னோடிகள்
		பேலியோஸீன் Palaeocene	7.0	மாடு, யானைகளின் முன்னோடிகள்
மிஸோஸோயிக் (*Mesozoic*) இடைக்கால உயிரினங்களின் சகாப்தம்		கிரிடேஸியஸ் Cretaceous	13.5	டைனசாரின் மறைவு, சோழமண்டலக் கரையில் கடற்கோள் – கடல் உட்புகல்
		ஜூரேஸிக் Jurassic	18	பறவைகள், பாலூட்டிகளின் தோற்றம் – டைனசார்கள் பரவலாக வாழ்ந்த காலம்
		டிரையேஸிக் Triassic	22.5	பறக்கும் டைனசார்கள், பவளப்பாறைகள்

சகாப்தம்		காலகட்டம்	இன்றைக்கு முன் (கோடி ஆண்டுகள்)	குறிப்பிடத்தக்க நிகழ்ச்சி, உயிரினம்
பேலியோ ஸோயிக் (Palaeozoic) தொன்மையான உயிரினங்களின் சகாப்தம்	மேல்	பெர்மியன் Permian	27	வண்டுகளின் தோற்றம், ஊர்வனவற்றின் பெருக்கம், ஊசியிலைக் காடுகள்
		கார்பானி ஃபெரஸ் Carboniferous	35	ஊர்வனவற்றின் தோற்றம், (இன்றைய இந்திய நிலக்கரி தந்த) வனங்களின் பரவல்
		டெவோனியன் Devonian	40	முதல் மரம், மீனினத்தின் பெருக்கம், நீரிலும் நிலத்திலும் வாழும் இனங்களின் தோற்றம்
	கீழ்	சைல்யூரியன் Silurian	44	தரைவாழ் தாவரங்களின் தோற்றம்
		ஆர்டோவிஸியன் Ordovician	50	மீன் போன்ற அமைப்பு டைய முதுகெலும்பு கொண்ட உயிரினங்கள்
		கேம்பிரியன் Cambrian	60	சிப்பிகள், சங்குகள், மற்றும் அழிந்துவிட்ட கடல்வாழ் உயிரினங்கள்
கேம்பிரியனுக்கு முற்பட்ட சகாப்தம்			450 – 700	புழு, கடற்பஞ்சு போன்ற வெகு சிலவற்றின் படிமங்கள். பொதுவாக தொல்லுயிர் எச்சங்கள் இல்லாத காலம்.

கீழ் பேலியோஸோயிக்

1. கேம்பிரியன் காலகட்டம்: இது கீழ் பேலியோஸோயிக்கின் மூத்த காலகட்டம். இன்றைக்கு 60 கோடி ஆண்டுகளுக்கு முன் படிந்த படிவங்கள் முதலில் வேல்ஸ் நாட்டில் கண்டுபிடிக்கப்பட்டன. இதனால் ரோமானியர்கள் இந்தப் பகுதிக்கு இட்டிருந்த பெயரான 'கேம்பிரியா' இப்படிவங்களுக்கும் சூட்டப்பட்டது. இந்தக் காலகட்டத்தில் பாசி, பூசணம் போன்றவை உருவாயின. கரப்பான், தேள், நண்டு போன்ற இணைப்புக்காலின ஜீவராசிகளின் முன்னோடியான டிரைலோபைட் என்ற கடல்வாழ் உயிரினம் பரவலாக வாழ்ந்த காலம் இது. இவற்றின் உடல் கடினமான ஓடுகளால் ஆனதால் டிரைலோபைட் படிமங்கள் வெகுவாகக் கிடைத்துள்ளன (படம் 6). எனவே டிரைலோபைட் இக்காலத்தைக் காட்டும் குறியீட்டுத் தொல்லுயிர் எச்சமாக (Index Fossil) கருதப்படுகிறது.

படம் 6 டிரைலோபைட்

இந்தக் காலகட்டத்தைச் சார்ந்த படிவங்கள், இந்தியாவில் இமாசலப் பிரதேசத்திலுள்ள ஸ்பிட்டி (Spiti) பள்ளத்தாக்கிலும், பஞ்சாப்பிலுள்ள உப்பு மலைகளிலும், காஷ்மீரிலுள்ள பாரமுலா மாவட்டத்திலும் காணப்படுகின்றன. களிமண் அல்லது மணல் கொண்ட இந்தப் படிவங்களில் பலவிதமான டிரைலோபைட்களின் எச்சங்களும் பல சிப்பிகளும் கடல்பூச்சி என்று வருணிக்கப்படும் கிரைனாய்ட்களும் (Crinoids) கிடைக்கின்றன.

2. ஆர்டோவிஸியன் காலகட்டம்: பாசி, பவளம், ப்ரேகியோபாட் (Brachiopod) எனும் இரட்டை ஓட்டுச் சிப்பிகளும், கேஸ்ட்ரோபாட் (Gastropod) எனும் சங்கு வகை இனமும், கணுவாய் மீனின் முன்னோடிகளும் உருவான காலம் இது. இக்காலகட்டத்தில் 'ஆஸ்ட்ரோகோடெர்ம்' என்னும் முதுகெலும்புள்ள, மீன் போன்ற ஜீவராசி தோன்றியது. இந்தக் காலத்திய படிவங்கள் ஸ்பிட்டி பள்ளத்தாக்கில் காணப்படுகின்றன.

3. சைல்யூரியன் காலகட்டம்: இந்தக் காலகட்டப் படிவங்களும், மேற்கூறிய ஸ்பிட்டி பள்ளத்தாக்கில் காணப்படுகின்றன. இந்தப் படிவங்களில் பவளப் பாறைகளும், பலவிதமான சங்கு, சிப்பிகளும் கிட்டுகின்றன. பரணி போன்ற தாவரங்கள் மற்றும் பூச்சிகள், அட்டை, புழு போன்ற தரையில் வாழும் முதுகெலும்பில்லாப் பிராணிகள் தோன்ற ஆரம்பித்தன. டிரைலோபைட்கள் மெதுவாக அழிய ஆரம்பித்தன.

மேல் பேலியோஸோயிக்

4. டெவோனியன் காலகட்டம்: இக்காலத்தியப் படிவங்கள், இவை முதலில் கண்டுபிடிக்கப்பட்ட டெவோன்ஷயர் என்ற இடத்தின் பெயரைப் பெறுகின்றன. இது மீன்கள் பெருகி வாழ்ந்த காலம். இந்தக் காலகட்டத்தில் தரையில் வாழும், முதல் முதுகெலும்புள்ள பிராணிகளும், நீர்–நிலப் பிராணிகளும் தோன்றின. தரைத் தாவரங்களும் பெருகிய இக்காலத்தில் இன்றைய கணுவாய் மீனின் முன்னோடியான அம்மோனைட் (Ammonite) என்னும் இராட்சத சங்குகள் தோன்ற ஆரம்பித்தன (படம் 7). இந்தியாவில் ஸ்பிட்டி பள்ளத்தாக்கிலும், காஷ்மீரிலும் டெவோனியன் படிவங்கள் காணப் படுகின்றன. ஆனால் இந்தியப் படிவங்களில் காணப்படும் தொல்லுயிர் எச்சங்கள் குறைவு.

படம் 7 அம்மோனைட்

5. கார்பானிஃபெரஸ் காலகட்டம்: பூமி வெம்மையாகி, அடைமழை பெய்ய, அடர்ந்த காடுகள் எங்கும் பரவின. இவற்றின் கரிமமான படிவங்களே இன்று நாம் வெட்டியெடுக்கும் நிலக்கரிப் படிவங்களாகும். இக்கால கட்டத்தில் சாலமந்தர் (Salamander) என்ற நீர்–நிலப் பிராணியும், சுறாமீனின் ஆதியினமும், பலவிதமான ஊர்ந்து செல்லும் பிராணிகளும் தோன்றின. அப்போது, பறந்து திரிந்த தட்டாம்பூச்சியின் (தும்பி) சிறகுகள் சுமார் இரண்டடி நீளத்தில் இருந்தன. கார்பானிஃபெரஸ் காலகட்டத்தின் இறுதியில் ஒரு பெரும் பிரளயம் உண்டாயிற்று. இதை ஹெர்ஸினியின் பிரளயம் என்பார்கள். இக்காலத்தில் ஆப்பிரிக்கா, இந்தியா, ஆஸ்திரேலியா அனைத்தும் இணைந்த கண்டமான கோண்ட்வானாக் கண்டம் (பார்க்க: இணைப்பு: கண்டங்களின் பெயர்ச்சி) பிளவுபட்டுப் பெயர ஆரம்பித்தது. நிலக்கரிப் படிவங்களில் மட்டுமல்லாமல் இந்தியாவில் ஸ்பிட்டி பள்ளத்தாக்கிலும், காஷ்மீரிலும் கார்பானிஃபெரஸ் படிவங்கள் கிட்டுகின்றன.

6. பெர்மியன் காலகட்டம்: இந்தக் காலகட்டத்தில் டிரைலோபைட் இனம் வேகமாக அழிய ஆரம்பித்தது; அதே சமயத்தில் அம்மோனைட் இனம் பெருக ஆரம்பித்தது. முதல் ஊர்வன இனத்தைச் சார்ந்த கோட்டிலோஸார் (Cotylosaur) உருவாகிய இந்தக் காலகட்டத்தில், ஊசியிலை மரங்களும் வண்டுகளும் தோன்ற ஆரம்பித்தன. இந்தக் காலகட்டத்தின் ஆரம்பம் வரை

ஹெர்ஸினியின் பிரளயம் தொடர்ந்தது. காஷ்மீர், ஸ்பிட்டி பள்ளத்தாக்கு, உப்புமலைகள் ஆகியவை டெதிஸ் கடலின் அடியில் இருந்தன. இந்தப் பகுதிகளில் இன்றும் பல சிப்பிகள், அம்மோனைட்டுகள் போன்றவை கிட்டுகின்றன. ஸ்பிட்டி பகுதியில் கிட்டும் ஒருவித அம்மோனைட்டுகளை ஆறுகள் உருட்டிக்கொண்டு வருகின்றன. இவையே 'சாலிக்கிராமம்' என்னும் வழிபாட்டுக்குரிய தொல்லுயிரெச்சமாகும்.

III. மிஸோஸோயிக் சகாப்தம்

இதை டிரையேஸிக், ஜூரேஸிக், கிரிடேஸியஸ் என்று மூன்று பிரிவுகளாகப் பிரிக்கின்றனர். இந்த சகாப்தத்தை ஊர்வனவற்றின், முக்கியமாக டைனசாரின், சகாப்தம் என்றே கூறலாம் (படம் 8).

படம் 8 மிஸோஸோயிக் சகாப்த விலங்குகள்

1. டிரையேஸிக் காலகட்டம் : இந்தக் காலகட்டம் மூன்று பிரிவுகள் கொண்டதால் இப்பெயர் பெற்றது. இது டைனசார்கள் உருவான காலம். பறக்கும் டைனசார்கள் இவற்றில் முக்கியமானவை. முட்டை இடும் பாலூட்டிகள் உருவாயின. இந்தியாவில் டிரையேஸிக் படிவங்கள், ஸ்பிட்டி பள்ளத்தாக்கிலும், உப்பு மலைத்தொடர்களிலும் கிட்டுகின்றன. இவற்றில் பலவிதமான ப்ரேகியோபாட் சிப்பிகள், அம்மோனைட் சங்குகள் போன்ற அன்று வாழ்ந்த தொல்லுயிர்களின் எச்சங்களும் கிட்டுகின்றன.

2. ஜூரேஸிக் காலகட்டம் : இந்தக் காலகட்டத்தில், வெப்பம் அதிகரிக்கவே வறண்ட நிலங்கள் உருவாயின. டைனசார்கள் நீரிலும், நிலத்திலும் எங்கும் பரவ ஆரம்பித்தன. ஆர்கியோடெரிக்ஸ் என்னும் ஆதிப்பறவை, டைனசார்களுக்கும் இன்றையப் பறவைகளுக்கும் இடைப்பட்ட இணைப்பாக உருவாகியது. இக்காலத்தைச் சேர்ந்த படிவங்கள் ஒரிசாவிலுள்ள பூரி மாவட்டத்திலும், நேபாளத்துக்கு அருகேயும் காஷ்மீரிலும் காணப்படுகின்றன.

3. கிரிடேஸியஸ் காலகட்டம்: டைனசார்களும் ஆதிப்பறவைகளும் அழிந்ததும் பறவைகளும் ஆதிப் பாலூட்டிகளும் உருவாகின. அப்போது, திருச்சிராப்பள்ளிக்கு அருகேயுள்ள அரியலூர் வரை கடலிருந்தது. சுமார் 13.5 கோடி ஆண்டுகளுக்கு முன் நடந்த இந்த நிகழ்ச்சியை செனோமேனியன் கடல் உட்புகுதல் (Cenomaninan Transgression) என்பர். பின்னர் சோழ மண்டலக் கரை உயர, கடல் வறண்டு தரை தெரிந்தது. எனவே, இப்பகுதிகளில் அன்று கடலில் வாழ்ந்த தொல்லுயிர்களின் எச்சங்கள் இன்றும் கிட்டுகின்றன. அரியலூருக்கு அருகிலுள்ள கிரிடேஸியஸ் படிவங்களை அரியலூர், திருச்சிராப்பள்ளி, உட்டத்தூர் நிலைகள் எனப் பிரிக்கலாம். அரியலூர்ப் படிவங்களில் பலவிதமான சிப்பிகள், நத்தைகள், பவளப் பாறைகள் உள்ளன. இப்பகுதியிலுள்ள அக்காலத்திலிருந்த பவளப்பாறைகளை 1940 துவக்கம் புள்ளம்பாடிக்கருகில் உள்ள கல்லக்குடி சிமென்ட் ஆலை, சிமென்ட் செய்வதற்காகத் தோண்டியெடுக்க ஆரம்பித்தது. இன்று அரியலூர் பகுதியில் மேலும் கட்டப்பட்ட சிமென்ட் ஆலைகள் அந்தக் கிரிடேஸியஸ் சுண்ணாம்புப் பாறை படிவங்களைத் தோண்டியெடுத்துக்கொண்டிருக்கின்றன. இங்கு இராட்சத சங்குகளான அம்மோனைட்டுகள், சுமார் 17 வகை மீன்கள், கடலில் வாழ்ந்த இக்தியஸோர் போன்ற நான்கு டைனசார்களின் எச்சங்களும் கிடைத்திருக்கின்றன. அரியலூர்கட்டம் என்றழைக்கப்படும் கிரிடேஷியஸ் காலகட்டப் படிவங்களில் மெகலோசார், டைட்டனோசார், போன்ற டைனாஸர்களின் எலும்புகளும், கல்லாகச் சமைந்த அவற்றின் முட்டைகளும் கண்டுபிடிக்கப்பட்டுள்ளன. உட்டத்தூர் நிலையில் பல ப்ரேகியோபாட், லேமலிப்ராங்க் வகை சிப்பி, நத்தை கிடைக்கின்றன. பல தொல்லுயிர் எச்சங்களைச் சுற்றிலும் பாஸ்பேட் படிவங்கள் கூழாங்கல் வடிவில் இணைந்து காணப்படுகின்றன. இவற்றை 'உட்டத்தூர் உருளைக்கிழங்கு' என்று புவியியல் ஆய்வாளர்கள் வேடிக்கையாகக் குறிப்பிடுவர்.

IV. கெயினோஸோயிக் சகாப்தம்

அண்மைக்கால உயிரினங்களின் சகாப்தமான இந்தக் காலகட்டம் ஏழு கட்டங்களாகப் பிரிக்கப்படுகிறது. இவற்றில் பழமையான, இன்றைக்கு 7 கோடி ஆண்டுகளுக்கு முற்பட்ட பேலியோஸீன் காலகட்டத்தில், பாலூட்டிகள் பெருக ஆரம்பித்தன; மாடு, யானை ஆகியவற்றின் முன்னோடிகள் உருவாக ஆரம்பித்தன. இதற்கடுத்த இயோஸீன் காலகட்டத்தில், பூக்கும் தாவரங்களும், பாலூட்டிகளும் பரவலாகப் பெருக ஆரம்பித்தன. அப்போது குதிரையின் முன்னோடியான, ஒரு

நாயின் அளவேயிருந்த இயோஹிப்பஸ் (Eohippus) தோன்றியது. அடுத்த ஒலிகோஸீன் காலகட்டத்தில், தட்ப வெப்பநிலை மேலும் சீரடைந்ததும், பூக்கும் தாவரங்கள் பரவ ஆரம்பித்தன. முதலைகள், குளம்புகள் கொண்ட விலங்குகள், வாலில்லாத குரங்குகள் பரிணமித்த காலகட்டமும் இதுதான். அடுத்த மையோஸீன் காலகட்டத்தில் பூமி பனியுகம் ஒன்றை நோக்கிச் செல்லும்முகமாகக் குளிரடைய ஆரம்பித்தது. அப்போது டெதிஸ் கடலிலிருந்த படிவங்கள் (பார்க்க: இணைப்பு: கண்டங்களின் பெயர்ச்சி) நெருக்கப்பட்டு இமயமலையாக எழும்ப ஆரம்பித்தன. கால்களில் மூன்று விரல்கள் கொண்டிருந்த குதிரை, பின்வந்த பிளையோஸீன் கால கட்டத்தில் பிளவுபடாத குளம்பு கொண்ட விலங்காகப் பரிணமித்தது. புல்தரைகள் எங்கும் வியாபித்துக்கொண்டிருந்தன. பூமி மேலும் குளிர்ச்சி அடைய, துருவங்களில் பனிப்பரப்பு அதிகரித்தது. நீர்யானை, காண்டாமிருகம், நேரான தந்தங்கள் கொண்ட யானைகள் திரிந்த இந்தக் காலகட்டத்தின் இறுதியில் பனியுகம் ஆரம்பித்தது. மேற்கூறிய காலகட்டங்களைச் சேர்த்து டெர்ஷியரி (மூன்றாவது) கிளைச் சகாப்தம் என்றும் குறிப்பிடுவர்.

தென்னிந்தியாவில் டெர்ஷியரிப் படிவங்கள், கேரளாவில் வர்க்கலையிலும் சோழ மண்டலக் கரையில் காரைக்காலிலும் கடலூரிலும் அமைந்துள்ளன. இந்தப் படிவங்களில் ஆறு, ஏரிகளில் வாழ்ந்த சங்கு, சிப்பிகள் போன்றவைகளும் கிடைக்கின்றன. கடலூர் மணற்கல் படிவம் (Sandstone) என்று குறிக்கப்படும் படிவங்களிலிருந்து நெய்வேலி பழுப்பு நிலக்கரி வெட்டி எடுக்கப்படுகிறது.

இன்றைக்கு 20, 30 லட்சம் ஆண்டுகளுக்கு முற்பட்ட பனியுகம் பிளைஸ்டோஸீன் காலகட்டம் எனப்படும். இது பழைய கற்கால மனிதனின் காலமாகும். குளிர் அதிகரிக்க துருவங்களிலிருந்து பனிப்பரப்பு படர்ந்து பல விலங்கினங்கள் அழிந்துவிட்டன. இவற்றில் முக்கியமானவை, நீண்ட கோரைப்பல் கொண்ட புலி, மயிரடர்ந்த மாமதம், காண்டாமிருகம் போன்ற விலங்குகள். இதற்கு அடுத்த கட்டமான ஹோலோஸீன் காலகட்டத்தில் (அண்மைக்காலம்) தற்கால மனிதயினம் தோன்றியது.

திருநெல்வேலி–தூத்துக்குடிப் பகுதியில் பிளையோஸீன், பிளைஸ்டோஸீனைச் சேர்ந்த படிவங்கள் உள்ளன. இவை சுண்ணாம்புக்கல், ஓடைக்கல், மணற்படிவங்களாலான படிவங்கள். இவற்றில் கிடைத்த தொல்லுயிர் எச்சங்கள் அறிவியலுலகின் கவனத்தை ஈர்த்தன. திருநெல்வேலி மாவட்டத்திலுள்ள சாயர்மலையில் பிளைஸ்டோஸீன் காலத்தில்

வாழ்ந்த பாலூட்டிகளின் எலும்புகள், திரிபாதி என்பவரால் கண்டுபிடிக்கப்பட்டன. அடுத்து தூத்துக்குடிக்கருகே ஆயனிடுப்பு எனும் பகுதியில், பிளையோ–பிளைஸ்டோஸீன் காலத்து வாழ்ந்த ஹிப்ஸ் எலிஃபாஸ் எனும் ஆதியானையினத்தின் மண்டையோடு, விலங்கியலாளர் ஈஸ்டர்ஸனால் கண்டெடுக்கப்பட்டது. இதே காலத்திய படிவங்களிலிருந்து சாத்தான் குளத்தில், இந்நூலாசிரியரால் அன்று வாழ்ந்த காண்டாமிருகத்தின் மண்டையோடு ஒன்று எழுபதுகளில் கண்டெடுக்கப்பட்டது. (பார்க்க: இணைப்பு: இந்நூலாசிரியரின் தொல்லுயிரெச்சக் கண்டுபிடிப்புகள்.)

தொல்லுயிர் எச்சங்கள் படிந்த படிவப்பாறைகள்

பூமியிலுள்ள பாறைகளை அக்கினிப் பாறைகள், படிவப் பாறைகள், உருமாறிய பாறைகள் என மூன்று பிரிவுகளாகப் பிரிக்கலாம். அக்கினிப் பாறைகள் உருகிய நிலையிலிருந்து உருவானவை (எ–டு. எரிமலைக் குழம்புப் பாறை); படிவப் பாறைகள் தாழ்ந்த இடங்களில் படிந்த படிவங்களால் உருவானவை (எ–டு. மணற்கல்); மடிப்புமலைகள், நிலமுறிவு, எரிமலை இயக்கம், கண்டங்களின் பெயர்ச்சி போன்றவற்றால் ஏற்படும் அழுத்தம், வெப்பம் காரணமாக சில அக்கினிப் பாறைகளும், படிவப் பாறைகளும் சூளையில் வேகவைத்த செங்கல்போல உருமாறிவிடுகின்றன (எ–டு. பளிங்குக்கல்) இந்த மூன்று வகைப் பாறைகளில், படிவப் பாறைகளிலேயே தொல்லுயிரெச்சங்கள் பாதுகாக்கப்படுவதால், நாம் மேற்கொண்ட தேடலுக்கு ஆதாரமான தடயங்கள் கிட்டும் அந்தப் படிவ அமைப்புகளே முக்கியமானவை.

ஏரி, குளம், ஆற்றுப் பள்ளத்தாக்கு, படுகைப் போன்ற தாழ்வான இடங்களில் காற்று, மழை, ஆறுகள் போன்றவற்றால் இடம்பெயர்க்கப்பட்ட மண் படிந்து மெதுவாக அவற்றை நிரப்புகிறது. வெள்ளப்பெருக்கு ஏற்படும்போது, நதிகள் அடிமட்டத்தில் பாறைகளை உருட்டிக்கொண்டும், மேல்மட்டத்தில் மணல், மண் ஆகியவற்றை ஏந்திக் கொண்டும் பாய்கின்றன. பள்ளத்தாக்கு அல்லது சமவெளியை அடைந்ததும் பாறைகள் முதலிலும் அவற்றின் மேல் சிறிய கற்கள், மணல், களிமண் போன்றவை, ஒன்றன்மேல் ஒன்றாகவும் வரிசையாகப் படிகின்றன. பல ஆண்டுகளுக்குப் பிறகு மறுபடியும் வெள்ளப்பெருக்கு ஏற்பட, இந்த நிகழ்வு தொடர்கிறது.

படிவங்கள் படியும் அல்லது அடுக்கப்படும் முறையை ஒருவர் பெட்டியில் துணிகளை அடுக்குவதற்கு ஒப்பிடலாம். முதலில் நீலத்

துணியும், அதற்குப் பிறகு பச்சை, மஞ்சள், காவி நிறத் துணிகளும், கடைசியாக சிவப்புத் துணியும் அடுக்கப்பட்டதென்றால், பெட்டியைத் திறந்து முதலில் எடுக்கப்படும் துணி சிவப்புத் துணியாக, அதாவது, கடைசியாக வைத்த துணியாகவே இருக்கும். இது போலவே படிந்த படிவங்களைத் தோண்டி ஆராயும் புவியியல் ஆய்வாளன் முதலில் தோண்டி எடுக்கும் படிவம் கடைசியாகப் படிந்த, அதாவது வயதில் இளைய படிவமாகும். கடைசியாகக் காண்பது அந்தப் படிவ அடுக்கில் முதலில் படிந்த பழைய படிவமாகும். இந்த நியதி, படிவங்களின் அடுக்குமுறை (Order of superposition) என்று குறிக்கப்படும். சிலசமயங்களில் நிலமுறிவு போன்ற மாற்றங்களால், படிவங்கள் தலைகீழாகத் திரும்பிவிட, எந்தப் படிவம் மூத்தது, எந்தப் படிவம் இளையது என்பதை அறிவது கடினமானதாகிவிடும்.

3.2.

கால நிர்ணயம்

கால நிர்ணயம்

தொல்லுயிர் எச்சங்களின் காலத்தை ஆயிரம் அல்லது கோடி ஆண்டுகள் கணக்கில் கூறாமல், இந்த எச்சங்கள் படிந்துள்ள படிவங்களைக்கொண்டு சில முறைகளின் படி அவை இத்தனை ஆண்டு களுக்கு முன் வாழ்ந்தன எனக் கணக்கிடலாம். எடுத்துக்காட்டாக, பனியாறுகள் கொண்ட இமாலயத்தின் சாரல்களில் வேனிற்காலத்தில், ஒரு மட்டத்தில் பனியாறுகள் உருகி ஜீவநதிகளாகப் பெருக்கெடுக்கின்றன. ஆண்டுதோறும் இப்படி உருகும் பனியாறுகள் ஒரு இராட்சத அரம் போல பூமியைத் தேய்த்து மண், கற்கள், பாறைகள் ஆகியவற்றைக் கொண்டுவந்து மலையின் அடிவாரத் தில் படியவைக்கின்றன. இது ஆண்டுதோறும் நடைபெறும் நிகழ்ச்சி. இந்தப் படிவங்களை எண்ணிக் கொண்டே போனால் அவை படிந்தது எந்த ஆண்டு என்பதை அறிய முடியும். இம்முறையில் சுவீடனில் உள்ள சில பனியாற்றுப் படிவங்களை, 20,000 ஆண்டுகளுக்கு முன்வரை எண்ணலாம். ஆனால் இந்த முறையை அனைத்து இடங்களிலும் பயன்படுத்த முடியாது.

1. மரவளைய எண்ணிக்கை முறை

மரங்கள் வளரும்போது ஆண்டுதோறும் மரத்தின் குறுக்காக வளையம் ஒன்று கூடுகிறது. அடிமரத்தில் குறுக்காக அறுத்துப் பார்த்தால் மரவளையங்களைக் காணமுடியும். மரவளையங்களின் அமைப்பும்

நிறமும், மரம் வளரும்போது ஏற்பட்ட வறட்சிக் காலம், மழைக் காலம் ஆகியவற்றைப் பொறுத்தவை. நூற்றுக்கணக்கான ஆண்டுகள் முன்னிருந்த மரங்கள் கிட்டினால், அவை இருந்த காலங்களைக் கணக்கிடலாம். ஆனால் இது நடைமுறையில் அவ்வளவு எளிதல்ல.

2. கரிமம் (கார்பன்) 14 முறை

சில ஐசோடோப்புகள், தன்னியல்பான கதிர்வீச்சால் நாளாவட்டத்தில் அழிந்து விடுகின்றன. அதாவது இந்த ஐசோடோப்புகளின் ஆயுள்காலம் கதிர்வீச்சினால் குறுகிவிடுகிறது. ஐசோடோப்புகளின் தன்மைகளைப் பொறுத்து அவற்றின் ஆயுள்காலம் மாறுபடுகிறது. ஒரு பொருளில் கதிரியக்கத் தன்மை கொண்ட ஐசோடோப்புகள் எந்த விகிதத்தில் இருக்கின்றன என்பதைக் கொண்டு அந்தப் பொருளின் வயதை, காலத்தை நிர்ணயிக்க இயலும். இது பற்றி அறிய, முதலில் ரேடியோக் கதிர்வீச்சுப் பற்றித் தெரிந்துகொள்ள வேண்டும்.

1896இல் பெக்கரல் (Becqueral) என்ற பிரெஞ்சு விஞ்ஞானி, கறுப்புக் காகிதத்தில் மறைத்து வைக்கப்பட்டிருந்த புகைப்பட நெகட்டிவை, அருகில் வைத்திருந்த யூரேனியத்தாது பழுதாக்கி இருந்ததைக் கண்டுபிடித்தார். பிறகு, இந்தக் கண்டுபிடிப்பின் தொடர்ச்சியாக மேரி கியூரி, பல மூலகங்களை ஆராய்ந்து, தோரியமும் இயல்பாகக் கதிர்வீசுவதைக் கண்டறிந்தார். இந்தக் கதிர்வீச்சை ரேடியோக் கதிர்வீச்சு என்று குறிக்கின்றனர். இரண்டு ஆண்டுகள் கழித்து இவரும் இவருடைய கணவர் பியர் கியூரியும் ரேடியத்தை, யூரேனிய ஆக்ஸைடான பிச்ப்ளெண்ட் (Pitchblende) என்ற தாதுவிலிருந்து பிரித்தெடுத்தனர். ரேடியம், யூரேனியத்தைவிடப் பல மடங்கு தீவிரமாகவும் வெம்மையுடனும் கதிர்வீசும் தன்மையுடையது. ரேடியோக் கதிர்வீச்சை மூன்று வகையாகப் பிரிக்கலாம். அவை α – ஆல்ஃபா, β – பீட்டா, γ – காமா என்கிற கிரேக்க எழுத்துகளால் குறிக்கப்படுகின்றன. α கதிர், உருக்குலையும் அணுவின் மையத்திலிருந்து நொடிக்குப் பல்லாயிரம் மைல் வேகத்தில் வெளிவரும் ஹீலிய அணுக்கூறுகளின் தொகுப்பு. β கதிர், அணுவின் மையத்திலிருந்து வெளியேறும் எலக்ட்ரான்களின் தொகுப்பு. இவை ஒளியின் வேகம் கொண்ட கதிர்கள், எக்ஸ்ரே போன்ற குறுகிய அலைவரிசை கொண்டவை. உதாரணமாக, ரேடியம் அணு. மேற்கூறிய கதிர்வீச்சால் அதன் மையத்திலுள்ள ஹீலியத்தை இழந்ததும், கடைசியில் எஞ்சுவது ரேடான் எனும் வாயுவே தவிர ரேடியமல்ல. தேங்கிய ரேடான் வாயு மேலும் கதிர்வீச்சு இழப்பால் மாறிக் கடைசியில் மிஞ்சுவது ஈயம்

மட்டுமே. ரேடியம் காலப்போக்கில் இவ்வாறு அளவில் குறைந்து விடுகிறது. ஒரு குறிப்பிட்ட அளவுள்ள ரேடியம் சுமார் 1662 ஆண்டுகளில் ஒரு பாதியைக் கதிர்வீச்சால் இழக்கிறது. இதே வேகத்தில் 3324 ஆண்டுகளில் தேறுவது கால்பகுதி ரேடியமே. ஒரு குறிப்பிட்ட அளவு ரேடியம் பாதியாகும் காலமான 1662 ஆண்டுகளை, ரேடியத்தின் அரை ஆயுள்காலம் (half life period) என்று குறிக்கிறார்கள்.

கதிர்வீசும் ஐசோடோப்புகளில், மனித வரலாறு பற்றி அறிய முக்கியமாக உதவுவது கரிமம் 14. அண்டவெளியிலிருந்து வரும் காஸ்மிக் கதிர்கள் நைட்ரஜன் அல்லது ஆக்ஸிஜன் அணுக்களைத் தாக்க, நியூட்ரான்கள் உருவாகின்றன. இந்த நியூட்ரான்கள் நைட்ரஜன் அல்லது ஆக்ஸிஜன் அணுக்களைத் தாக்க கரிமம் 14 உருவாகிறது.

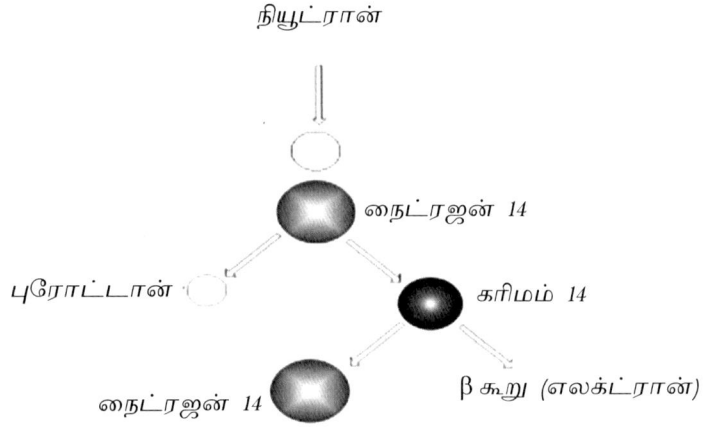

கரிமம் 14, நைட்ரஜன் அணுக்களோடு மோதி கதிர்வீச்சு இழப்பால் நைட்ரஜன் 14 ஆக மாறுகிறது. ஒரு குறிப்பிட்ட அளவு கரிமம் 14 கதிர்வீசி, ஒரு பாதி நைட்ரஜன் 14ஆக மாற 5570 ஆண்டுகள் ஆகின்றன.

அதாவது கரிமம் 14இன் அரை ஆயுள் 5570 ஆண்டுகள். இவ்வாறு இயற்கையாக கரிமம் 14 வாயு மண்டலத்தில் உருவாவது தொடர்ந்து நடப்பதால், கரிமம் 14 கரியமில வாயுவுடன் கலந்து காற்று, ஆறு, கடல் என எங்கும் பரவுகிறது. இவற்றைக் கிரகிக்கும் இலை, தழைகள், அவற்றை உண்ணும் சகல ஜீவராசிகளிலும், அவற்றை அழித்து உண்ணும் மிருகங்களின் திசுக்களிலும் கரிமம் 14 படிகிறது. கரியமில வாயுவைக் கிரகிக்கும் மரம்

ஒன்று பட்டுப்போனால், இந்தச் சுழற்சி முற்றுப்பெறுகிறது. இந்த மாதிரியான மரம் ஒன்றைப் புதைபொருளாய்வில் கண்டுபிடித்தால், கரிமம் 14 முறை மூலம் அம்மரம் வாழ்ந்த காலத்தை அறியலாம். அம்மரத்தில் உயிருள்ள மரத்தில் இருந்ததைவிடப் பாதி அளவு கரிமம் 14 இருந்ததென்றால் இந்த மரம் 5570 ஆண்டுகளுக்கு முன் வாழ்ந்த மரம் என்று கணிக்கலாம். அல்லது கரிமம் 14 கால்பங்காக இருந்தால் 11,400 ஆண்டுகளுக்கு முன் வாழ்ந்த மரம் இது என்று கணிக்கலாம். காலகட்டத்தை நிர்ணயிக்கும்போது 150 ஆண்டுகள் இந்தப் பக்கம், அந்தப் பக்கம் இருந்தாலும் இம்முறை தொல்லியல் ஆய்வுகளுக்குப் பெரிதும் உதவுகிறது..

3. பொட்டாசியம்-ஆர்கான் முறை (Potassium-Argon Method)

கிழக்கு ஆப்பிரிக்காவில் நடத்தப்பட்ட அகழாய்வுகள், மனிதகுலம் பற்றி அறிய உதவும் தடயங்களான எரிமலைச் சாம்பலில் படிந்த எலும்புகள் மற்றும் கல்லாயுதங்கள் பலவற்றைத் தந்துள்ளன. இந்த எரிமலைச் சாம்பல் உருவாகிப் படிந்த காலத்தை நிர்ணயித்தால் மேற்கூறிய தடயங்களின் காலத்தையும் நிர்ணயிக்க முடியும். எரிமலைச் சாம்பல், எரிமலைக் குழம்புப் பாறைகள் இவற்றின் காலத்தை அறிய பொட்டாசியம்-ஆர்கான் முறை உதவுகிறது. எரிமலைப் பாறைகளில் மட்டுமின்றி உலகெங்கிலுமுள்ள மற்ற பாறைகளிலும் பொட்டாசியம் கலந்துள்ளது. பொட்டாசியத்தில், பொட்டாசியம் 40 எனும் ரேடியோக் கதிர்வீசும் ஐசோடோப்பு உள்ளது. பொட்டாசியம் 40 ரேடியோக் கதிர்வீசி, கதிர்வீச்சு இழப்பால் சிதைந்து, ஆர்கான் 40 என்னும் நிலையான வாயுவாக மாறுகிறது. இந்த வாயு, பொட்டாசியத் தாதுப் படிவங்களில் சேர்ந்துவிடுகிறது. பொட்டாசியம் 40இன் அரை ஆயுள்காலம் 130 கோடி ஆண்டுகள். இது கரிமம் 14இன் அரைஆயுள்காலத்தைக் காட்டிலும் மிகவும் கூடியதாகையால், இம்முறையில் கரிமம் 14 முறையில் நிர்ணயிக்க இயலாத பாறைகளை, படிவங்களை ஆராய்ந்து அவற்றின் காலத்தை அறிய முடிகிறது. பொதுவாக, 20,000 ஆண்டுகளுக்கு முற்பட்ட படிவங்களைக் கால நிர்ணயம் செய்வதில் இம்முறை வெகுவாகப் பயன்படுத்தப்படுகிறது.

கால நிர்ணயம் செய்ய, எரிமலைச் சாம்பலிலிருந்து ஒரு குறிப்பிட்ட அளவை எடுத்து $1250^0 c$ வரை வெப்பமூட்டும் போது, சாம்பல் வெம்மையாகி ஆர்கான் 40 வெளியேறுகிறது. இவ்வாறு வெளியேறும் வாயுவைக் கரித்துகள் உள்ள சோதனைக் குழாயில் செலுத்த, கரித்துகள் ஆர்கான் 40ஐ கிரகித்துக் கொள்கிறது.

கிரகிக்கப்பட்ட ஆர்கான் வாயுவின் அளவையும் எஞ்சிய பொட்டாசியம் 40இன் அளவையும் கணித்தால், எரி மலைச் சாம்பல் எவ்வளவு காலத்திற்குமுன்பு உருவானது என்பதை அறிய முடியும். இது ஏற்கனவே சோதித்தறிந்த பொட்டாசியம்–ஆர்கான் விகிதங்களுடன் ஒப்பிடப்பட்டு உறுதிசெய்யப்படுகிறது. இந்த முறையில் சோதனைக்கு எடுக்கப்படும் சாம்பல், அதில் படிந்துள்ள எலும்புகளுடன் சம காலத்ததா என்பதைப் படிவங்களின் அமைப்பை வைத்து உறுதிப்படுத்திக்கொள்ள வேண்டும். எரிமலை வெடித்துக் குமுறும்போது வீசும் காற்று, சாம்பலை வெகுதூரம் கடத்திப் படிய வைக்கும். எரிமலை வெடிப்பில் வெளிப்படும் சாம்பல் வானத்தில் பரவி மெல்லிய துகள்களாக, சில சமயம் நூற்றுக்கணக்கான மைல்களுக்கு பரவக்கூடும் என்பதை 1883இல் கிரகடோவ் (Kraktao) எரிமலை வெடிப்பு காட்டியது. எத்தியோப்பிய அகழாய்வுகளிலிருந்து, ஹடார் பகுதியிலிருந்த எரிமலை ஒன்று அதன் சாம்பலைப் பத்து லட்சம் சதுர கிலோ மீட்டர்களுக்குப் பரப்பியது என்பது கண்டுபிடிக்கப்பட்டது. இதுபோலவே மலேயத் தீபகற்பத்தில் உள்ள சுமத்ராவில், 74 ஆயிரம் ஆண்டுகளுக்குமுன் வெடித்த டோபா எரிமலை வெடிப்பு உலக வரலாற்றிலேயே பெரியது, முக்கியமானது (பார்க்க: இணைப்பு: டோபா எரிமலை வெடிப்பு). இரண்டு வாரங்கள் குமுறியபோது சாம்பல் வான்வெளியில் 30 கிமீ. உயரம் வரை சென்று 11000 கிமீ தொலைவிலுள்ள கிரீன்லாந்து வரையும் பரவியது. டோபா எரிமலைச் சாம்பல் இந்தியத் துணைக் கண்டத்தில் சிலஇடங்களில் 3–4 மீ கனத்திற்குப் படிந்தது என்பதால், அது ஒரு முக்கியமான காலங்காட்டியாகக் கொள்ளப்படுகிறது.

4. நுண் அணுவெடிப்புச் சுவடுகள் முறை (Fission Track Method)

ஐசோடோப்புகளின் அடிப்படையில் கால நிர்ணயம் செய்யும் மற்றொரு முறை, பழைய இயற்கைக் கண்ணாடிப் பாறைகளில் காணப்படும் நுண்ணிய அணுவெடிப்புச் சுவடுகளை ஆதாரமாகக் கொண்டது.

இயற்கையான கண்ணாடிப் பாறையென்றால் (Natural glass) என்ன? பாறைகள் சுமார் 1500^0Cக்கு வெப்பமூட்டப்பட்டால் உருகிக் குழம்பு போலாகும். பூமியின் அடித்தளத்தில் சுமார் 700 கி.மீட்டருக்குக் கீழே, பாறைகள் பாறைகளாக இல்லாமல் மேக்மா (Magma) எனப்படும் பாறைக் குழம்பாக உள்ளன. இந்தப் பாறைக் குழம்பு, பூமியினடியில் விரிசல்கள் ஏற்படும்போது பூமியிலுள்ள அழுத்தத்தால், எரிமலை வாய் வழியாக வெளிவரும். எரிமலை

வாய்வழியாக வரும் எரிமலைக் குழம்பு லாவா எனப்படும். பாறைக் குழம்பு பூமியின் அடித்தளத்தில் வெப்பம் மெதுவாகக் குறைந்ததும் இறுக ஆரம்பிக்கிறது. அது இவ்வாறு இறுகும்போது, பல படிகங்கள் உருவாகிப் படிகங்களின் தொகுப்பாக, பாறையாக மாறுகிறது. ஆனால் எரிமலை வாய்வழி வந்த எரிமலைக் குழம்பு, வெளிக்காற்றுப் பட்டவுடன், சற்று தூரம் வழிந்தோடிய பின், இறுகத் தொடங்குகிறது – உருகிய மெழுகு இறுகுவது போல. அப்போது படிகங்கள் உருவாக வாய்ப்பும் நேரமுமில்லாததால், களிமண் உலருவது போல இறுகுகிறது. பல இடங்களில் சட்டெனக் குளிர்வதால் கண்ணாடிப் பாறையாக மாறுகிறது. இது ஆப்ஸிடியன் (Obsidian) என்றழைக்கப்படுகிறது. இந்த இயற்கையான கண்ணாடிப் பாறைகளில் யுரேனியத் தாதுக்கள் சேர்ந்திருக்கும். யுரேனியத்தை இயற்கையான நியூட்ரான்கள் தாக்கும்போது பேரியம், லாந்தனம், ருபீடியம், ஸ்டிரான்ஸியம் என்னும் குறைந்த அணு எண்ணிக்கை கொண்ட கனிமங்கள் உருவாகின்றன. இந்த பிறப்பு, யுரேனியம் அணு இரண்டு அல்லது மூன்றாகப் பிளந்ததால் ஏற்படும் மாற்றமாகும். கண்ணாடிப் பாறைகளிலுள்ள யுரேனியம் இவ்வாறு பிளவுபடும்போது, நுண்மையான அணுவெடிப்புகள் ஏற்படுகின்றன. இந்த கண்ணாடிப் பாறைகளை அமிலமிட்டு அரிக்கச் செய்து, அணுவெடிப்புச் சுவடுகளை உருப்பெருக்கியால் ஆராய்வார்கள். சிறு பள்ளங்களாகக் காட்சியளிக்கும் இந்தச் சுவடுகளைக் கணக்கிட்ட பின்னர், கண்ணாடிப் பாறையிலுள்ள மற்ற யுரேனிய அணுக்கள் சோதனைச் சாலையில் செயற்கையாகப் பிளக்கப்படுகின்றன. இப்போது வெடிப்புப் பள்ளங்கள் மறுபடியும் கணக்கிடப்படுகின்றன. இயற்கையில் இத்தகைய யுரேனிய அணுப்பிளப்பால் ஏற்படும் வெடிப்புகளின் விகிதம் தெரியுமாதலால், ஒரு கண்ணாடிப் பாறை எந்தக் காலகட்டத்தைச் சார்ந்தது என்பதையும், அது கிடைத்த எரிமலைச் சாம்பலில் படிந்த எலும்புகளின் காலம் என்ன என்பதையும் நிர்ணயிக்க இயலும்.

காலகட்டத்தை நிர்ணயிக்கும் முறைகளில் இந்த முறை மிகவும் முக்கியமானது, அதிகம் பயன்படுவது. ஏனெனில், மனிதகுலம் பற்றி அறிய உதவும் தடயங்கள், எரிமலைச் சாம்பல் படிவங்களில் பரவலாகக் கிட்டியுள்ளன. எரிமலைச் சாம்பலுடன் எப்போதும் கண்ணாடிப் பாறைகள் கலந்திருக்கும். எனவே நுண்ணிய அணுவெடிப்புச் சுவடுகளின் அடிப்படையில் கால நிர்ணயம் செய்வது எளிதாகிறது. ஓல்டுவாய்ப் பள்ளத்தாக்கில் கிடைத்த சாம்பல் படிவங்களின் காலத்தைப் பொட்டாசியம் – ஆர்கான் முறையிலும், அதில் கண்டெடுக்கப்பட்ட கண்ணாடிப்

பாறைகளின் காலத்தை நுண் அணு வெடிப்புச் சுவடுகள் முறையிலும் நிர்ணயித்தபோது, இரண்டு முடிவுகளும் ஒத்திருந்தன.

5. அமினோ அமில முறை (Amino Acid Method)

பற்கள், எலும்புகள், சிப்பிகள் ஆகியவற்றிலுள்ள அமினோ அமிலங்கள் காலப்போக்கில் மாற்றமடைகின்றன. D மற்றும் L அமினோ அமிலங்கள் அனைத்து எலும்புகளிலும் காணப் படுகின்றன. நாட்பட நாட்பட D அமினோ அமிலத்திற்கும் L அமினோ அமிலத்திற்குமுள்ள விகிதம் எலும்பில் அதிகரிப்பதால், எலும்பின் வயதை இந்த விகிதத்தால் அறியலாம். ஆனால் இந்த முறையிலுள்ள ஒரு முக்கிய குறைபாடு D மற்றும் L அமினோ அமிலங்களின் விகிதம் காலத்தினால் மட்டுமின்றி வெப்பத்தாலும், நிலத்திலுள்ள ஈரத்தாலும் மாறுபடுவதாகும். இந்தக் குறைபாடு சரி செய்யப்படுமானால் கரிமம் 14, பொட்டாசியம் – ஆர்கான் முறைகளில் நிர்ணயிக்க இயலாத தொல்லுயிர் எச்சங்களின் காலத்தை, இதன்மூலம் நிர்ணயிப்பதற்கான சாத்தியக்கூறுகள் உள்ளன.

6. தெர்மோலுமினஸென்ஸ் காலநிர்ணய முறை [Theromoluminescence (T.L.) Dating] :

பொதுவாக உலகிலுள்ள கனிமங்களனைத்தும் வெப்பத்தால் ஒளிரும் தன்மை கொண்டவை. இதை தெர்மோலுமினஸென்ஸ் என்பர். கனிமங்கள் காலப்போக்கில் எலக்ட்ரான்களைக் கிரகித்துக் கொள்ளுகின்றன. கனிமங்கள் சூடேறும்போது எலக்ட்ரான்களை ஒளிவடிவில் வெளியேற்றிவிடுகின்றன. மிகப் பழமையான கனிமம் அதிகமாக ஒளிவிடும். அந்த அளவை வைத்து புவி – இயற்பியல் (Geophysics) அடிப்படையில் கால நிர்ணயம் செய்வர்.

எடுத்துக்காட்டாக, ஒரு பழம் நகரில் அகழ்ந்தெடுக்கப்பட்ட புதையுண்ட மட்பாண்டம் ஒன்றைக் கால நிர்ணயம் செய்ய வேண்டும் என்றால், அதை ஆய்வுக் கூடத்தில் சூடுபடுத்தி, அது வெளியிடும் எலக்ட்ரான்களின் அளவை வைத்து, முன்பு அதை உருவாக்க சூடாக்கிய காலத்திற்கும் இன்றைக்கும் எவ்வளவு ஆண்டுகள் கழிந்துள்ளன என்பதை அறிய இயலும். இம்முறையில் கால நிர்ணயம் செய்யப்பட்டவற்றில் இன்றைக்கு 12,700 ஆண்டுகளுக்கு முற்பட்ட ஜோமோன் காலத்தைச் சேர்ந்த ஜப்பானிய மட்பாண்டமே மிகப் பழையது ஆகும். தொல்லியலில் இந்த முறையில் பானைகள் மற்றும் இதர மண்ணால் செய்த பாண்டங்கள், உருவங்கள் போன்றவைச் செய்யப்பட்ட காலம்பற்றி அறிய முடியும் என்பதால் போலியானவை

வெளிச்சத்திற்கு வந்துவிடும். 2500 ஆண்டுகளுக்கு முற்பட்ட தென் அமெரிக்க மட்பாண்டங்கள் என்று கருதப்பட்டவை, திறமையாகச் செய்யப்பட்ட போலிகள் என்பது இம்முறையால் கண்டுபிடிக்கப்பட்டது.

அது போலவே எரிமலைச் சாம்பல் படிவத்திலுள்ள சிறிய கற்களை வைத்து, அந்தப் படிவம் எப்போது ஏற்பட்ட எரிமலை வெடிப்பில் உருவானது என்பதைக் கண்டறியலாம். கற்கால மனிதர் தாம் உபயோகித்த கற்கருவிகளின் முனைகளை கூராக்க அவ்வப்போது சூடாக்கியிருப்பது தெரிய வருவதால், அன்றைக்கும் இன்றைக்கும் இடைப்பட்ட காலம் எவ்வளவு என்பதையும் இம்முறையில் அறிந்துவிடலாம்.

7. மூலக்கூறு காலங்காட்டி (Molecular Clock)

அண்மைக்கால மரபியல் ஆய்வுகள் மூதாதையரைத் தேடுவதில் ஒரு திருப்பு முனையை ஏற்படுத்தியுள்ளன. மனிதர் ஒவ்வொருவரும் தம் திசுக்களின் மரபணுக்களில் தம்

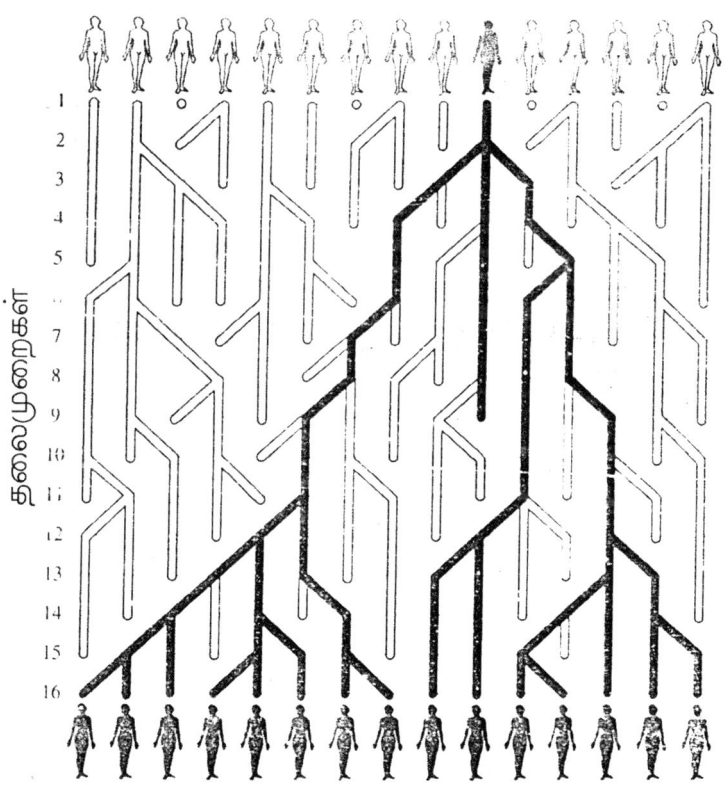

மூதாதையரைத் தேடி...

இனவரலாற்றைக் குறிப்பிடும் அம்சங்களை ஏந்தி வாழ்கின்றனர். டி.என்.ஏ.,(D.N.A)–டிஆக்ஸிரைபோ நியூகிளியிக் ஆசிட் (Deoxyribo-Nucleic Acid)–ஒரு பெரும் மூலக்கூறு. இது இருவகைப்படும். ஒன்று நம் உடலில் உள்ள ஒவ்வொரு செல்லிலும் உள்ள நியூக்ளியர் டி.என்.ஏ (Nuclear D.N.A). மற்றது, மிட்டோகோன்டிரியல் டி.என்.ஏ (Mitochondrial D.N.A) மனிதன் இறந்தவுடன் உடலின் ஒவ்வொரு செல்லிலும் உள்ள நியூக்ளியர் டி.என்.ஏ சிதைய ஆரம்பித்து விடுவதால் மனித வரலாற்று ஆய்வுகளில், மிட்டோ கோன்டிரியல் டி.என்.ஏ, அதிகமாகப் பயன்படுத்தப்படுகிறது. தாய்வழி வரும் இந்த மரபணு ஒரு சீரான விகிதத்தில் மாற்றங்களுக்குட்படுகிறது. இன்று மரபணு ஆய்வாளர்களால் டி.என்.ஏ சங்கிலி (DNA chain)யிலுள்ள சில நியூக்கிளியோடைட்ஸ் (Nucleotides) மற்றும் அமினோ அமிலங்களைப் பிரித்து, அவற்றில் ஏற்படும் மாற்றங்களின் விகிதத்தை (rate of mutation) அறிய முடியும். இந்த விகிதம் சீரானது என்ற அடிப்படையில் மரபியல் மாற்றங்களால் ஒருவகை விலங்கில் எப்போது பிரிவுகள் தோன்றின என்பது எளிதாகக் கண்டுபிடிக்கப்படுகிறது. 97 விழுக்காடு மரபியல் ஒற்றுமைகள் நிலவும் சிம்பன்ஸியையும், மனிதனையும் எடுத்துக்கொண்டால், இந்த இரு இனங்களிலுள்ள மாறுபடும் மரபியல் பண்புகளின் விகிதத்தை வைத்து, ஒரு முன்னோடியிலிருந்து எப்போது அவை இரு கிளைகளாகப் பிரிந்தன என்பதை மரபியல் ஆய்வுகளால் அறிய முடிந்தது. இந்தக் கணிப்பின்படி, இவ்வாறு இரு கிளைகளாகப் பிரிந்தது 5–7 மில்லியன் ஆண்டுகட்கு முன் என்பது கண்டுபிடிக்கப்பட்டுள்ளது. மரபணுமுறையில் காலத்தை நிர்ணயிப்பது, புதிய அறிவியல் முறையானாலும், இந்தக் கணிப்பு, மற்ற முறையில் செய்த காலநிர்ணயத்துடன் ஒத்துப்போவது குறிப்பிடத்தக்கது. மரபியல் ஆய்வுகளில் தற்கால மனிதரின் மரபணுக்களுடன், ஆதிமனித மரபணுக்களை ஒப்பிடும்போது அவை எப்போது, உலகின் எப்பகுதியில் தோன்றின போன்ற விவரங்களை அறிய இயலும். எண்பதுகளில், நன்கு பாதுகாக்கப்பட்ட, சில நூற்றாண்டுகளுக்கு முன் வாழ்ந்தவற்றின் டி.என்.ஏக்களை மட்டுமே பயன்படுத்த முடிந்தது. இப்போதுள்ள பாலிமரேஸ் செயின் ரியாக்ஷன் (Polymeraze Chain Reaction) என்ற முறையில் டி.என்.ஏ கூறுகளைப் பெருக்க முடியும் என்பதால், மரபியல் ஆய்வுகள் இன்னும் எளிதாகிவிட்டன.

மரபியல் ஆய்வாளர், 1997இல் நியாண்டர்தால் ஆதி மனிதயினத்தின் எலும்புகளிலிருந்து 379 ஜோடி மிட்டோ கோன்டிரியல் டி.என்.ஏக்களை எடுத்தனர். அவற்றை தற்கால மனிதர்களின் மிட்டோகோன்டிரியல் டி.என்.ஏக்களுடன் ஒப்பிட்டு

ஆராயப்பட்டதன் முடிவில் இரு இனங்களுக்கும் இடையே தாத்தா–பேரன் உறவு இல்லை என்பது நிரூபிக்கப்பட்டுள்ளது. மேலும் இன்று வாழும் ஆப்பிரிக்கர்களிடையே பலதரப்பட்ட மரபணுக்கள் இருப்பதால், அவர்களே உலகின் மூத்தகுடி என்பது தெளிவாகியது. மரபணுக்களின் ஆய்வினடிப்படையில் இன்றைக்குமுன் 100,000 – 200,000 இடைப்பட்ட காலத்தே ஆப்பிரிக்காவில் வாழ்ந்த ஆதிமனிதக் கூட்டத்தின் வழித்தோன்றல்களே உலகெங்கிலும் பரவிய தற்கால மனிதர். இதனால்தான் மானிடவியலாளர்கள் ஆப்பிரிக்காவை மானுடத்தின் தொட்டில் என அழைக்கின்றனர்.

❖ ❖

4

மனித உடலமைப்பு

மனித உடல், எலும்பு, தசை, நார், தோல் போன்றவற்றால் அமைந்ததென்றாலும், எலும்புகள் மட்டுமே லட்சக்கணக்கான ஆண்டுகளாக அழியாமல் எஞ்சி நிற்கின்றன. மூதாதையர்களைத் தேடும் படலத்தில் முக்கியமான தடயங்களாக எலும்புகள் இருப்பதால், மனிதனின் எலும்புகள் பற்றி அறிந்துகொள்வது அவசியம். தொல் மானிடவியலாளர் எலும்புகளை வைத்து பல விவரங்களை ஆராய்ந்து அறிவர். எடுத்துக்காட்டாக, இடுப்பெலும்பு ஒன்று கிடைத்தால் அது ஆணுடையதா பெண்ணுடையதா என்பதையும் அது இருகாலில் நடந்தயினமா என்பதையும் கண்டறிவர். எடுக்கப்பட்ட எலும்புகள் முறிவடைந்தது, ஒருவர் இறக்கும் முன்னரா அல்லது பின்னரா என்று எக்ஸ்ரே ஆய்வுகளால் கண்டுபிடிக்க இயலும். இளம் எகிப்திய மன்னன் டுட்டங்காமன் (Tutankaman)னின் பாடம் செய்யப்பட்ட உடலை CAT பிம்பங்கள் மூலம் அண்மையில் ஆய்வு செய்தபோது, அவனது முழங்காலுக்கருகே ஒரு வெட்டுக் காயத்தால் எலும்பு முறிந்து, புண் புரையோடி அவன் மாண்டிருக்க வேண்டும் என்று கண்டுபிடிக்கப்பட்டது. இது போரில் பட்ட காயம் அல்லது வேட்டையாடும்போது விழுந்து ஏற்பட்ட முறிவு எனக் கருதப்படுகிறது. தொடையெலும்பை வைத்து ஆளின் உயரத்தையும், பல்லமைப்பை வைத்து உண்ட உணவு பற்றியும், முதுகெலும்பின் வளைவு மற்றும் அதிலுள்ள புடைப்புகளை வைத்து

இறந்து பட்டவர் எத்தகைய வேலை செய்தவர் என்பதுபோன்ற விவரங்களையும் ஆய்வாளர்கள், துப்பு துலக்குவர் போலக் கண்டறிகிறார்கள். எலும்புகளை ஆராயும்போது, தசைகள் அவற்றுடன் சேர்ந்திருந்த பகுதிகளை வைத்து, ஒரு எலும்பு அத்தசையுடன் இணைந்து எவ்வகையில் இயங்கியது என்று அறியலாம். நரம்புகள், இரத்த நாளங்கள் அமைந்த பள்ளங்கள், ஓட்டைகள் ஆகியவையும் அந்த எலும்பு எவ்வாறு இயங்கியது என்பதைக் காட்டுகின்றன. எடுத்துக்காட்டாக, இறுகிய உறுதியான கால் எலும்புகள், உடலின் முழுப் பளுவையும் ஏற்று நிற்க வேண்டும். இந்தப் பளுவை தாங்கி நடந்து திரியுமாறு, கால் எலும்பு இடுப்பெலும்புடன் இணைந்திருக்க வேண்டும். இந்த எலும்புகளை இயக்கும் வலிமை வாய்ந்த இருதலைத் தசை அவற்றை இயக்கிய விதத்தை, எலும்பை மட்டுமே வைத்து அறிய முடியும். மூதாதையரைப் பற்றிய தேடலில் இத்தகைய ஆய்வு இன்றியமையாததாகிறது.

எலும்பு உயிருள்ள செல்களாலும் மெல்லிய இரத்த நாளங்களாலும் நரம்புகளாலும் ஆனது. உயிருள்ளவரின் எலும்பு முறிந்தால் அதிலிருந்து இரத்தம் கசியும்; சரியாகப் பொருத்திக் கட்டுப்போட்டால் உடைந்த பகுதி சேர்ந்து எலும்புத் திசுக்கள் வளர்ந்து, முறிந்த எலும்பு குணமாகிவிடும். உயிருள்ள அனைத்துத் திசுக்கள் போல எலும்புத் திசுக்களும் தூண்டுதலுக்கு ஏற்ப இசைந்துகொடுகின்றன. இதனால், ஒரு எலும்பு அது செய்ய வேண்டிய வேலைக்குப் பொருத்தமான, அந்த வேலையினால் ஏற்படும் பளுவைத் தாங்குவதற்கேற்ற, வடிவத்தை அடைகிறது. எனவே, எலும்பு ஒன்றை ஆராய்ந்தால், அதன் அமைப்பை வைத்து, அது எந்த மாதிரியான வேலை செய்திருக்க வேண்டுமென்பதைத் தெரிந்துகொள்ளலாம்.

உடலின் மற்ற பகுதிகள் போல, எலும்புகளும் வியாதிகளால் பீடிக்கப்படும். 'டி' வைட்டமின் குறைவினால் உண்டாகும் 'ரிக்கட்ஸ்' வியாதி, மூட்டுவாதம், எலும்புருக்கி போன்ற வியாதிகளை எடுத்துக்காட்டுகளாகக் கூறலாம். இந்த வியாதிகளால் சேதமடைந்த எலும்புகளை வைத்து, இறந்தவர் இன்ன வியாதியால் தாக்குண்டார் என்பதை ஊகிக்க இயலும். எலும்பில் அங்ககப் பொருள்களும் (organic matters) அனங்ககப் பொருள்களும் (inorganic matters) உள்ளன. இதனால்தான் எலும்பை எரித்தால் அது மரக்கட்டை போல எரிந்து போய்விடுவதில்லை. மாறாக, கருகிப்போன எலும்பை உடைத்தால், அது பொடிப்பொடியாக நொறுங்கிவிடும். எரிக்கும்போது அங்ககப் பொருள்கள் வெளியேறுவதால் ஏற்படும் மாற்றமாகும் இது. எலும்பை ஒரு அடர் அமிலத்தில் ஊற வைத்தால், அனங்ககப் பொருள்கள்

கரைந்துபோய், கரையாத புரதச்சத்து கொண்ட எலும்பு, ரப்பர் போல வளைந்து கொடுக்கும் நிலையை அடைகிறது. வளரும் பருவத்தில் எலும்பின் வளர்ச்சி, நடுவில் ஆரம்பித்து நுனிகளை நோக்கி வளர்ந்துபின் திடப்படுகிறது. இவ்வாறு திடமான எலும்பை வைத்து மனிதனின் வயதை நிர்ணயிக்க இயலும். எலும்புகள் பாதுகாக்கப்படுவது பற்றித் தொல்லுயிர் எச்சங்கள் குறித்த அத்தியாயத்தில் காணலாம்.

வளரும் பருவத்தில் எலும்புகளின் நீளத்தில் மட்டுமல்லாமல், எலும்புக்கூட்டின் அளவுகளின் விகிதத்திலும் மாற்றங்கள் ஏற்படும். கருப்பையில் கரு வளரும்போது, மூளை வளரவளரத் தலையும் வளர்ச்சியடைகிறது. ஆனால் கருவில் காலும் கையும் ஏறக்குறைய ஒரே நீளமுடையதாக இருக்கும். குழந்தை பிறந்தபின் கால்கள் நீளமாக வளரவளர, கைக்கும் காலுக்கும் இடையேயான விகிதம் மாறுபடுகிறது. கருவில் கையின் நீளமே இருந்த கால், வளர்ந்தபின், நிற்கும் மனித உடலின் அரைப்பகுதியை ஆக்கிரமித்துக்கொள்கிறது. மேலும், வளர்ந்த உடலுடன் தலையை ஒப்பிட்டு நோக்குகையில், விகிதப்படி, தலை சிறியதாக இருக்கும்.

மனிதன் தன் உறுப்புகளை, முக்கியமாக தன் கைகளையும் கால்களையும் அசைத்து உபயோகிக்கும் விதம், மற்றைய விலங்குகளின் அசைவுகளிலிருந்து மாறுபட்டது. மனிதனின் கை, கால்கள் தேவைக்கேற்றவாறு பரிணாம வளர்ச்சி அடைந்துள்ளன. அவன் பரிணாம வளர்ச்சியில் எவ்வளவு தூரம் முன்னேறி இருக்கிறான் என்பதை அவனது கை, கால் அசைவுகளையும் அவை பயன்படுத்தப்படும் விதத்தையும் கவனித்து அறிய முடியும்.

கை: இன்றைய மனிதனது கை, பரிணாம வளர்ச்சியில் முழுமையடைந்த ஒரு அமைப்பு. நமக்குள்ளது போல எல்லா விலங்குகளுக்கும் ஐந்து விரல்கள் கிடையாது. குதிரையின் மூதாதை விலங்கான இயோஹிப்பஸ் என்ற விலங்குக்கு சதுப்பு நிலத்தில் நடமாட, அதன் கால்களில் நான்கு விரல்களிருந்தன. இயோஹிப்பஸின் வழித்தோன்றலான மிசோஹிப்பஸுக்கு இருந்தது மூன்று கால்விரல்கள். பின்னர் கடினமான தரையில் ஓட முற்பட்ட குதிரைக்கு உள்ளதோ ஒரு கால் விரலே. அதாவது குளம்பு. நம் கைவிரல்களை விரித்துத் தரையில் படியவைத்தால், இந்த வளர்ச்சி நமக்கு விளங்கும். ஐந்து விரல்களும் படிந்திருக்க, மணிக்கட்டை உயர்த்தினால், கட்டை விரலும், சுண்டு விரலும் முதலில் உயர, தரையில் படிந்திருப்பது நடுவிரலும், ஆள்காட்டி விரலும், மோதிர விரலுமே. இது போலவே குதிரை நிற்பது அதன் வளர்ந்து பரிணாம வளர்ச்சி கொண்ட நடுவிரலாலேயே. அதன் குளம்பு, தேவைக்கேற்பப் பரிணமித்த நகமே. இதற்கு மாறாக,

மனிதனின் கை, ஐந்து விரல்களுடன் எதையும் பற்றும் விதத்தில் அமைந்துள்ளது. கையால் பொருள்களை மென்மையாகவும் பற்றமுடியும்; இறுக்கமாகவும் பற்ற முடியும். இருகால்களால் மனிதன் நடக்க முற்படும் முன்பு கிளைகளைப் பிடித்த கைகள் பின்னர், ஆயுதங்கள் ஏந்தவும் உணவு சேகரிக்கவும் குழந்தையைத் தூக்கவும் பயன்படுத்தப்பட, அவை இன்றுள்ள நிலையை நோக்கி முன்னேறி, சீரான வடிவத்தைப் பெற்றன. ஆதிமனிதனின் கை, முதலில் கரடுமுரடான ஆயுதங்களைச் செய்து இறுக்கிப் பிடித்து உபயோகிக்கத்தக்க அமைப்பைக் கொண்டிருந்தது என்பதும் பிறகு நுணுக்கமான வேலை செய்யக் கூடிய அளவு மாற்றமடைந்தது என்பதும் தெளிவு. நுணுக்கமான வேலை பற்றிக் கூறும்போது, நாம் சோறு உண்பதைக் கூறலாம். நான்கு விரல்களைக் குவித்துச் சோற்றை அள்ளிப் பிறகு பெருவிரலால் நிரடிக் கையைக் குவித்து உருட்டி, வாயருகே கையை உயர்த்திப் பெருவிரலால் சோற்றுருண்டைக்கு முட்டுக் கொடுத்து வாயில் போடுவது என்பது கற்கால மனிதர்கள் செய்திருக்க முடியாத செயல். இவ்வாறு கைகளின் அமைப்பையும் உபயோகத்தையும் பொறுத்து மனிதனது வளர்ச்சியைக் கணிக்கலாம்.

கால்: இப்போது இரு காலில் நடப்பது என்னும் செயலைக் கவனிப்போம். விலங்கினங்களில் இரு காலால் நடப்பது ஒரு அரிய செயலாகும். கரடி இரு காலில் நின்று தாக்குவதும், குரங்குகள் குறுகிய தூரம் இரு காலில் நடப்பதும் அசாதாரண நிகழ்வுகள். இரு காலில் நடக்க, கால்களில் நல்ல தசைவலு வேண்டும்; உடலின் அசைவுகள் கட்டுப்படுத்தபட வேண்டும். நிலை தடுமாறாமல் நிமிர்ந்து நிற்க வேண்டும். நாம் இரு காலால் நடந்தும் ஓடியாடியும் திரிவதால், இரு காலில் நடப்பதை ஒரு பெரிய காரியமாக நினைப்பதில்லை. ஆனால் தவழும் குழந்தை எழும்பி நிற்க முயலுவதையும், எட்டுமாதக் குழந்தை நடைபோட முயலுவதையும் கவனித்தால் குழந்தைகளுக்கு அது எவ்வளவு கடினமான செயல் என்பது விளங்கும். இது போலவே, நம் முன்னோடிகளும் இரு காலில் நடக்க எத்தனித்துப் பின், நடக்கக் கற்றுக்கொண்டனர். நடை என்று கூறப்படும் செயலைச் சற்றே கவனிக்க வேண்டும்.

நாம் நேராக நிற்கும்போது புவிஈர்ப்பு மையம் இரு பாதங்களுக்கும் நடுவிலிருக்கும். ஒரு காலைத் தரையிலிருந்து தூக்கினால் கீழே விழாமல் இருக்க அடுத்த காலை நோக்கிச் சாய வேண்டும் – அதாவது புவிஈர்ப்பு மையம் அடுத்த காலின் அருகேயிருக்கும். இது போலவே முன்னோக்கி நடக்கும்போது இடது காலை ஊன்றி வலது காலை முன்வைக்க, வலது காலை நோக்கிச் சாய்கிறோம். பிறகு வலது காலை ஊன்றி

இடது காலை முன்வைக்க, புவிஈர்ப்பு மையம் முன்னுக்கு நகர, இடது காலை நோக்கிச் சாய்கிறோம். எனவே நடையை, நாம் கீழே விழாமல் சமாளிக்கும் செயல் என்றே கூறலாம். காலடித் தடங்களை மட்டும் பார்த்து, நடந்து சென்ற உயிரினம் இரு காலில் நடந்ததா அல்லது நான்கு காலில் நடந்ததா, கனமான உடலையுடையதா, ஊனமுற்றதா போன்றவற்றை ஊகிக்க இயலும். மனிதனது பாதங்கள், தரையில் நன்கு பதிந்து முன்னோக்கி நடக்கும் விதத்தில் அமைந்துள்ளன. ஆனால், மனிதக் குரங்கின் பாதங்களோ மரக்கிளைகளைப் பிடிக்கும் வண்ணமாகக் குவிந்து, தனித்து நீண்ட கட்டை விரல்களைக் கொண்டவை. பாதம், அது நடக்க அசைக்கப்பட்ட விதம் போன்றவற்றை வைத்துப் பரிணாம வளர்ச்சியில் ஒரு விலங்கு எவ்வளவு முன்னேறியுள்ளது என்பதை அறிய முடியும்.

மண்டையோடு: மனிதனைப் பிற விலங்குகளிலிருந்து பிரிப்பது சிந்திக்கும் திறன். அதற்கான மூளையைத் தன்னுள்ளே அடக்கியிருக்கும் மண்டையோடு, மூதாதையரைத் தேடும் ஆய்வில் ஒரு முக்கியமான தடயம். மண்டையோடு மூளைக்குப் பாதுகாப்பு மட்டுமல்ல, உணர்ச்சிகளைக் காட்டும் மனித முகத்தின் அடித்தளமும் ஆகும். மண்டையோடு, நடுங்கும் கை ஒன்றால் எழுதப்பட்ட கோடுகள் போன்ற ஓரத்தை உடைய பல எலும்புத் தகடுகளால் இணைந்தது; பல நுண்ணிய ரத்தநாளங்களும் நரம்புகளும் ஓட்டுக்குள்ளும், வெளியிலும் செல்கின்றன. மண்டையோட்டின் அடிப்பகுதியிலுள்ள பெருந் துளையில், முதுகெலும்பின் ஊடே செல்லும் தண்டுவடம் மூளையின் கீழ்ப் பின்பகுதியுடன் பொருந்துமாறு அமைகிறது. கழுத்துக்கு மேல் உடலின் சிகரமாக அமைந்துள்ள மண்டையோட்டின் முன்பகுதியான முகத்தில், நாசித் துவாரமும் பற்களும் கண்களும் அமைந்துள்ளன. மனிதனின் மண்டையோடு மற்றைய விலங்குகளினது போலல்லாமல் கனமற்றது; வடிவாக அமைந்த கீழ்த்தாடையும், சிறிய புருவப் புடைப்பும், பெரிய நாசித்துவாரமும் கொண்டது.

மண்டையோட்டை வைத்து அந்த விலங்கின் மூளையளவைக் கண்டுபிடிப்பது எளிது. கபாலத்தினுள்ளே, காய்ச்சிய ரப்பரை ஊற்றி, அது இறுகிய பின், அந்த வார்ப்பை வெளியில் எடுத்து, அந்தக் கபாலத்தின் கனபரிமாணத்தைக் கணிக்க முடியும். இந்த அளவு மூளையின் அளவைவிடச் சற்று அதிகம். ஏனெனில் மண்டையோட்டுக்கும், மூளைக்குமிடையே ஓரளவு இடைவெளியுண்டு. ஆனால் ரப்பர் வார்ப்பைச் செய்யும்போது, இந்த வார்ப்பு இயற்கையான மூளையைவிட சற்றே பெரியதாக இருக்கும். சிந்திக்கவும், பேசவும், எழுதவும், இயங்கவும் வைக்கும்

மனித மூளையைவிட யானை, திமிங்கிலம் ஆகியவற்றின் மூளையின் கனபரிமாணம் அதிகமானது. ஆனால், இந்தப் பெரிய விலங்குகளின் உடலின் கனபரிமாணத்துடன் அவற்றின் மூளையின் கனபரிமாணத்தை ஒப்பிட்டுப் பார்க்கும்போது அது சிறிய மூளையே. சராசரி மனித மூளை 1300 கன செ.மீ. அளவுள்ளது. இது சிம்பன்ஸியின் மூளையைவிடச் சுமார் நான்கு மடங்காகும். குரங்கின் மூளையைவிடச் சுமார் இருபது மடங்காகும். மனிதனின் பரிணாம வளர்ச்சியில் மூளையளவு 600 கன செ.மீ. லிருந்து 1300 கன செ.மீ. அளவுக்குப் பரிணமித்திருக்கிறது. எனவே மண்டையோட்டை ஆராய்ந்து, மூளையளவை அறிந்துகொண்டால் அதன் அடிப்படையில் ஓரளவு அறிவுத் திறனை நிர்ணயிக்கலாம்; ஆனால் மனிதர்களில் யார் அதிக அறிவுடையவர் என்பதை வெறும் மூளையளவை மட்டுமே வைத்து அறிய இயலாது. மூளையிலுள்ள செல்கள், நரம்புகளின் எண்ணிக்கை இவற்றை வைத்தே அறிய முடியும். இப்படி மூளை பற்றிய ஆய்வை அழிந்துவிட்ட உயிரினங்களில் செய்ய முடியாததால், கபாலத்தின் கனபரிமாணம், பரிணாம வளர்ச்சியில் அந்த விலங்கு எந்தக் கட்டத்தை அடைந்திருந்தது என்பதை ஓரளவு நமக்குக் காட்டுகிறது.

பற்கள்: மண்டையோட்டில் உள்ள தாடையும் அதில் அமைந்த பற்களும் அழியாமலிருப்பதால், மூதாதையரைத் தேடும் படலத்தில் இவை முக்கியமான தடயங்களாகின்றன. ஒரு உயிரினம் உண்டு வாழ்ந்த முறையை, பல்லின் அமைப்பிலிருந்து தெரிந்துகொள்ளலாம். மனிதனின் மேலண்ணம், இணைந்த இரண்டு எலும்புகளாலானது. நாசியின் அடிப் பகுதியில் மேலண்ணத்தில் அமைந்த மனிதனின் பல்லமைப்புக்கும், மனிதக்குரங்கின் பல்லமைப்புக்கும் பல வேறுபாடுகள் உள்ளன. முதலாவதாக, மனிதப்பற்கள் அரை வட்ட வடிவில் அமைந்திருக்கும். ஆனால் மனிதக் குரங்குகளுக்கு 'U' வடிவத்தில் அமைந்திருக்கும்; அதாவது கடைவாய்ப் பற்கள் இணையாக இருக்கும். மனிதனின் கீழ்த்தாடை ஒரே எலும்பால் ஆனது. மண்டையோட்டின் அடிப் பகுதியில், மேலும் கீழும், பக்கவாட்டிலும் அசையக்கூடியது. மனிதன் வாயை மூடும்போது பற்கள் ஒருவிதமாகப் படியுமாறு அவை அமைந்திருக்கின்றன (படம் 9). மோவாய்க்கட்டை இல்லாத மனிதக்குரங்கின் தாடைகள் செவ்வக வடிவிலுள்ளவை, அதன் தாடையில் தாடைத் தகடு (simian shelf) என்ற ஒரு சிறப்பம்சம் உண்டு.

மனிதனின் தாடையில் சீராக அமைந்திருக்கும் பற்களைப் பால்பற்கள், நிலையான பற்கள் என்று இரு வகைகளாகவும், இவற்றை மேலும் வெட்டுப்பல், கோரைப்பல், கடைவாய்ப்பல்

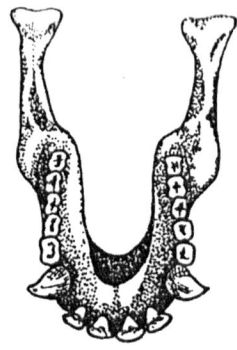

வாலில்லாக் குரங்கின் பல்லமைப்பு

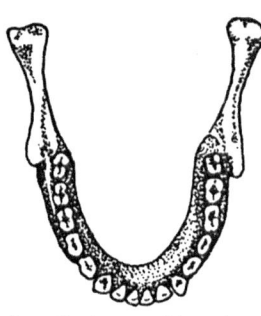

மனிதனின் பல்லமைப்பு

படம் 9 மனிதன் – வாலில்லாக் குரங்கு பல்லமைப்பு ஒப்பீடு

எனவும் பிரிக்கலாம். குழந்தை பிறந்தபின் ஆறு அல்லது ஏழு மாதங்களில் முளைத்துவரும் பால்பற்கள் எட்டு அல்லது பத்து வயதாகும்போது விழுந்துவிடும். பால்பற்களின் எண்ணிக்கை இருபது. நிலையான பற்களின் எண்ணிக்கை வயது வந்த மனிதனில் முப்பத்திரண்டு.

பால்பற்கள்: வெட்டுப்பற்கள் 2/2, கோரைப்பல் 1/1, கடைவாய்ப்பல் 1/1

நிலையான பற்கள்: வெட்டுப்பற்கள் 2/2, கோரைப்பல் 1/1, இடைவாய்ப்பற்கள் (pre-molars) 2/2, கடைவாய்ப்பற்கள் (molars) 3/3.

இடைவாய்ப்பற்களிலும், கடைவாய்ப்பற்களிலும் உணவை அரைத்து உண்ணுவதற்கேற்ப மேற்பகுதியில் பள்ளங்கள் உள்ளன. கடைவாய்ப்பற்களில் இந்தப் பள்ளம் + வடிவத்திலிருக்கும். மனிதக்குரங்குகளில் Y வடிவத்திலிருக்கும். மேலும், மனிதனுக்கு கோரைப்பற்கள் மனிதக் குரங்குகள் போல நீளமாக இல்லா திருப்பதால், கீழ்த்தாடையை மேலும் கீழும் மட்டுமின்றிப் பக்கவாட்டிலும் அசைக்க முடியும்.

பேச்சு எலும்பு (Hyoid):

எந்தக் காலகட்டத்தில், நம் மூதாதையர்கள் பேசக் கற்றுக்கொண்டனர் என்பது, தொல் மானிடவியலாளர் களிடையே,தொடர்ந்துகொண்டிருக்கும் ஒரு விவாதம்.

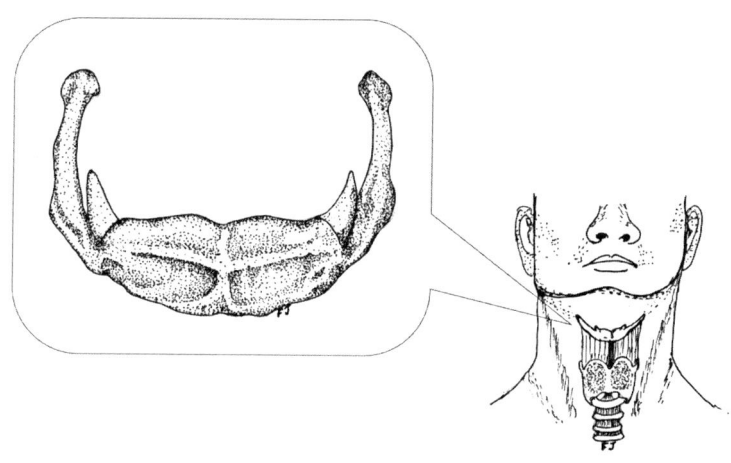

படம் 10 கீழ்த்தாடைக்குக் கீழே, அடி நாக்கு பொருந்தியிருக்கும் லாட வடிவ பேச்சு எலும்பு

கழுத்தெலும்புகளின் முன்னால் அமைந்துள்ள தொண்டை குரல்வளைப் பகுதி குருத்தெலும்புகள் மற்றும் தசை நார்களால் ஆனதால் இயற்கையால் பொதுவாக தொல்லுயிரெச்சமாகப் பாதுகாக்கப்படுவதில்லை. ஆனால் பனிச் சூழலில் பாதுகாக்கப்பட்ட தொல்லுயிரெச்சங்கள் இதற்கு விதிவிலக்குகள். கீழ்த்தாடைக்குக் கீழே, மூச்சுக் குழலுக்கு மேலே, நாக்கின் அடிவேர் பற்றியுள்ள, லாட வடிவத்தில் அமைந்த பேச்செலும்பு, சில புதையுண்ட எலும்புக்கூடுகளில் அரிதாகக் காணப்படுகின்றன. பலவிதமான ஓசைகள் எழுப்பும், ஆனால் மொழி பேசாத மனிதக் குரங்குகளின் தொண்டை, தற்கால மனிதயினத்தின் தொண்டையிலிருந்து வேறுபட்டது. முக்கியமாக வாய், தொண்டைக் குழியின் அமைப்பு, நாக்கை அசைத்துப் பேசுவதற்கு ஏதுவாக அமைந்த பேச்செலும்பு, அதனுடன் நாக்கின் அடிப்பகுதி பொருந்தியுள்ள விதம் ஆகியவற்றைப் பொருத்து பேசும் திறன் உருவாகுகிறது. இவையல்லாமல் பேசும் திறன் தற்கால மனிதயினத்தின் மூளையின் வளர்ச்சி, சிந்திக்கும் ஆற்றல் ஆகியவற்றைப் பொறுத்து அமைவன.

ஆதி மனித எலும்புகள் மீது நடத்தப்பட்ட ஆய்வுகள் மனித உடலில் ஏற்பட்ட படிமலர்ச்சி மாற்றங்களை அவன் உண்ட உணவுகளுடன் இணைக்கின்றன. எடுத்துக்காட்டாக, ஆஸ்ட்ரேலோபிதஸீனின் தாடையும் பல்லமைப்பும் கனி, காய், கிழங்கு போன்ற தாவர உணவுகளை அரைத்து மெல்லுமாறு அமைந்தவை. பின்னர் வந்த ஆதி மனிதயினம் ஊனுண்ணி விலங்குகள் கொன்றவற்றின் இறைச்சியை உண்ண ஆரம்பித்தனர். அதிகப் புரதச் சத்து கொண்ட இறைச்சியை உண்ணுமாறு அவனது வெட்டும் பற்கள் உளி போன்றும், கோரைப் பற்கள் சிறியதாகவும் பரிணமிக்க ஆரம்பித்தன. பின்னர் வந்த ஆதிமனிதயினத்தவர் கல்லாயுதங்கள் கொண்டு வேட்டையாடி, இறைச்சியை முக்கிய உணவாக்கினர். காய், கனி, கிழங்குகள் போன்றவற்றை உண்ட இவர்களது முன்னோர்களின் வயிறும் நெஞ்சுக்கூடும் அகன்றிருந்தன. ஊனுண்ண ஆரம்பித்தவரின் வயிறு இறுக்கமடைந்தது. நெஞ்சுக்கூடு சுருங்கியது. இவர்களது மூளையளவு பெருக மண்டையோடுகளும் பெரியதாயின. இதன் விளைவுகளை அடுத்து வரும் அத்தியாயங்களில் அறியலாம்.

5

இந்தியத் துணைக்கண்டத்தில் வாலில்லாக்குரங்குகளின் முன்னோடிகள்

இராமாபிதகஸ்

ஆசியா, ஆப்பிரிக்கா, ஐரோப்பா கண்டங்களில் மையோஸீன் காலத்தே வாழ்ந்த பல வாலில்லாக் குரங்குகள் பற்றிய விவரங்கள் 1956 முதல் வெளிவர ஆரம்பித்தன. இவற்றில் முக்கியமானது, இந்தியாவின் வடபகுதியிலுள்ள சிவாலிக் மலைத் தொடர்களில் கண்டுபிடிக்கப்பட்ட 'இராமனின் வாலில்லாக் குரங்கு' என்று பொருள்படும்படி பெயரிடப்பட்ட இராமாபிதகஸின் தாடை எலும்புகள். இவை கண்டெடுக்கப்பட்ட சிவாலிக் மலைத்தொடர் படிவங்கள், சிந்து–கங்கை நதிகளுக்கு முன்பிருந்த நதிகளின் பள்ளத்தாக்குகளில் படிந்த படிவங்கள். சுமார் ஒரு கோடி இருபது லட்சம் ஆண்டுகளுக்கு முன்னர், இமயமலை ஒரு மடிப்பு மலைத்தொடராக வளர்ந்துகொண்டிருக்கையில், அடிவாரத்தில் ஒரு நதி, இன்றைக்கு அஸ்ஸாம் உள்ள பகுதியில் துவங்கி, சற்றே வடமேற்காக ஓடி, பிறகு தெற்காகப் போய் கடலில் சங்கமமானது. இந்த நதி சிவாலிக் நதியென்று அழைக்கப்படுகிறது. பனியுகமான பிளைஸ்டோஸீன் காலத்தில் இமய மலைத் தொடர்

மேலும் வளர்ந்து உயர, நீண்ட ஏரிகள் பலவற்றைக் கொண்டிருந்த சிவாலிக் மலைத் தொடராக எழும்பியது. இவ்வாறு சிவாலிக் நதிப்படுகை மலையாக உயர, முன்பு வடமேற்காக ஓடிய நதியின் ஒரு பகுதி திசைமாறி, தென்கிழக்காக ஓடி யமுனை–கங்கை நதிகளாவும், மேற்குப் பகுதியில் சிந்து நதியாகவும் பிரிந்தது. சிவாலிக் மலைத் தொடரிலுள்ள ஏரிப் படிவங்களில் ஆயிரக்கணக்கான தொல்லுயிர்களின் எச்சங்கள் கிடைத்துள்ளன.

1934இல், யேல் பல்கலைக்கழகம் சிவாலிக் படிவங்களின் ஒரு தொகுதியான நகரிப் படிவங்களில் (இப்படிவங்கள் உள்ள பகுதியில் ‘நகரி’ என்ற ஊரிருப்பதால் ஏற்பட்ட காரணப்பெயர்) நடத்திய ஆய்வில் ஜி.இ.லூயிஸ் என்ற ஆய்வாளர் ஒரு விலங்கின் தாடை எலும்பைக் கண்டெடுத்தார். இது படிந்திருந்த நகரிப் படிவங்களின் காலம் இ.மு. எண்பது லட்சத்திலிருந்து ஒரு கோடி இருபது லட்சம் ஆண்டுகள் வரை. இந்தத் தாடையின் சிறப்பம்சங்கள்: பற்கள் அரைவட்டமாக அமைந்திருந்தன. கோரைப்பற்கள் சிறியவையாகவும், முன் பற்கள் பருமனாகவும் தட்டையாகவும், கடைவாய்ப்பற்கள் பருத்துமிருந்தன. சுருக்கமாகச் சொன்னால். மேலண்ணம் உயர்ந்திருந்த இந்தத் தாடை, சாதாரண வாலில்லாக் குரங்குகளுக்குள்ளது போலல்லாமல் மனிதனது தாடையெலும்பை ஓரளவு ஒத்திருந்தது. ட்ரையோபிதகஸ் (Dryopithecus) எனும் மையோஸீன் வாலில்லாக் குரங்கைவிட ஒருபடி உயர்ந்த இந்த விலங்கை, ‘இராமனின் வாலில்லாக் குரங்கு’ என்று அழைத்தார் லூயிஸ். மேலும், இந்த விலங்கு மனித மூதாதையர்களின் ஆரம்பம், அதாவது இராமாபிதகஸ் மனித குலத்தின் முன்னோடி என்றும் கூறினார். குரங்கினங்களின் பல்லமைப்பை ஆராய்ந்துகொண்டிருந்த கிரிகெரி, ஹெல்மென் என்ற இரு ஆய்வாளர்கள், இராமாபிதகஸின் தாடை, பற்கள் ஆகியவற்றைப் பரிசோதித்து, இந்த விலங்கு குரங்கினத்தையல்ல, மற்றொரு உயர்ந்த இனத்தைச் சார்ந்ததென்று கூறினர். ஆனால் இதே சமயத்தில் பீகிங், ஜாவா, தெற்கு ஆப்பிரிக்கா போன்ற இடங்களில் ஆதிமனித எலும்புகள் கண்டுபிடிக்கப்பட, இராமாபிதகஸ் பற்றி யாரும் அதிகக் கவனம் செலுத்தவில்லை. இதன் பிறகு, ஐம்பதுகளில் எஃப்.ஐ. சைமன்ஸ் என்பவர் இராமாபிதகஸின் தாடையையும், சிவாலிக் படிவங்களில் கண்டெடுக்கப்பட்ட பல இனங்காணப்படாத எலும்புகளையும் ஆராய்ந்தார். பல சிறிய எலும்புகளை, இராமாபிதகஸின் எலும்புகள் என்று கண்டறிந்தார். சிவாலிக் படிவங்களில் கண்டெடுக்கப்பட்ட இராமாபிதகஸ் போன்றே அழிந்துவிட்ட பிற வாலில்லாக் குரங்குகள்: 1. பிரம்மாபிதகஸ், 2. சிவாபிதகஸ், 3. இந்தோபிதகஸ் மற்றும் 4. சுக்ரீவாபிதகஸ் போன்றவை. ஓரளவு மனிதனின் தாடை

சிவாபிதகஸ் (இண்டிகஸ்)

© The Natural History Museum

13 மில்லியன் ஆண்டுகட்குமுன் துருக்கி, இந்தியா, பாகிஸ்தானில் வாழ்ந்த சிவாபிதகஸ் இண்டிகஸின் சித்தரிப்பு. உறுதியான பற்கள், ரோமம் அடர்ந்த தேகம் கொண்டிருந்த இந்தயினம், ஒராங் உடான் போன்ற வாலில்லாக் குரங்குகளின் முன்னோடி. (Ref. No. 001974 NHM Image)

மாதிரி இருந்த இராமாபிதகஸின் கீழ்த் தாடையொன்றைக் கண்டு இந்த விலங்கை மனிதகுலத்தின் முன்னோடிகளாகக் கருதவேண்டும் என்று வலியுறுத்தினார் சைமன்ஸ். அவர் கூற்றுப்படி "இராமாபிதகஸை மனித குலத்தின் பரிணாம வளர்ச்சியில், ஒரு தனிக்கிளையாகக் கருதாமல், அடிமரமாக, அதாவது மனிதனின் முன்னோடியாகக் கருதுவதே முறை". இவரது வாதத்தின்படி இராமாபிதகஸுக்கு முன் அழிந்துவிட்ட வாலில்லாக் குரங்கு போன்ற சில விலங்குகளுக்கும் நமக்கும் ஒரே மூதாதையர் இருந்தனர்; இராமாபிதகஸின் வருகைக்குப் பின் ஒரு கிளை, இன்றைய வாலில்லாக் குரங்குகளின் திசை நோக்கிப் பரிணமிக்க, இராமாபிதகஸில் ஆரம்பித்து, மனித குலமென்னும் மற்றொரு கிளை வளர ஆரம்பித்தது.

இந்த வாதத்தை ஒத்துக்கொள்ளுமுன், இராமாபிதகஸ், மனிதக் குரங்குகளைவிட ஒருபடி உயர்ந்ததா, அவற்றைவிட மனிதனுக்கு நெருங்கிய உறவு கொண்டதா என்பது போன்ற கேள்விகள் எழுகின்றன. இராமாபிதகஸின் தாடை, அதிலுள்ள பற்களின் அமைப்பு ஆகியவற்றை மட்டுமே வைத்துச் செய்யப்படும் அனுமானங்களில் ஒன்று, இராமாபிதகஸ் உணவைமென்று தின்ற விதத்தைப் பற்றியது. மனிதக்குரங்குகள் வாயை மூடும்போது, நீளக் கோரைப்பற்களிருப்பதால், இரை வாயிலடங்க, எலிப்பொறி மூடுவது போல வாய் மூடுகிறது. அப்போது, கீழ்த்தாடையைப் பக்க வாட்டிலசைக்க முடியாது. ஆகவே கடைவாய்ப்பற்களின் தேய்மானம், கீழ்த்தாடையை மேலும் கீழும் மட்டுமே அசைத்து, இரையுண்ணும் முறையைப் பொறுத்தது. ஆனால் மனிதனுக்கோ கோரைப் பற்கள் சிறுத்து, முன் பற்களின் அளவேயிருப்பதால் உணவை உண்ணும்போது கீழ்த்தாடையை மேலும் கீழும் மட்டுமின்றிப் பக்கவாட்டிலும் அசைத்து மெல்ல முடிகிறது. இவ்வாறு மெல்லுவதால் நாளடைவில் கடைவாய்ப்பற்களின் மேற்பரப்பு தட்டையாக அரைக்கப்பட்டுத் தேய்கிறது. இராமாபிதகஸின் தாடையெலும்புகளில் உள்ள கடைவாய்ப்பற்கள், சிம்பன்ஸியின் கடைவாய்ப்பற்கள் போலல்லாமல், மனிதனின் கடைவாய்ப்பற்கள் போன்று அமைந்திருந்ததும், தேய்ந்திருந்ததும் இராமாபிதகஸை, சிம்பன்ஸிக்கு மேலான விலங்காக கருதுவதற்கு ஒரு முக்கியமான ஆதாரம். மேலும் சிம்பன்ஸியின் முகம் போல நீண்டதாக அல்லாமல், இராமாபிதகஸின் முகம், சற்றே தட்டையாக இருந்தது. இது இயற்கையில் சந்தர்ப்பவசமாக ஏற்பட்ட ஒரு அம்சமாக இருக்கலாம். தட்டையான முகம், மனிதக்குரங்குகளின் ஆரம்பநிலையாக இருந்திருக்கவும் வாய்ப்புகளுண்டு. அதாவது, மனிதக் குரங்குகளின் முகம் தட்டையாக இருந்து, பரிணாம

வளர்ச்சியில் பின்னர் நீண்டதாகச் சொல்லலாம். எனவே இராமாபிதகஸ் மனிதக் குரங்குகளை விட உயர்ந்ததா? மனிதனுக்கு நெருங்கிய உறவுள்ளதா? என்பதை அறிந்துகொள்ள இராமாபிதகஸுக்கு நெருங்கிய உறவான சிவாபிதகஸ் பற்றித் தெரிந்துகொள்ள வேண்டும்.

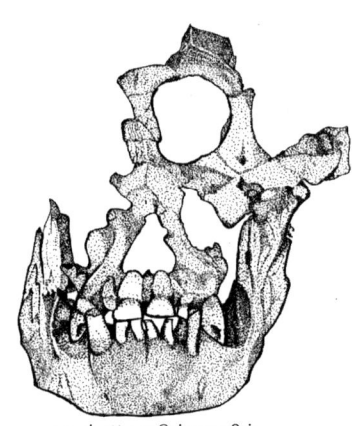

1910இல் சிவாலிக் மலைத் தொடரிலுள்ள படிவங்களில் கண்டெடுக்கப்பட்ட மையோஸீன் வாலில்லாக் குரங்குகளை சிவாபிதஸீன் (Sivapithecine) என்று அழைத்தனர். 1934இல்தான் முதலாவதாக இராமாபிதஸீன் என்ற பதம் பயன்படுத்தப் பட்டது. விலங்கியலில், ஒரு இனத்திலுள்ள பல வகுப்பு களை (Species) ஒன்றாக இணைத்துக் கூறுகையில் முதலில் அறிந்துகொண்ட இனப்பெயரே பயன்படுத்தப் படும். இராமாபிதகஸ் எலும்பு களைவிட, முழுமையான சிவாபிதகஸ் எலும்புகள், இந்தியா, பாகிஸ்தான், துருக்கி, கிரீஸ், சீனா போன்ற நாடுகளில் அகழ்ந்தெடுக்கப்பட்டன. இவற்றில் மிகவும் முக்கிய மானது 1980இல் பாகிஸ்தானி லுள்ள பாட்வார் பீடபூமியி லிருந்து எடுக்கப்பட்ட சிவாபிதகஸின் மண்டையோடு (படம் 11). முகத்தின் முக்கால் பகுதியும், கீழ்த்தாடையும் நன்கு பாதுகாக்கப்பட்ட நிலையிலிருந்தன. இந்த மண்டையோட்டை இன்றைய வாலில்லாக் குரங்குகளின் மண்டையோடுகளுடன் ஒப்பிட்டுப் பார்த்தபோது, கண்கள் இருந்த பகுதியின் அமைப்பும், குறுகிய, உயர்ந்த நாசித்துவாரமும் கோரைப்பற்களின் அமைப்பும் சிறுத்த இரண்டாவது வெட்டுப்பல் போன்ற அம்சங்களும், ஒராங்உடானின் மண்டையோட்டிலுள்ள அம்சங்களை வெகுவாக ஒத்திருந்தன. இந்த ஒற்றுமைகள் மனிதக் குரங்கு களான சிம்பன்ஸி, கொரில்லாக்களில் இல்லாதவை. எனவே, சிவாபிதஸைன், இராமாபிதஸைன் போன்ற மையோஸீன் வாலில்லாக் குரங்குகள், இன்றைய ஒராங்உடானுக்கு நெருங்கிய உறவு என்பதைச் சுட்டிகாட்டி, இவை மனிதனுக்கு நெருங்கிய

படம் 11 பாகிஸ்தானில் அகழ்ந்தெடுக்கப்பட்ட சிவாபிதகஸ் மண்டையோடு (10.5 – 8 மில்லியன் ஆண்டுகளுக்கு முற்பட்டது)

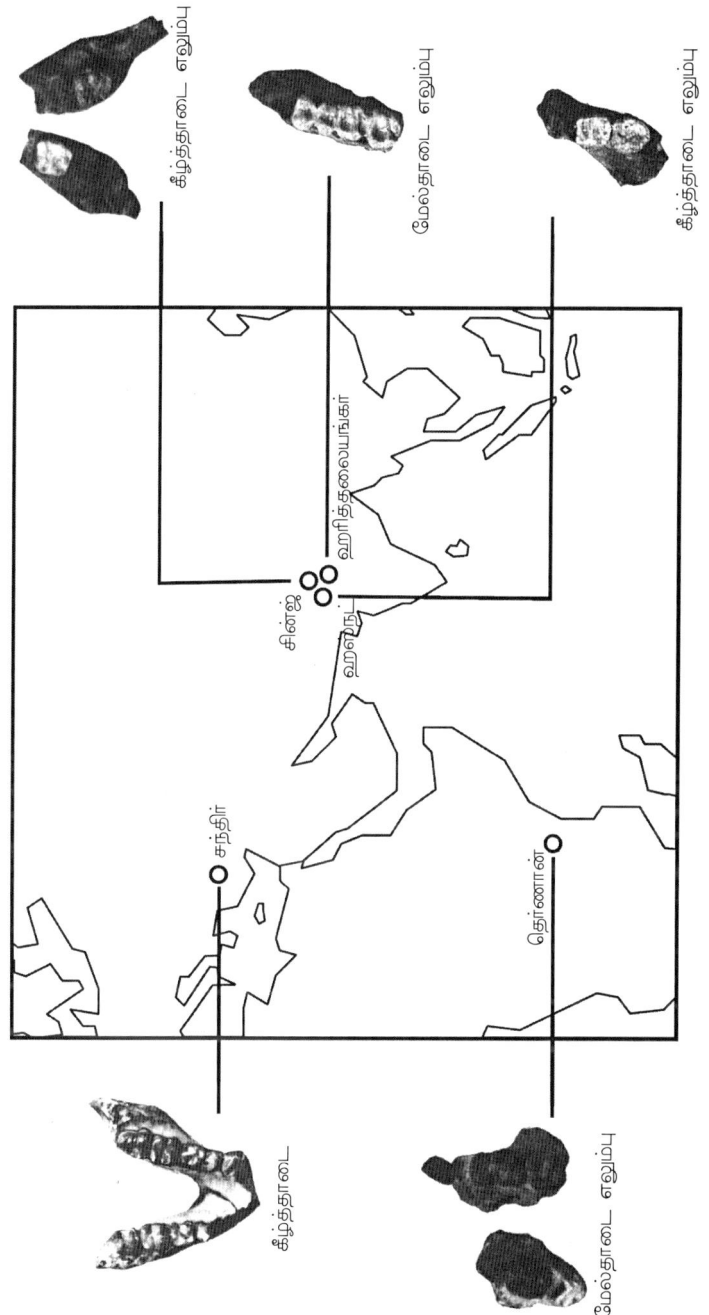

படம் 12 இராமாபிதகஸ் தொல்லுயிர் எச்சங்கள் கிடைத்துள்ள இடங்கள்

மூதாதையரைத் தேடி...

உறவுள்ள மனிதக்குரங்குகளைவிட உயர்ந்ததாகக் கொள்ள முடியாது என்று சில மானிடவியல் ஆய்வாளர்கள் வாதிட்டனர். இவர்கள் கருத்துப்படி இராமாபிதகஸ், சிவாபிதகஸ் போன்றவை ஒராங்உடானின் முன்னோர்களே தவிர மனிதகுலத்தின் முன்னோடிகளல்ல. இந்த வாதத்தின் ஆதாரங்களைச் சுருக்கமாகப் பின் வருமாறு கூறலாம்: சிவாபிதகஸ்–ஒராங்உடான் இரண்டினதும் மண்டையோடுகளில் பல ஒற்றுமைகளைக் காணலாம். மேலும் சிவாபிதகஸ், இராமாபிதகஸுக்கு நெருங்கிய உறவு. எனவே இந்த மேற்கூறிய இரு மையோஸீன் வாலில்லாக் குரங்குகளையும் ஒராங் உடானின் முன்னோர்களாகக் கருதலாம். இதுவரை கிடைத்த இராமாபிதகஸ் தொல்லுயிர் எச்சங்களையும் அவை கிடைத்த இடங்களையும் (படம் 12) கீழ்க்கண்டவாறு பட்டியல் படுத்தலாம்.

1.	மேல்தாடைப் பகுதி	ஹரித்தலையங்கர்	இந்தியா
2.	உடைந்த கீழ்த்தாடைப் பகுதி	சின்ஜ்	பாகிஸ்தான்
3.	கீழ்த்தாடை	ஹஸ்நட்	
4.	முகம், கீழ்த்தாடை	பாட்வார் பீடபூமி	
5.	முழுமையான கீழ்த்தாடை	சந்திர்	துருக்கி
6.	முழுமையான கீழ்த்தாடை	பாசலார்	
7.	தாடையெலும்புகள்	தெர்ணான்	கீன்யா

இராமாபிதகஸ் பற்றிய ஆய்விலுள்ள ஒரு பெரும்குறை, இதுவரை கிட்டியுள்ளவை இந்த விலங்கினத்தின் தாடையெலும்பு, மண்டையோட்டின் பகுதிகள் மற்றும் சில எலும்புகள் மட்டுமே என்பதுதான். இவற்றின் கால், இடுப்பெலும்புகள் போன்றவை கிடைக்காததால் இவை கிளைகளில் தாவித் திரிந்தனவா அல்லது இரு காலில் நடந்தனவா அல்லது நடக்க முயற்சி செய்தனவா என்பதைத் திட்டவட்டமாகக் கூற முடியவில்லை. ஆதலால் கிடைத்த தடயங்களை வைத்துச் சில கணிப்புகள் மட்டுமே செய்ய இயலும். இராமாபிதகஸின் சிறுத்த கோரைப்பற்களையும், தட்டையான முன் பல்லையும் அடிப்படையாகக் கொண்டு, பற்கள் மட்டுமே செய்த வேலையான இரையைக் கடித்துக் கிழிப்பதை, கைகள் (முன்னங்கால்கள்) ஓரளவு செய்ததால் பற்கள்

சிறுக்க ஆரம்பித்தன என்ற ஒரு விளக்கம் அளிக்கப்படுகிறது. இந்த விளக்கத்தின்படி, இராமாபிதகஸின் முன்னங்கால்கள் கைகளாகப் பரிணமிக்க ஆரம்பித்தன; இந்த விலங்கு இன்றையக் கருமந்தியின் உடலளவைக் கொண்டிருந்திருக்க வேண்டும். கண்டெடுக்கப்பட்ட மண்டையோடுகளின் பகுதிகளிலிருந்து இராமாபிதகஸுக்கு குரங்கு போலல்லாமல், பின்புறம் சாயாத முகமும் முன்னோக்கிப் பார்க்கும் அமைப்புடைய கண்களும் கீழ்நோக்கிய நாசியும் அகன்ற வாயும் சன்னமான மேலுதடும் இருந்தன என்பதை அறியலாம்.

எலும்புகள் அதிகம் கிடைக்காத நிலையில், இந்த விலங்கு பற்றி அறிய இவற்றின் தொல்லுயிர் எச்சங்கள் படிந்துள்ள படிவங்கள் பற்றியும் பார்க்க வேண்டும். இராமாபிதகஸின் எலும்பு எச்சங்கள் கண்டெடுக்கப்பட்ட படிவங்கள் பொதுவாக நதிக்கரை அல்லது ஏரிக்கரையில் படிந்த மண்ணாலானவை. இதிலிருந்து இராமாபிதகஸ், சிவாலிக் நதிப் பள்ளத்தாக்கிலிருந்த காடுகளில் வாழ்ந்திருந்தன என்பதை அறியலாம். நதி, ஏரிப் படுகையினருகே வாழ்ந்த இவை அன்று சிவாலிக் நதியில் வாழ்ந்த முதலைகளுக்கு இரையாயின என்பது முதலையின் பற்களின் சிராய்ப்புகளைக் கொண்ட எலும்புகளின் கண்டுபிடிப்பால் தெரியவருகிறது.

❖ ❖

6

ஆதிமனிதயினத்தின் முன்னோடிகள்

நம் மூதாதையர்களும் அவர்களது முன்னோடிகளும் இயற்கையின் கடினமான தேர்வுகளுக்குட்படுத்தப்பட்டனர். அவற்றில் தேறி எஞ்சியவர்களின் வழித்தோன்றல்களே பரிணாம உயர்வை அடைந்த இனம். மனித குலத்தின் வரலாறு பற்றிய உண்மைகளை அறிந்துகொள்ள உதவுபவை, அழிந்துபட்ட இனங்களின் தொல்லுயிரெச்சங்கள், அவை உபயோகித்த கல்லாயுதங்கள் போன்ற எஞ்சி நிற்கும் தடயங்கள். அவற்றை வைத்து அறிவியல் நோக்கில் அழிந்துபட்ட இனங்களின் மூலங்களை ஆராயும்போது மனித இனம், பரிணாமத்தின் உரு வாக்கங்களில் ஒன்று என்பது புலப்படும். பொது வாக ஓர் இனத்தில் பல்லா்யிரம் ஆண்டுகளுக்கு பரிணாம வளர்ச்சியில் பெரிதான மாற்றங்கள் ஏதும் ஏற்படாமலிருக்கலாம். ஆனால் சட்டென சுற்றுப்புறச் சூழல் மாற்றங்களால், இயற்கை தரும் இடர்ப்பாடுகளால், நெருக்கடிகளால், அதனால் ஏற்படும் உந்துதல்களால், சடுதியாக பரிணாம மாற்றங்கள் பெற்று அதன் வழித்தோன்றல்கள், புதிய சூழலுக்கு ஏற்றவாறு உருவாகலாம். இத்தகைய செயல்பாடு ஹோமினின்களில் ஏற்பட்டது. பொதுவாகப் பல்கிப் பெருகிய இனங்களைவிட, தனித்து வாழ்ந்த குழுக்களிலேயே, இயற்கையின் தேர்வுகளைத் தாண்டி வந்த இனங்களிலேயே, இந்த

மாற்றங்கள் நிகழ்ந்தன. இத்தகைய மாற்றங்களில் ஒன்றே, நம் முன்னோடிகள் இரு காலில் நடக்க ஆரம்பித்த செயல். இந்த மாற்றமே, வாலில்லாக் குரங்கினத்தின் முன்னோடிகளையும், மனிதகுலத்தின் முன்னோடிகளையும் பிரித்தது.

வெம்மையும் அதிக மழையும் கொண்ட காலகட்டத்தில், சோலைகள் மிகுந்திருந்த ஆப்பிரிக்கக் கண்டத்தில், தாவரங்களை உணவாக்கிக்கொண்ட மனித இனம் மற்றும் வாலில்லாக் குரங்கினங்களின் முன்னோடிகள் வாழ்ந்து கொண்டிருந்தன. பசுமைச் செழிப்புடன் இருந்த கானகங்களில் மானினம், மாட்டினம் போன்று தாவரங்களை உணவாகக் கொண்டவையும் அவற்றை இரையாக்கி வாழ்ந்த சிங்கம், புலியின் முன்னோடிகளும் பரவலாகத் திரிந்த காலகட்டம் அது. பின்னர் உலகம் ஒரு பனியுகத்தை நோக்கிச் செல்லுமாறு குளிரடைய ஆரம்பித்தது. அதைத் தொடர்ந்து மழை குறைந்தது, மழைக் காடுகள் அளவில் சுருங்க ஆரம்பித்தன. இதனால் மனித இனத்தின் முன்னோடிகள். காடுகளின் தரையிலும், காடுகளை விட்டு சமவெளிகளிலும் இரைதேட ஆரம்பித்தன. அப்போது தம்மைத்தாக்க வரும் ஊனுண்ணிகளை எதிர்க்கவும், சுற்றும் முற்றும் பார்க்கவும் வசதியாக இரு காலில் நிற்க முற்பட்டன, நடக்க முற்பட்டன. இயற்கையின் மாற்றங்கள் அத்தகைய ஒரு முக்கியமான பரிணாம உயர்வை அந்த இனத்தில் ஏற்படுத்தியது. இது பரவலாக எல்லாவிடங்களிலும் ஏற்பட்ட மாற்றமல்ல. இயற்கையரண் போன்ற தனித்துவம் கொண்ட பள்ளத்தாக்கிலோ அல்லது ஆற்றுப் பகுதிகளிலோ இது நடந்திருக்க வேண்டும். இருகாலில் நடக்க முற்பட்ட மனிதனின் முன்னோடிகள் காடுகளை விட்டு, புல்வெளிகளில் இரைதேட ஆரம்பித்த காலத்தில் வாலில்லாக் குரங்குகளின் முன்னோடிகள் காடுகளுக்குள், மரத்திற்குமரம் தாவி வாழ்ந்து கொண்டிருந்தன. ஆனால் மனித குலத்தின் முன்னோடிகள், கைகளால் மரக்கிளைகளைப் பிடிப்பதைத் தவிர்த்து இருகாலில் நடக்க முற்பட்டு, அதனால் சுற்றுப்புறச் சூழலை கண்காணிக்குமாறு பார்வை விரிவடைய, கண்ணால் கண்டவற்றைப் புரிந்துகொள்ளும் வகையில் மூளையின் அளவு பெரிதாக ஆரம்பித்தது. இதுவரை அகழ்ந்தெடுக்கப்பட்ட ஆதிமனிதயெலும்புகளின் காலக் கணிப்புகளைச் சார்ந்து பின்வரும் பட்டியல் அமைக்கப்பட்டது. புதிய கண்டுபிடிப்புகளால் மாற்றங்கள் சில வருங்காலத்தில் ஏற்படலாம். நம் தேடலில் முக்கியமானவை பட்டியலில் காணப்படும் ஆஸ்ட்ரேலோபிதஸீன், ஹோமோ ஹெபிலைன், ஹேமோ எரக்டஸ், ஹோமோ

ஹெய்டெல்பெர்க்கென்ஸிஸ் ஆகியவை. இவை தற்கால மனிதயினத்தின் முன்னோடிகள். பின்வரும் அத்தியாயங்கள், இவைபற்றியே விளக்குகின்றன.

இனம்	வாழ்ந்த காலகட்டம் (இன்னைக்கு முன்)
1. ஆர்டிபிதிகஸ் ரமிடஸ் Ardipithicus ramidus	5–4 மில்லியன் ஆண்டுகள்
2. ஆஸ்ட்ரேலோபிதகஸ் அனமென்சிஸ் Australopithecus anamensis	4.2 – 3.9 மில்லியன் ஆண்டுகள்
3. ஆஸ்ட்ரேலோபிதகஸ்ஆஃப்ரிக்கானஸ் Australopithecus africanus	3 – 2 மில்லியன் ஆண்டுகள்
4. ஆஸ்ட்ரேலோபிதகஸ் ரோபஸ்டஸ் Australopithecus robustus	2.2 – 1.6 மில்லியன் ஆண்டுகள்
5. ஹோமோ ஹெபிலிஸ் Homo habilis	2.2 – 1.6 மில்லியன் ஆண்டுகள்
6. ஹோமோ எரக்டஸ் Homo erectus	2 – 0.4 மில்லியன் ஆண்டுகள்
7. ஹோமோஹெய்டல் – பெர்கென்ஸிஸ் Homo heidel bergensis	6 – 2 லட்சம் ஆண்டுகள்
8. ஹோமோசெபியன்ஸ் ஆர்கேயிக் Homo sapiens arachaic	4 – 2 லட்சம் ஆண்டுகள்
9. ஹோமோ செபியன்ஸ் நியாண்டர்தாலென்ஸிஸ், டெனிஸோவன், ஃப்ளோரோஸியன்ஸிஸ் Homo sapiens neandertalensis, Denisovans, Florosiensis,	2 லட்சம்–30 ஆயிரம் ஆண்டுகள்
10. ஹோமோ செபியன்ஸ் செபியன்ஸ் Homo sapiens sapiens	2 லட்சம்ஆண்டுக்கு முன்பிருந்து இன்று வரை

6.1.

ஆஸ்ட்ரேலோபிதஸீன் (Australopithecine)

முதற் கண்டுபிடிப்பு

ஆஸ்ட்ரேலோபிதஸீன் பற்றி முதலில் தெற்கு ஆப்பிரிக்கக் கண்டுபிடிப்புகளால் தெரியவந்தது. பின்னர் இருபதாம் நூற்றாண்டில் அறுபது எழுபதுகளில் தன்சனியா, கீன்யா, எத்தியோப்பியா போன்ற கிழக்கு ஆப்பிரிக்க நாடுகளில், பன்னாட்டு தொல்மானிடவியலாளர்கள் நடத்திய அகழாய்வுகள் மேலும் பல ஆஸ்ட்ரேலோபிதஸீன் தொல்லுயிர் எச்சங்களைத் தந்தன. இவற்றைக் கண்டுபிடித்த ஒவ்வொருவரும், தம் கண்டுபிடிப்புகளுக்கு ஒவ்வொரு பெயர் கொடுத்ததால், குழப்பங்களும் சர்ச்சைகளும் உருவாயின. இதற்குக் காரணம், இந்த இனத்தில் பல வேறுபட்ட அமைப்புகள் இருந்ததும், ஒவ்வொரு ஆய்வாளரும் தன் கண்டுபிடிப்பு மற்றவற்றிலிருந்து வேறுபட்டுத் தனித்தன்மையுடையது என்று எண்ணியதுமாகும். ஆனால் இன்று இந்த இனத்தைப் பொதுவாக ‘கிரெஸைல்’ (Gracile) ஆஸ்ட்ரேலோபிதஸீன் என்றும் ‘ரோபஸ்ட்’ (Robust) ஆஸ்ட்ரேலோபிதஸீன் என்றும் இரு பிரிவுகளாகப் பிரிக்கின்றனர். இதை எளிதாக, சிறிய ஆஸ்ட்ரேலோபிதஸீன், பெரிய ஆஸ்டிரேலோபிதஸீன் என்று அழைக்கலாம்.

'டாங்' (Taung) குழந்தை

1924இல் தெற்கு ஆப்பிரிக்காவில் டாங் என்னும் இடத்தில் சுண்ணாம்புக் கல்லுடைத்துக் கொண்டிருந்த வேலையாட்கள், கல்லில் பதிந்திருந்த மண்டையோடு ஒன்றைப் பழைய குகை ஒன்றிலிருந்துப் பெயர்த்தெடுத்தனர். இதை ஆராய்ந்த ரேமண்ட் டார்ட் (Raymond Dart) என்ற உடற்கூறியல் அறிஞர், இது மானிடவியல் சரித்திரத்தில் ஒரு முக்கியமான கண்டுபிடிப்பு என்பதை உணர்ந்தார். நிலத்தடிநீர் சுண்ணாம்புக் கரைசலை நிரப்பியதால் நன்கு பாதுகாக்கப்பட்ட நிலையிலிருந்த 'டாங்' மண்டையோடு, ஒரு சிம்பன்ஸியின் மண்டையோடு போலக் கனமான தாடை, சப்பை மூக்கு, உயர்ந்த புருவங்கள் கொண்டிருந்தது (படம் 13). சுமார் இருபத்தைந்து லட்சம்

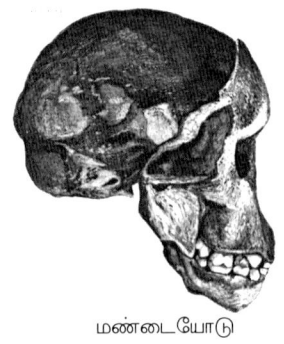
மண்டையோடு

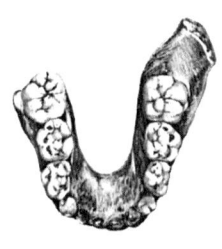
கீழ்த்தாடை

படம் 13 டாங் குழந்தை

ஆண்டுகளுக்குமுன் வாழ்ந்த 'டாங்' குழந்தையின் சிறப்பு அம்சங்கள்: 1. இதன் இருபத்திநான்கு பற்களும் மனிதப்பற்கள் போலிருந்தன. 2. பற்களின் அமைப்பு மனிதனுக்குள்ளது போல அரை வட்ட வடிவமாயிருந்தது. 3. பற்களால் உணவை அரைத்து உண்ணும் விதத்தில் மனிதனுக்குள்ளது போன்ற தாடை அமைப்பு இருந்தது. 4. அதன் மூளையளவு 520 க.செ.மீ. அதாவது, 'டாங்' குழந்தையின் மூளை இன்றைய கொரில்லாவின் மூளையை விடப் பெரியதாயிருந்தது. 5. இந்த மண்டையோட்டின் அடியில் தண்டுவடம் நுழையும் பெருந்துளை, மனிதனுக்குள்ளது போல மண்டையோட்டின் அடிப்பகுதியின் நடுவிலிருந்தது. இது ஒரு முக்கியமான அம்சம். மற்றைய விலங்குகளுக்குப் பெருந்துளை மண்டையோட்டின் பின்பகுதியிலிருக்கும். விளக்கமாகச் சொல்வதென்றால், பூனைக்குத் தண்டுவடம் கபாலத்துடன், மனிதனுக்குள்ளது போல இணைந்திருந்தால் அது எப்போதும்

தரையையே பார்த்து நடக்க வேண்டியிருக்கும்: பூனை நாம் நடப்பது போல நேராக நின்று இரு காலில் நடக்காமல், நான்கு கால்களில் தரையில் நடப்பதால் அதன் பெருந்துளையின் அமைப்பு மனிதனுடையதிலிருந்து வேறுபடுகிறது. எனவே 'டாங்' குழந்தையின் மண்டையோட்டில் பெருந்துளை அமைந்திருந்த விதத்தைப் பார்த்து 'டாங்' குழந்தை இரு காலில் நடந்த உயிரென்று ரேமண்ட் டார்ட் கூற, பெரிய சர்ச்சை ஏற்பட்டது. பிறகு மேலும் கண்டெடுக்கப்பட்ட ஆஸ்ரேலோபிதஸீன் தொல்லுயிர் எச்சங்களால் இந்தச் சர்ச்சை முடிவுக்கு வந்தது.

'டாங்' குழந்தை, மனிதக் குழந்தை போலவும் இல்லை, மனிதக்குரங்குக் குட்டி போலவும் இல்லை. எனவே இதை ஆஸ்ட்ரேலோபிதகஸ் ஆஃப்ரிகானஸ் *(A. Africanus)* என்று அழைத்தனர். இந்த இனத்தின் பற்களை வைத்து இவை காய், கனிகள், கிழங்குகள், சிறிய விலங்குகளின் இறைச்சி போன்றவற்றை உண்டன என்பது கண்டுபிடிக்கப்பட்டது. இவை வாழ்ந்த குகைகளில் கண்ட கற்கள், எலும்புகள், கொம்புகள் ஆகியவை இவை பயன்படுத்திய ஆயுதங்களாக இருக்கும் என்ற சிலரின் வாதத்திற்கு வலுவான ஆதாரங்கள் கிடையாது.

6.2.1. மற்ற தெற்கு ஆப்பிரிக்கக் கண்டுபிடிப்புகள்

ஸ்டார்க்ஃபோன்டெய்ன் கண்டுபிடிப்பு – 'மிஸஸ் ப்ளெஸ்' **(Mrs. Ples)**

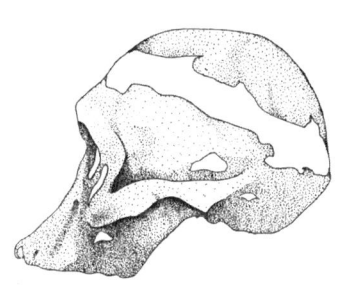

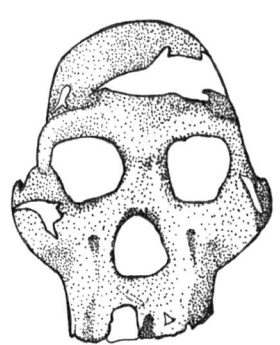

படம் 14 மிஸஸ் ப்ளெஸ்

*1947*இல் ராபர்ட் ப்ரூம் (Robert Broom), தெற்கு ஆப்பிரிக்காவிலுள்ள ஸ்டார்க்ஃபோன்டெய்ன் (Sterkfontein) என்னும் இடத்திலுள்ள சுண்ணாம்புப் படிவப் பாறைகளில் அமைந்த குகை

ஒன்றை ஆராய்ந்து கொண்டிருந்தார். நிலத்தடிநீர் சுண்ணாம்புப் பாறைகளின் வெடிப்புகளின் வழியாகக் கசிந்து, பாறைகளை ஓரளவு கரைத்துவிட்டதால் கூரையின் மேல் பகுதி சிதைந்து விழுந்திருந்த இந்த குகை இடிபாடுகளிடையில் பல விலங்கு களின் எலும்புகளைக் கண்டெடுத்தார். பிறகு முழுவதுமாகப் பாதுகாக்கப்பட்ட ஆஸ்ட்ரேலோபிதஸீன் மண்டையோடு (ஸ்டார்க்ஃபோன்டெய்ன் – 5 எனக் குறிக்கப்படும்) ஒன்றை அவரது கூட்டாளியான பேராசிரியர் ஜான் ராபின்ஸனின் உதவியுடன் அகழ்ந்தெடுத்தார். அந்த மண்டையோடு முன்பு கண்டுபிடிக்கப்பட்ட 'டாங்' குழந்தை எந்தயினத்தைச் சேர்ந்ததோ, அதேயினத்தைச் சார்ந்த ஆனால் வயது வந்த ஒரு பெண்ணின் மண்டையோடு என ப்ரூம் எண்ணியதால், அந்தயினத்திற்கு ப்ளெஸியேந்ரோபஸ் (Plesianthropos) எனப் பெயரிட அதுவே சுருக்கப்பட்டு 'மிஸஸ் ப்ளெஸ்' ஆனது (படம் 14). STS-5 எனக் குறிக்கப்படும் இந்த மண்டையோட்டை, 2002ல் தீர்க்கமாக ஆராய்ந்த தொல்-மானிடவியலாளர் ஃப்ரான்ஸிஸ் தக்கரே அது ஒரு ஆணின் மண்டையோடு என்பதைக் கண்டுபிடித்த போதிலும், அந்தப் பெயர் மாற்றப்படவில்லை. 2.5 மில்லியன் ஆண்டுகட்கு முற்பட்ட இந்த மண்டையோடு டாங் குழந்தை வளர்ந்திருந்தால் எப்படியிருந்திருக்கும் என்பதையும், இந்த இனம் திட்டவட்டமாக வாலில்லாக் குரங்கிலிருந்து பரிணாமத்தில் உயர்வடைந்த இனம் என்பதையும் உணர்த்தியது. அதே ஆண்டு ஆகஸ்ட் மாதம் ஆஸ்ட்ரேலோபிதஸீன் தொடையெலும்பு, இடுப்பெலும்புகளையும் அவர் கண்டுபிடித்தார். இந்த இடுப் பெலும்பு மனித இடுப்பெலும்பின் சில அம்சங்களையும், மனிதக் குரங்கின் இடுப்பெலும்பின் சில அம்சங்களையும் கொண்டிருந்தது. உதாரணமாக, இது இரண்டு காலில் நடக்க உதவும் அகன்ற மனித இடுப்பெலும்பு போலத் தோற்றமளித்தாலும், மனிதக் குரங்கின் இடுப்பெலும்பு போல நீண்டிருந்தது. அந்த இனம் இருகாலில் நடக்க ஆரம்பித்த இனம் என்பது புலப்பட்டது.

மகாபன்சட் (Makapansat) கண்டுபிடிப்பு

ரேமண்ட் டார்ட் நடத்திய அகழாய்வில் ஆஸ்ட்ரேலோ பிதகஸ் ஆஃப்ரிக்கானஸ் பற்றி மேலும் பல புதிய தகவல்கள் கிட்டின. இங்கு பல ஆஸ்ட்ரேலோபிதஸீன் மண்டையோடுகள், தாடை எலும்புகள், பற்கள், இடுப்பெலும்புகள், கையெலும்புகள் எனப் பரவலாகக் கிட்டின. இவற்றில் முக்கியமானவை, நன்கு பாதுகாக்கப்பட்ட, கோரைப்பல்லுடன் கூடிய ஸ்டார்க்ஃபோன்டெய்ன் மண்டையோடு போல் தோற்றமளித்த மண்டையோடொன்றும், சில வயதான ஆஸ்ட்ரேலோபிதஸீன்களின் மண்டையோடுகளும் ஆகும். மோவாய்க்கட்டை இல்லாத வலுவான தாடைகள்

பல கண்டெடுக்கப்பட்டன. இங்கு கண்டெடுக்கப்பட்ட இடுப்பெலும்புகள் S வடிவம் கொண்டவையாதலால், இவை உறுதியாக இரு காலில் நடந்த விலங்குகள் என்பது தெளிவாகியது, மனிதன் போல ஓடியாடித் திரியாவிட்டாலும், தட்டுத் தடுமாறி இரு காலில் நடந்திருக்க வேண்டும் என்று ரேமண்ட் டார்ட் ஊகித்தார்.

குரோம்ட்ராய் (Kromdrai) கண்டுபிடிப்பு

பள்ளிச்சிறுவன் ஒருவன் கொண்டுவந்த எலும்பின் முக்கியத்துவத்தை உணர்ந்த டார்ட், குரோம்ட்ராய் என்னு மிடத்தில் அகழாய்வு நடத்தினார். சுண்ணாம்புப் பாறைப் படிவங்கள் கொண்ட குகைகளிலிருந்து ஒரு மண்டையோட்டின் பல பகுதிகளை (படம் 15) எடுத்தார். குரோம்ட்ராய் மந்தி மனிதன் சிறிய மூளையையும், பெரிய முகத்தையும் கொண்டிருந்தவன். பெருந்துளை, மனிதனுக்குள்ளது போலிருந்தது. குரோம்ட்ராய் எலும்புகளில் முக்கியமானவை காலெலும்பு மூட்டும், கையின் பந்துக் கிண்ணமூட்டின் ஒரு பகுதியும், பாதத்தின் அசைவைக் கட்டுப்படுத்தும் எலும்பொன்றுமாகும்.

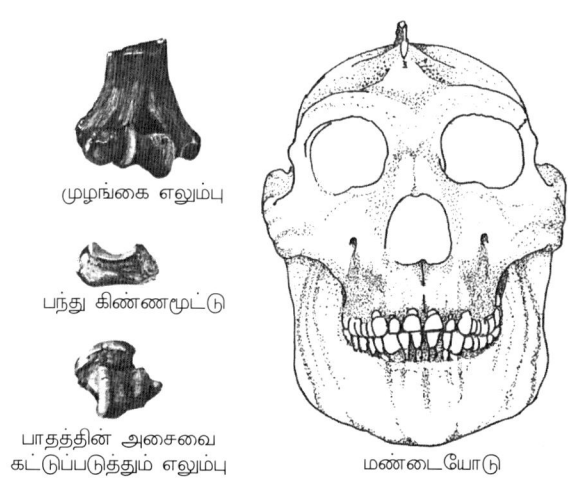

முழங்கை எலும்பு

பந்து கிண்ணமூட்டு

பாதத்தின் அசைவை
கட்டுப்படுத்தும் எலும்பு

மண்டையோடு

படம் 15 குரோம்ட்ராய்

ஸ்வாட்க்ரான்ஸ் (Swartkrans) கண்டுபிடிப்பு

தெற்கு ஆப்பிரிக்காவில் ப்ரூம், ராபின்ஸன் குழு, ஸ்வாட் கரான்ஸ் என்னுமிடத்திலுள்ள சிதைந்த சுண்ணாம்புப் பாறைக் குகைகளில் பல மந்திமனிதர்களின் எலும்புகளைக் கண்டு

பிடித்தது. இவை முன்பு கண்டுபிடித்த ஆஸ்ட்ரேலோபிதஸீன் எலும்புகளிலிருந்து மாறுபட்டவை, பெரியவை. மோவாய்க் கட்டை இல்லாத பெரிய தாடை எலும்புகள் இவை. பெரிய பற்களுடன்கூடிய பெரிய தாடைகளை அசைக்க உதவிய தசைகள் பற்றும் வகையில் மண்டையோட்டின் உச்சியில் பெரிய புடைப்பு இருந்தது. இதன் இடுப்பெலும்போ, மனிதனது இடுப்பெலும்புக்கும் மனிதக்குரங்கின் இடுப்பெலும்புக்கும் இடைப்பட்ட நிலையைக் காட்டியது.

6.2.2. கிழக்கு ஆப்பிரிக்க கண்டுபிடிப்புகள்

சின்ஜேந்த்ரோபஸ் (Zinjanthropos)

'ஓல்டுவாய்' தன்சனீயாவிலுள்ள நாற்பது கி.மீ. நீளமுடைய ஒரு U வடிவப் பள்ளத்தாக்கு. சுமார் நூறு மீட்டர் கனம் கொண்ட, ஏரிப் படிவங்கள் படிந்துள்ள இப்பகுதியில் முப்பதுகளில் லீக்கி (Leakey) தம்பதியினர் அகழாய்வு மேற்கொண்டனர். இங்கு கிடைத்த சில கரடுமுரடான ஆயுதங்களைக் கண்டு, இங்கு மனிதகுலம் பரிணமித்தது பற்றிய தடயங்கள் மேலும் கிட்டுமென நம்பினர். இந்த நம்பிக்கை வீண்போகவில்லை. 1959இல் திருமதி மேரி லீக்கி உடைந்த மண்டையோட்டின் பகுதியொன்றைக் கண்டுபிடித்தார். 'கிழக்கு ஆப்பிரிக்க ஆதிமனிதன்' என்று பொருள்படுமாறு இதை சின்ஜேந்த்ரோபஸ் எனப் பெயரிட்டு அழைத்தார். சுருக்கமாக 'சின்ஜ்' என்று அழைக்கப்படும் இந்த விலங்குக்குப் பாக்கு வெட்டிபோலப் பெரிய கடைவாய்ப் பற்கள் இருந்ததால் 'பாக்குவெட்டிப்பல் மனிதன்' (Nutcracker Man) என்ற பட்டப்பெயரும் கொடுக்கப்பட்டது (அட்டையில் உள்ள படம்). இதர ஆஸ்ட்ரேலோ பிதஸீனிலிருந்து 'சின்ஜ்' வேறுபட்டது என எண்ணி இந்த விலங்கை லீக்கிக் குழுவினர் ஆஸ்ட்ரேலோபிதஸீன் போய்ஸி (Boisei) என்று அழைக்க முற்பட்டாலும் ஆய்வாளர் இன்று இதை ஆ.ரோபஸ்ட் வகையில் சேர்க்கின்றனர்.

சின்ஜின் மண்டையோட்டின் மேற்பகுதியிலிருந்த உயர்ந்த புடைப்பு, பெரிய தாடையை அசைத்த தசைகளைப் பற்றுமாறு அமைந்திருக்க வேண்டும் என ஊகிக்கப்பட்டது. கீன்யாவிலுள்ள துர்கானா ஏரிக்கரை மற்றும் எத்தியோப்பியாவிலுள்ள ஹாடார் பகுதிகளில் பின்னர் அகழ்ந்தெடுக்கப்பட்ட பெரிய தாடைகள் இதை உறுதி செய்தன. இந்த விலங்கின் எலும்புகள் கண்டெடுக்கப்பட்ட இடத்தில் பல உடைந்த எலும்புகளும்,

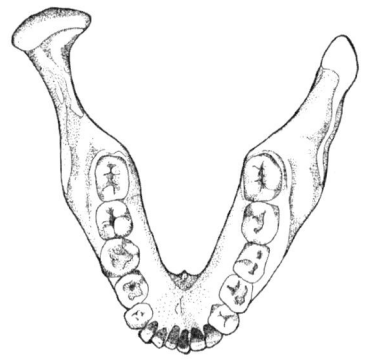

படம் 16 துர்கானா ஏரிக்கரையில் கண்டெடுக்கப்பட்ட சின்ஜின் கீழ்த்தாடை

சிதைந்த மண்டையோடுகளும் மற்ற விலங்குகளின் எலும்புகளும் கண்டுபிடிக்கப்பட்டன. ஆனால் சின்ஜின் பல்லமைப்பு (படம் 16) மரக்கறியுண்டதைக் காட்டுவதால் இந்த எலும்புகள் எங்கிருந்து வந்தனவென்ற கேள்வியெழுந்தது. இதற்கு, ஆஸ்ட்ரேலோபிதஸீனை விடத் திறமையான மூளையுடைய விலங்குகள் இவற்றைக் கொன்று தின்றிருக்கலாம் என்று விளக்கம் கொடுக்கப்பட்டது. இங்கு கண்டெடுக்கப்பட்ட பலவிதமான கல்லாயுதங்கள், உடைந்த மண்டையோடுகள், மற்றைய எலும்புகள், இவ்விளக்கத்திற்கு ஆதாரமாகக் காட்டப்பட்டன. ஆஸ்ட்ரேலோபிதஸீன் கல்லாயுதங்களைப் பயன்படுத்தியனவா என்பது ஒரு பதிலளிக்கப்படாத கேள்வி.

‘லூஸி’ – ஆஸ்ட்ரேலோபிதகஸ் அஃபாரன்ஸஸ் (A. Afarensis)

1974இல் பேராசிரியர் டொனால்ட் ஜோஹான்ஸன் எத்தியோப்பியாவிலுள்ள ஹடார் பகுதியில், ஓர் உடைந்த மண்டையோட்டையும், மனிதக் கையெலும்புகள் போல் தோற்றமளித்த எலும்புகளையும் ஓர் ஓடைக்கரையருகே கண்டெடுத்தார். அந்தப் பகுதியில் மேலும் தேடியபோது, பல எலும்புகள் கிட்டின. சுமார் மூன்றரையடி உயரம் கொண்ட ஓர் இளம் பெண்ணின், ஏறக்குறையப் பாதி எலும்புக்கூடு இவையென்பது தெரிய வந்தது (படம் 17). அகழாய்வு முகாமிலிருந்தவர்கள் அப்போது பிரபலமாயிருந்த பீட்டில்ஸ் பாடலான ‘லூஸி’யையே இதற்குப் பெயராக வைத்தனர். இது முப்பது லட்சம் ஆண்டுகளுக்கு முன் (பொட்டாசியம் ஆர்கான் முறை) வாழ்ந்ததுயென்பதும், இது இரு காலில் நடந்த விலங்கு என்பதும் இந்தக் கண்டுபிடிப்பின் முக்கிய அம்சங்கள்.

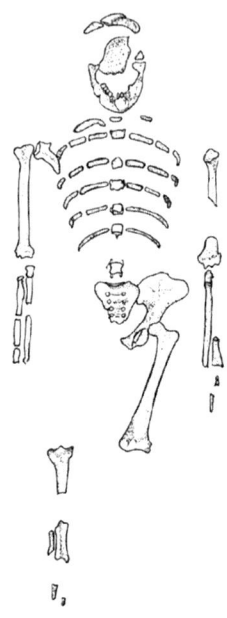
எத்தியோப்பியாவில் ஹடார் பகுதியில் அகழ்ந்தெடுக்கப்பட்ட லூஸியின் எலும்புக்கூடு

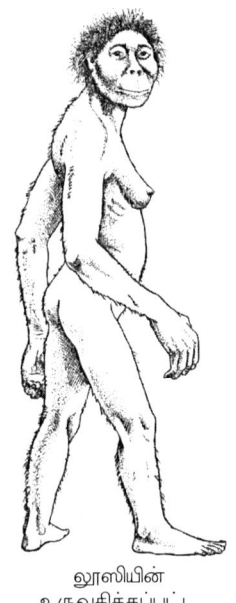
லூஸியின் உருவகிக்கப்பட்ட தோற்றம்

படம் 17 லூஸி

லூஸியின் கால், கை எலும்புகள் கனமானவையாக இருந்தன; வலிமையான தசைகள் பொருந்தியிருந்ததற்கான அடையாளங்கள் கொண்டிருந்தன. அகன்ற கடைவாய்ப் பற்களும், முன்னோக்கி நீண்ட மோவாய்க்கட்டை இல்லாத முகமும் குறுகிய நெற்றியும் உயர்ந்த புருவமும் தட்டையான மூக்கும் கொண்ட 'லூஸி', மந்தி போலத் தோற்றமளித்தாலும் இன்றைய மனிதனுடைய மூளையின் அளவில் மூன்றிலொரு பங்கை (சுமார் 375–300 க செ.மீ) கொண்டிருந்தது. மனிதக்குரங்கின் மூளையைவிட பெரிய, ஆனால் பேசும் சக்தியையளிக்கப் போதுமான அளவு இல்லாத மூளை அது.

ஆஸ்ட்ரேலோபிதஸீனின் சிறப்பம்சம் அது இரு காலில் நடந்தது என்பது. இதற்கு ஆதாரங்கள் 1) பெருந்துளை மண்டையோட்டின் அடியில் இருந்தது; 2) இடுப்பெலும்பு குறுகி, அகன்றதாக இருந்தது; 3) தொடை எலும்பு நீண்டதாக, மூட்டுப்பகுதி முதலில் சற்றே சிறுத்துப் பிறகு பருத்ததாக இருந்தது;

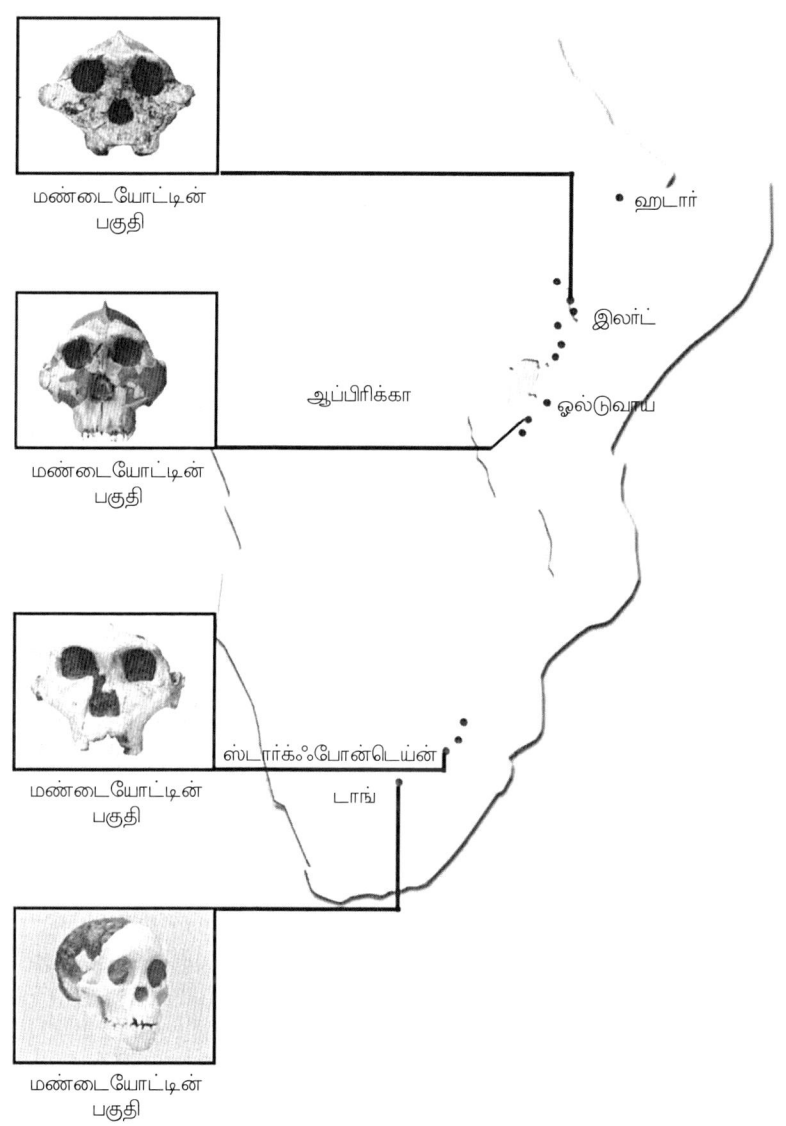

படம் 18 ஆஸ்ட்ரேலோபிதஸீன் தொல்லுயிர் எச்சங்கள் கிடைத்துள்ள இடங்கள்

4) பாதத்தின் அமைப்பு மனிதப் பாதங்கள் போலிருந்தது. நடப்பதற்குத் தொடை எலும்புகள் இன்றியமையாதவை; ஏனெனில், அவற்றில் நடந்து திரிய உதவும் வலிமையான தசைகள் பொருந்தியிருக்கும். இது மரத்தில் தாவித் திரியும் மந்திகளுக்கும் தரையில் நடந்து திரியும் மனிதனுக்கும் வெகுவாக மாறுபடுகிறது. ஆஸ்ட்ரேலோபிதஸீனின் தொடை எலும்பு, இடுப்பெலும்புடன் சேரும் பகுதி, வெகுவாக மனிதனது தொடை எலும்புடன் ஒத்திருந்தது என்பது லூஸியின் எலும்புகளை ஆராயும்போது தெரியவந்தது. மேலும் லூஸியின் இடுப்பெலும்புத் தகடு மனிதருக்குள்ளது போலப் பக்கவாட்டிலில்லாமல் சற்றே பின் தள்ளியிருந்தது. இடுப்பெலும்புடன் சேரும் தொடை எலும்பின் பந்துக்கிண்ணப் பகுதி, மனிதனுக்குள்ளது போல நன்கு உருண்டதாக இல்லை. எனவே லூஸி இரு காலில் நேராக நின்று நடந்திருந்தாலும், மனிதன் போல் நிமிர்ந்து நின்று விரைவாக நடந்திருக்க முடியாது என்பது ஒரு முடிவு. மேலும், ஆஸ்ட்ரேலோபிதஸீன் நம்மைவிடச் சிறியவையாதலால் எடை குறைவானவை; எனவே இடுப்பு, தொடை அமைப்பு ஓரளவு வேறுபட்டிருக்கலாம். மண்டையோடுகளை வைத்து ஆஸ்ட்ரேலோபிதஸீன் முகம் சிம்பன்ஸி போல் முன் நீண்டதாக இல்லாமல், ஓரளவு தட்டையாக, ஆனால் மனித முகத்தைப்போல் அவ்வளவு தட்டையாக இல்லாமல், தோற்றமளித்திருக்க வேண்டும் என்பது கண்டுபிடிக்கப்பட்டது.

குரோம்ட்ராய், ஓல்டுவாய்க் கண்டுபிடிப்பான சின்ஜ் ஆகியவை திடகாத்திரமான ஆஸ்ட்ரேலோபிதகஸ் ரோபஸ்ட் வகையைச் சார்ந்தவை. இவை பெரியவையானாலும் மூளை சிறுத்தவை. பெரிய பற்களையுடைய, மோவாய்க்கட்டை இல்லாத, பெரிய தாடைகளை அசைத்த தசைகள் பற்றும் வகையில், தலையின் உச்சியில் பெரிய புடைப்புக் கொண்டவை; காய், பழம், கிழங்கு ஆகியவற்றை உண்டு வாழ்ந்தவை. அடுத்த பிரிவான கிரெஸைல் ஆஸ்ட்ரேலோபிதஸீன், அளவில் சிறியவை, உருவத்தில் இன்றைய ஆப்பிரிக்கப் 'பிக்மி' இனத்தவரைப் போல இருந்திருக்க வேண்டும். 'டாங்' குழந்தை, லூஸி இவை ஆ. அஃபாரன்ஸஸ் என்றாலும், பொதுவாக இந்தப் பிரிவில் சேர்க்கப்படுகின்றன. இவை மரக்கறி மட்டுமல்லாமல் இறைச்சியையும் உண்டு வாழ்ந்தவை என்பது இவற்றின் பல்லமைப்பினாலும், அவற்றுடன் கண்டுபிடிக்கப்பட்ட சிறிய விலங்குகளின் எலும்புகளினாலும் அறியலாம். இந்த இரு பிரிவான ஆஸ்ட்ரேலோபிதஸீன்களுக்கிடையே உள்ள வித்தியாசங்களைக் கொரில்லாவுக்கும், சிம்பன்ஸிக்கு மிடையே உள்ள வித்தியாசங்களுடன் ஒப்பிடலாம்.

மனிதகுலத்துடன், இராமாபிதகஸைவிட, ஆஸ்ட்ரேலோபிதஸீன் நெருங்கிய தொடர்புடையது என்பது இந்தக் காரணங்களால் தெரியவருகிறது. இந்தத் தொடர்பைக் கீழ்க்கண்டவாறு காட்டலாம்.

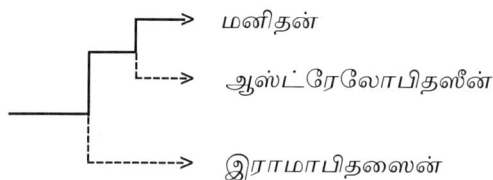

இந்த உறவில் கிரெஸைல் ஆஸ்ட்ரேலோபிதஸீன் மனிதனுக்கு நெருங்கியதா அல்லது ரோபஸ்டஸ் ஆஸ்ட்ரேலோபிதஸீன் நெருங்கியதா என்பது இன்னும் தீர்வு காணாத சர்ச்சை என்றாலும், கிரெஸைல் நமக்கு நெருங்கியது என்பது பெரும்பான்மையான ஆய்வாளர்களின் கருத்து.

❖❖

6.2.

ஹோமோ ஹெபிலைன்
(Homo habiline)

1959இல் மேரி லீக்கி நடத்திய அகழாய்வால் 20 லட்சம்–15 லட்சம் ஆண்டுகளுக்கு முன் வாழ்ந்த ஆதிமனிதயினத்தின் முன்னோடி பற்றித் தெரிய வந்தது. முன்பு ‘சின்ஜ்’ கண்டெடுக்கப்பட்ட ஓல்டுவாய்ப் பள்ளத்தாக்குப் பகுதியில் மேரி லீக்கி, ஒரு வளர்ந்த ஆதி மனிதனுடைய எலும்புகளையும், ஓர் இளவயதுப் பிள்ளையின் எலும்புகளையும் கண்டெடுத்தார். கண்டெடுக்கப்பட்ட எலும்புகளில் முக்கியமானவை மண்டையோடு, தாடை, தோள், இரு கைகளின் எலும்புகள் (சுமார் 15 துண்டெலும்புகள்), ஓரளவுக்கு முழுமையான பாத எலும்புகள் ஆகியவை. கண்டெடுக்கப்பட்ட கையெலும்புகளில் முக்கியமானது, நுனிப்பகுதி தட்டையாக இருந்த பெருவிரல் ஒன்று. இதிலிருந்து இந்த ஆதிமனிதனின் கை, நம் கையைப் போல பொருட்களை இறுக்கிப் பிடிக்குமாறு அமைந்திருந்தது என்பது விளங்குகிறது. இந்தக் கையெலும்பை நம் கையின் அமைப்போடு மட்டுமல்லாமல், கொரில்லாவின் கை அமைப்போடும் ஒப்பிடலாம்.

அங்கு தோண்டியெடுக்கப்பட்ட பாத எலும்பு மற்றொரு முக்கியமான கண்டுபிடிப்பு. பொதுவாகப் பல சிறிய எலும்புகள் கொண்ட பாதம் கிடைப்பது அரிது. கிடைத்த இந்தப் பாதத்தின் குதிப்பகுதியை யும் ஏதோ ஒரு விலங்கு கடித்துவிட்டிருந்த

.ஹோமோ ஹெபிலைன் வாழ்க்கைமுறை

© The Natural History Museum

ஒன்றுகூடி வேட்டையாடிய விலங்கைத் தாம் செய்த கற்கருவிகளால் கூறுபோட்டுக் கொண்டிருக்கும் ஹெபிலைன் கூட்டம்.
(Ref. No. 005548 NHM Image)

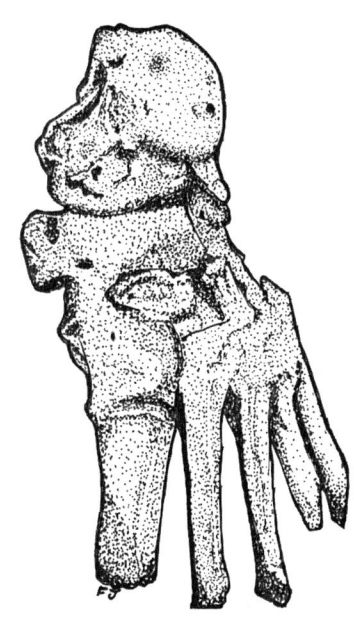

படம் 19 ஓல்டுவாய் பள்ளத்தாக்கில் கிடைத்த பாத எலும்பு

போதிலும், எஞ்சியுள்ள பாத எலும்புகளை வைத்து, இது நேராக நிமிர்ந்து நடந்த உயிரினம் என்பதைக் கண்டு பிடித்தனர். இந்தப் பாதத்தில் கட்டைவிரல்கள் (கொரில்லாவின் பாதத்திலுள்ள கட்டை விரல் கிளைகளைப் பிடிக்கும் வகையில் அமைந்துள்ளது போலல்லாமல்) நேராக இருந்தது ஒரு சிறப்பம்சம். மேலும், பாதத்தின் அமைப்பும், அது தரையில் பாவிய விதமும், ஓரளவு தற்கால மனிதனின் பாத அமைப்பை ஒத்திருந்தது (படம் 19). மேலும் இங்கு கிடைத்த இளம்பிள்ளையின் மண்டையோடு 'டாங்' குழந்தையின் மண்டையோட்டை விடப் பெரியதாக இருந்தது. இதன் மூளையளவு 680 க.செ.மீ. இது ஆஸ்ட்ரேலோ பிதஸீனின் மூளையை விட அதிகம். இந்த மூளையளவு, மனித மூளையின் அளவில் பாதியே இருந்தாலும் சுமார் நாலடி உயரம் கொண்ட உயிரினத்திற்கு இது அதிகமே. கீன்யாவில் கூபி ஃபோரா (Koobi Fora) என்னும் இடத்தில் இதே இனத்தின் மண்டையோடு ஒன்று கிடைத்தது. இந்த மண்டையோடுகளை ஆராய்ந்த போது இந்த இனத்தின் முகம் சிம்பன்ஸியினுடையதைப் போல நீண்டிருக்காமல் ஓரளவு தட்டையாக இருந்தது என்பது புலப்பட்டது. அவற்றின் பற்கள் பெரியவையானாலும் தற்கால மனிதனின் பல்லமைப்பைப் போல இருந்தது குறிப்பிடத்தக்கது.

ஆஸ்ட்ரேலோபிதஸீனைவிட பெரிய அளவு மூளை கொண்டிருந்த, ஹோமோ ஹெபிலைன் எனப் பெயரிடப்பட்ட இந்த இனம், இரைக்காக வேட்டையாடுவதை எளிதாக்குவதற்காக, கல்லாலான ஆயுதங்களைச் செய்து உபயோகித்ததை, இவை வாழ்ந்த இடங்களில் கிடைத்த ஆயிரக்கணக்கான கல்லாயுதங்கள் புலப்படுத்துகின்றன.

இங்கு ஆயுதங்களை உபயோகிப்பதற்கும், ஆயுதங்களைச் செய்து உபயோகிப்பதற்குமுள்ள ஒற்றுமை வேற்றுமைகளைக் கூர்ந்து நோக்க வேண்டும். மனிதக்குரங்குகள் ஆயுதங்கள்

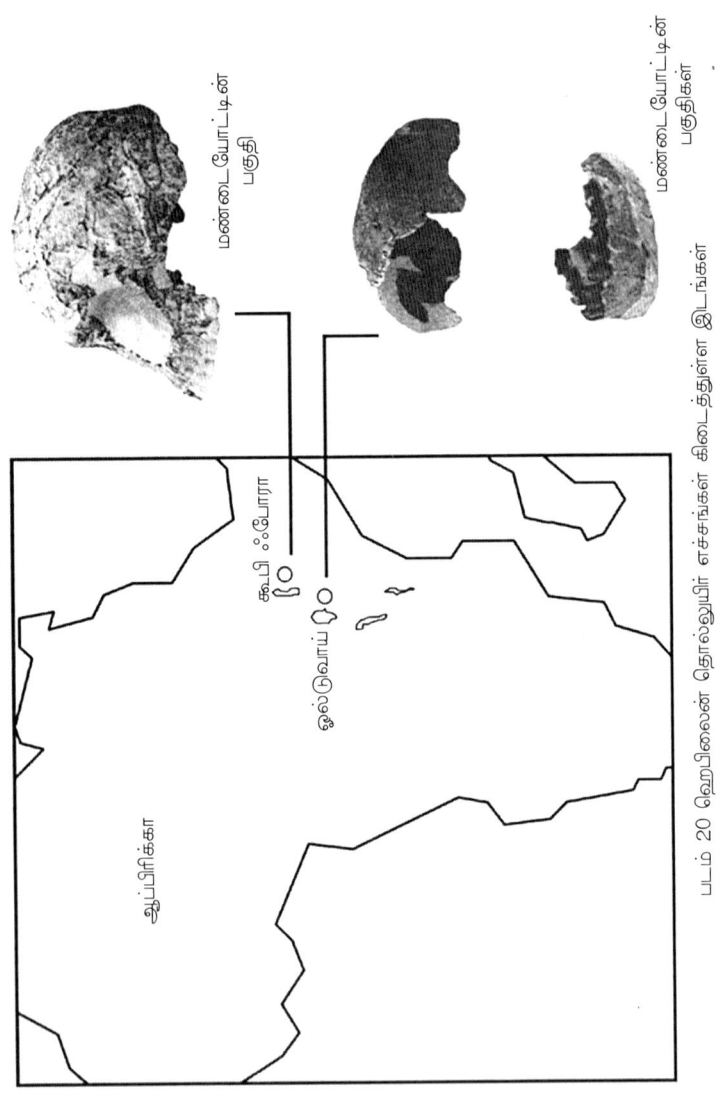

படம் 20 ஹெபிலைன் தொல்லுயிர் எச்சங்கள் கிடைத்துள்ள இடங்கள்

உபயோகிப்பது பற்றி நடத்தப்பட்ட ஆய்வில், பசியுடனிருந்த மனிதக்குரங்கின் (சிம்பன்ஸி) அறையில் உயரத்தில் வாழைக்குலை ஒன்று கட்டித் தொங்கவிடப்பட்டது. இதைக் கை நீட்டிப் பறிக்க எத்தனித்த மனிதக் குரங்கு, இயலாமல் எம்பிக் குதித்தது. முயற்சியில் தோல்வி கண்ட மனிதக்குரங்கு அங்கு கிடந்த தடியொன்றைப் பார்த்து, அதை எடுத்து, வாழைக்குலையை அடித்துப் பழத்தைத் தட்டி விட்டுவிட்டுத் தடியை எறிந்தபின், பழத்தை உண்டது. இங்கு கவனிக்க வேண்டியவை இரண்டு: ஒன்று, குரங்கு தன்னால், தன் உடல் உறுப்பான கையால் பறிக்க இயலாததைப் பறிக்க ஒரு தடியை, ஆயுதத்தை, கருவியை உபயோகித்தது. இரண்டாவதாக, அந்தத் தடியின் வேலையான 'தட்டுதல்' முடிவடைந்ததும் அதை அக்குரங்கு எறிந்துவிட்டது. இதற்கும் ஹோமோ ஹெபிலைன் கல்லாயுதங்கள் செய்து பயன்படுத்தியதற்கும் உள்ள வேறுபாடு முக்கியமானது. பழைய கற்கால ஆதிமனிதனான ஹோமோ ஹெபிலைன் தன் உடனடி வருங்காலத் தேவைகளை யோசித்துக் கருவிகள் செய்து உபயோகித்தான். உபயோகித்தபின் அவற்றை மறுபடியும் பயன்படுத்த சேமித்து வைத்தான். எனவே கருவிகளை உபயோகித்தது பெரிய காரியமல்ல; ஆனால், அவற்றைச் சேமித்து வைத்தது, இந்த இனத்தைப் பரிணாம வளர்ச்சியில் ஒருபடி ஏற்றிவிட்டது.

ஹோமோ ஹெபிலைனை, ஆஸ்ட்ரேலோபிதஸீனிலிருந்து வேறுபட்ட ஒரு தனி இனமாக மேரி லீக்கி விளக்கியபோது, அதை மறுத்து சிலர் இந்த இனம் சில விதங்களில் மாறுபட்ட ஓர் ஆஸ்ட்ரேலோபிதஸீனே என்றும் இதைத் தனியொரு இனமாகப் பிரிக்கக்கூடாது என்றும் வாதிட்டனர். ஆனால் இன்று, விரிவான ஆராய்ச்சிகளுக்குப் பிறகு, கீழ்க்கண்ட காரணங்களால் இவற்றையொரு தனி இனமாகக் கருதுகின்றனர்.

1. மூளையளவு இதுவரை தெரிந்த ஆஸ்ட்ரேலோபிதஸீன்களை விட அதிகம்.
2. மண்டையோடு, ஆஸ்ட்ரேலோபிதஸீன் போல முன் பக்கம் நீண்டதாக இல்லாமல், ஓரளவு மனிதனுக்குள்ளது போலத் தட்டையாக இருந்தது.
3. பல்லமைப்பு ஆஸ்ட்ரேலோபிதஸீனுக்கு இருந்ததைவிட சீரான அரைவடிவமாக இருந்தது.
4. பற்கள் பெரியதாக இருந்தாலும், மனிதனின் பற்கள் போல இருந்தன.
5. இறுக்கிப் பிடிக்குமாறு பெருவிரல் கொண்ட கை, ஆஸ்ட்ரேலோபிதஸீனிடம் காணப்படாதது.

6. கால் மற்றும் பாதத்தின் அமைப்பு ஆஸ்ட்ரேலோபிதஸீன் போலல்லாமல் நேராகவும், சீராகவும் இருந்தது.
7. இந்த இனம் ஆஸ்ட்ரேலோபிதஸீன் போலல்லாமல் கல்லாயுதங்கள் செய்து உபயோகித்தது.

இவை அனைத்தும், இந்த இனம் 'மனிதன்' எனும் திக்கை நோக்கி பரிணாம வளர்ச்சியடைந்த ஓர் இனம் என்பதைக் காட்டுகின்றன.

டுமானிஸி மண்டையோடு, ஜியார்ஜியா கண்டுபிடிப்பு:

மனிதகுலத்தின் மூதாதையர் ஆப்பிரிக்காவில் தோன்றி பின்னர் உலகெங்கிலும் பரவினர் என்பதை அண்மைக்கால மரபியல் ஆய்வுகள் உறுதி செய்கின்றன. அவர்கள் எப்போது ஆப்பிரிக்காவை விட்டு வெளியேறினர் என்பதை அக்கண்டத்திற்கு வெளியே கண்டெடுக்கப்பட்ட தொல்லுயிரெச்சங்களால் அறிய முடியும். எடுத்துக்காட்டாக, ஐரோப்பாவில் கண்டெடுக்கப்பட்ட மனிதகுல மூதாதையரின் மூத்த இனத்தின் தொல்லெச்சங்களின் காலத்தை வைத்து, குடியேறிய காலகட்டத்தை அறியமுடியும். அடுத்த கட்டமாக அந்த இனம் எத்தகைய பரிணாம வளர்ச்சி அடைந்தபின் ஆப்பிரிக்காவை விட்டு வெளியேறி, ஐரோப்பா விலும் உலகின் இதர பாகங்களிலும் குடியேறினர் என்பதையும் அறியவியலும்.

கடந்த சில ஆண்டுகள் வரை நேராக நின்ற ஆதிமனிதர் எனக்குறிப்பிட்ட 'ஹோமா எரக்டஸ்' இனமே ஆப்பிரிக்காவை விட்டு வெளியேறி உலகின் பல பகுதிகளுக்குப் பரவியதாக கருத்து நிலவியது. ஆனால் 1992இல் ஐரோப்பாவில் ஜியார்ஜியா குடியரசில் உள்ள டுமானிஸி (Dmanisi) எனுமிடத்தில் கண்டு பிடிக்கப்பட்ட, ஆதிமனித தொல்லுயிரெச்சங்கள் ஒரு புதிய கோணத்தைக் காட்டுகின்றன. டிபிலிஸி (Tibilisi) என்ற இடத்திலுள்ள ஜியார்ஜியா அருங்காப்பகத்தின் தொல்மானிட வியல் ஆய்வாளரான லோட்கிபானிசெ (Lordki-panidze) இந்த ஆய்வை நிகழ்த்தியவர். இவர் 1991 முதல் டுமானிஸிப் பகுதியில் ஆய்வுகளை மேற்கொண்டார். அப்பகுதி, 1.8 மில்லியன் ஆண்டுகளுக்கு முன்னர் கருங்கடலுக்கும், காஸ்பியன் கடலுக்கும் இடையே இருந்த ஒரு தீபகற்பத்தின் பகுதியாக, அதாவது ஆப்பிரிக்காவை யுரேசியாவுடன் இணைத்த நிலப்பாலத்தின் ஒரு பகுதியாக இருந்தது. மனித குலத்தின் மூதாதையர் மற்றும் முன்னோடிகள் இப்பகுதி வழியாக ஐரோப்பா, ஆசியப் பகுதிகளுக்குச் சென்று குடியேறினர் என்பதையும் பழைய காலகட்டங்களில் குடியேற்றங்கள் அலை அலையாக ஏற்பட்டிருக்க வேண்டும் என்பதையும் டுமானிஸில் மேற்கொண்ட அகழாய்வுகள் காட்டுகின்றன. அங்கு முக்கியமாக

மனித இன முன்னோடிகளின் ஆறு மண்டையோடுகளும், மேலும் பல விலங்குகளின் தொல்லெச்சங்களும் கிட்டின. அங்கு அகழ்ந்தெடுக்கப்பட்ட மண்டையோடுகளே ஆப்பிரிக்காவிற்கு வெளியே எடுக்கப்பட்ட மனித இன முன்னோடிகளின் தொல்லுயிரெச்சங்களிலேயே பழைமையானவை. அவை ஏறத்தாழ 1.8 – 1.7 மில்லியன் ஆண்டுகளுக்கு முற்பட்டவை என்பது தெரியவந்துள்ளதால் மனிதகுலத்தின் முன்னோடிகள் ஒரு மில்லியன் ஆண்டுகளுக்கு முன்னர் ஆப்பிரிக்காவை விட்டு வெளியேறினர் என்ற பொதுவான எண்ணத்தை இந்தக் கண்டுபிடிப்பு – காலநிர்ணயம் மாற்றியுள்ளது. டுமான்ஸி அகழாய்வுகளில் ஆதிமனித இனத் தொல்லுயிரெச்சங்கள் தவிர, பல உயிரினங்களின் தொல்லுயிரெச்சங்களும் கிடைத்துள்ளன. அவற்றில் பல இன்று காணப்படும் மான், குதிரை, ஓநாய் போன்ற உயிரினங்கள். கண்டுபிடிக்கப்பட்ட தொல்லுயிரெச்சங்களில் பத்து விழுக்காடு இன்று ஆப்பிரிக்காவில் மட்டுமே காணப்படும் நெருப்புக்கோழி, ஒட்டகச்சிவிங்கி போன்ற உயிரினங்களின் முன்னோடிகள். மனிதயினத்தின் முன்னோடிகள் ஆப்பிரிக்காவை விட்டு வெளியேறியது போலவே, அவையும் வெளியேறின என்பது அக்கண்டுபிடிப்பால் உறுதிப்படுகிறது. பொதுவாக ஹோமோ எரக்டஸ் நிலையிலிருந்த மனிதயினத்தின் முன்னோடிகள், ஆப்பிரிக்காவை விட்டு வெளியே வந்து, உலகின் பல பகுதிகளில் குடியேறிப் பரிணாம வளர்ச்சியடைந்தனர் என்று கருதப்பட்டது. ஆனால், மேற்கண்ட கண்டுபிடிப்பால் பரிணாம வளர்ச்சியில் மேம்படாத ஹோமோஹெபிலைன் வாழ்ந்த காலத்திலேயே மனித இனத்தின் முன்னோடிகள் ஆப்பிரிக்காவைவிட்டு வெளியே வர ஆரம்பித்தனர் என்பதும், அவர்களுடன் வேறு பல உயிரினங்களும் வெளியேறின என்பதும் புலனாகிறது.

இந்தக் கண்டுபிடிப்பு பற்றி சில கேள்விகள் எழுகின்றன. 1.1 மில்லியன் ஆண்டுகளுக்கு முன்னரே ஆப்பிரிக்காவிலிருந்து ஆசியக் கண்டத்திற்கு மனிதனின் முன்னோடிகள் வந்ததாகக் கருதப்படும் நிலையில், ஐரோப்பாவில் ஏன் அவர்கள் அதே காலத்திற்கு முன் குடியேறவில்லை? ஒருவேளை ஐரோப்பாவின் குளிர் அவர்களை அண்டவிடவில்லையா? அதனால் அவர்கள் ஆசியா நோக்கிச் சென்றனரா? அல்லது ஐரோப்பாவில் குடியேறிய முன்னோடிகளின் தொல்லுயிரெச்சங்கள் இதற்கும் பழைமையான படிவங்களில் இன்னும் கண்டுபிடிக்கப்படாமல் உள்ளனவா? மேற்கூறிய கேள்விகளுக்கு வருங்காலத்தில் பதில் கிடைக்கலாம்.

❖❖

63.

ஹோமோ எரக்டஸ்

கிழக்கு மற்றும் தெற்கு ஆப்பிரிக்காவில், ஏறத்தாழ 15 லட்சம் ஆண்டுகளுக்கு முற்பட்ட படிவங்களில், ஆதிமனித இனம் ஒன்றின் தடயங்களும், அந்த இனம் பின்னர் ஆசியா, ஐரோப்பாக் கண்டங்களுக்குச் சென்று வாழ்ந்தது என்பதற்கான ஆதாரங்களும் கிடைத்தன. டார்வின் காலத்தில் குரங்குக்கும், மனிதனுக்கும் இடைப்பட்ட நிலையைக் குறிக்க 'பித்தகேந்த்ரோபஸ்' (Pithecanthropos) என்ற சொல் பயன்படுத்தப்பட்டது. பின்னர், இந்த இனம் வாலில்லாக் குரங்கினத்தைச் சார்ந்ததல்ல, திட்டவட்டமாக ஆதிமனிதயினமே என்று தெரிய வந்ததும் 'நேராக நின்ற மனிதன்' எனப் பொருள் படுமாறு 'ஹோமோ எரக்டஸ்' (Homo erectus) என்ற பெயரால் இதை அழைத்தனர். இந்த இனம் தொடர்பான முக்கியமான கண்டுபிடிப்புகள் வருமாறு:

ஜாவா மனிதர்

டச்சு இராணுவ மருத்துவர் தூப்வா (Dubois), ஆதிமனித இனத்தின் தடயங்கள் ஜாவாவில் கிடைக்க வாய்ப்புகள் உண்டு என்ற நம்பிக்கையுடன், அங்கு ஆய்வு நடத்தினார். இவரது முயற்சி 1891இல் பயனளித்தது. சோலோ நதிக்கரையிலுள்ள டிரினில் (Trinil) என்ற கிராமத்தருகே ஒரு மண்டையோட்டின் மேற்பகுதியை இவர் கண்டுபிடித்தார். அருகாமையி லேயே ஒரு தொடை எலும்பும் கிடைத்தது. கிடைத்த

மண்டையோட்டின் பகுதி கனமானதாகவும், தட்டையாகவும், வாலில்லாக் குரங்குக்கு உள்ளது போல, முன்புறம் நீண்டதாகவும் இருந்தது. ஆனால் தொடை எலும்போ தற்கால மனிதனுக்குள்ளது போலிருந்தது. எனவே இவை இரண்டும் ஒரே இனத்தைச் சேர்ந்தவையா என்ற கேள்வி எழுந்தது (கண்டுபிடிப்பு நடந்து பல ஆண்டுகளுக்குப் பின்னரே ஃபுளோரின் முறையில் கால நிர்ணயம் செய்யப்பட்டு, இரண்டும் சம காலத்தவை

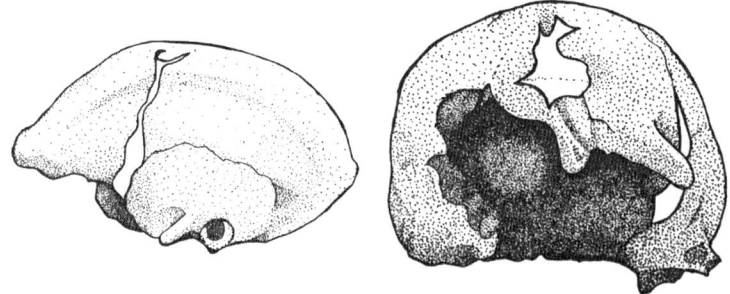

படம் 21
1937இல் ஜாவாவில், சஞ்சிரானில் கண்டுபிடிக்கப்பட்ட மண்டையோடு.
பக்கவாட்டுத் தோற்றம், முன் தோற்றம்

ஹோமோ எரக்டஸ் உருவகிக்கப்பட்ட தோற்றம்

என்பது உறுதிப்படுத்தப்பட்டது). ஜாவாவின் புவியியலமைப்பு புரியாததாலும், கால நிர்ணயம் செய்ய வசதி இல்லாததாலும், தூப்வா இந்த இனத்தை நேராக நின்ற மந்தி மனிதன் (Pithecanthropine Erectus) என்று அழைத்தார். உலகின் இதர பகுதிகளில் 'ஹோமோ எரக்டஸ்' கண்டுபிடிப்புகள் வெளிவரவர, தூப்வாவின் கண்டுபிடிப்பில் ஏற்பட்ட சில ஐயப்பாடுகள் விலக ஆரம்பித்தன.

1930களில் டச்சு ஆய்வாளர் ஃபான் கோனிஸ்வால்டு (Von Koenigswald) ஜாவாவிலுள்ள சஞ்சிரான் (Sangiran) நதிக் கரையில் ஜாவா மனித எச்சங்களைக் கண்டுபிடித்த பின்னரே அறிவியல் உலகம் இந்த இனத்தை ஒரு தனி இனமாகக் கருத வேண்டும் என்பதை ஒத்துக்கொண்டது. மேலும் அவர் ஜெட்டிஸ் (Djetis) எனும் இடத்திலிருந்து ப்ளைஸ்டோஸீன் காலப் படிவங்களில் இளம்பிள்ளையின் மண்டையோடு ஒன்றை எடுத்தார் (படம் 21). இந்தக் கண்டுபிடிப்பை முதலில் ஃபுளோரின் முறையிலும் பிறகு பொட்டாசியம்–ஆர்கான் முறையிலும் கால நிர்ணயம் செய்தபோது, இது 5 லட்சம் அல்லது 9 லட்சம் ஆண்டுகளுக்கு முற்பட்டது என்பது தெரியவந்தது. அதாவது, சஞ்சிரான் இளம்பிள்ளை, டிரினில் மனிதனை விடக் காலத்தில் மூத்தது. மழை பெய்தபின், மண்ணின் மேற்பரப்பை மழைநீர் அரித்தபோது வெளியே தெரிய வந்த மண்டையோடு, இதர எலும்புகளையே தூப்வா, ஃபான் கோனிஸ்வால்டு போன்றோர் கண்டெடுத்தனர். இவற்றைத் தொடர்ந்து அண்மையில் இங்கு நடத்தப்பட்ட அகழாய்வுகள், மேலும் பல ஹோமோ எரக்டஸ் எலும்புகளையும், அவர்கள் உபயோகித்த ஆயுதங்களையும் ஈன்றன. ஜாவா மனிதருக்கும் சற்றே முற்பட்ட இனத்தின் எலும்புகளும் இங்கு கிடைத்துள்ளன.

பீகிங் மனிதர்

பீகிங்கிற்கு (தற்போதைய பெய்ஜிங்) சுமார் 50 கி.மீ. தொலைவிலுள்ள செளகெளடியன் (Choukoutein) எனும் இடத்தில் கிடைத்த தொல்லுயிர் எச்சங்களை, நாட்டு மருத்துவர்கள் அரைத்துப் பொடியாக்கிப் பல ஆண்டுகளாக மருந்தென விற்றுக்கொண்டிருந்தனர். 1920இல் டேவிட்சன் ப்ளேக் (Davidson Black) என்பவரிடம் ஒரு கடைவாய்ப்பல் காட்டப்பட்டது.

கனடாவைச் சார்ந்த ப்ளேக் அப்போது பீகிங் மருத்துவக் கல்லூரியில் உடல்கூறியல் பேராசிரியராக இருந்தார். அந்த பருத்த பல்லின் அமைப்பைப் பார்த்து இது ஆதிமனிதனின்

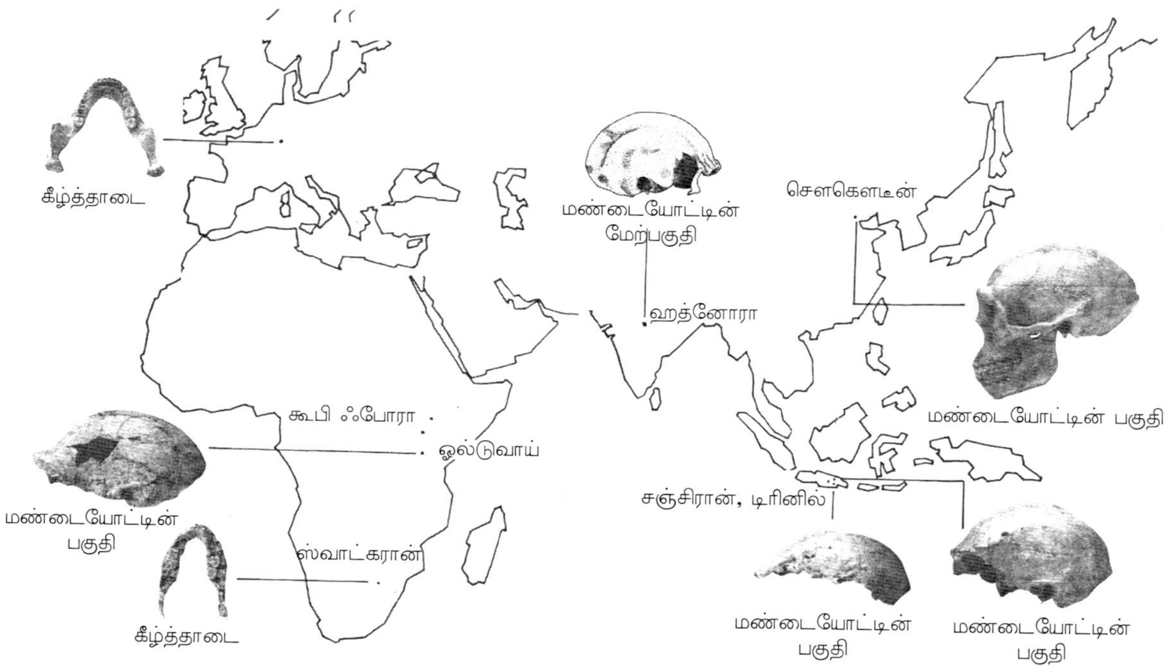

படம் 22 ஹோமோ எரக்டஸ் எச்சங்கள் கிடைத்துள்ள இடங்கள்

மண்டையோட்டின் பகுதி
மண்டையோட்டின் பகுதி
செளகௌடென்
மண்டையோட்டின் பகுதி
சூசிரான், டிரினில்
மண்டையோட்டின் மேற்பகுதி
ஹேதெகோரா
ஓல்டுவாய்
கூபி ஃபோரா
எவாட்கரான்
கீழ்த்தாடை
மண்டையோட்டின் பகுதி
கீழ்த்தாடை

மூதாதையரைத் தேடி...

99

பல் என்று இனம் கண்டுகொண்டார் அவர். இந்த ஒற்றைப் பல்லையே ஆதாரமாகக் கொண்டு, 'சீன ஆதிமனிதன்' எனப் பொருள்படுமாறு 'சினாந்த்ரோபஸ்' (Sinanthropos) எனும் இனத்தைக் கண்டுபிடித்ததாக அறிவித்தார். 1927இல் ராக்ஃபெல்லர் ஸ்தாபனம் ஆய்வுக்கு உதவியளிக்க, சௌகௌடியனில் அகழாய்வு மேற்கொள்ளப்பட்டது. ஒரு முழுமையான மண்டையோடு, சுண்ணாம்புப் பாறைகளிலான குகை ஒன்றின் படிவங்களில் தோண்டியெடுக்கப்பட்டது. இதன் சிறப்பம்சங்கள் கனமான எலும்புகள், சாய்வான குறுகிய நெற்றி, உயர்ந்த புருவப் புடைப்பு, மோவாய்க்கட்டை இல்லாத கீழ்த்தாடை போன்றவை. பார்த்த சில ஒற்றுமைகளை வைத்து 'ஜாவா' மனிதனும் 'பீகிங்' மனிதனும் ஒரே இனம் என்று தீர்மானித்தனர். பீகிங் மனித மண்டையோடு முழுவதுமாக இருந்ததால் மூளையளவு சுமார் 1000 க.செ.மீ. என்பதை நிர்ணயிக்க முடிந்தது.

1934இல் ப்ளேக் காலமானார். பிறகு ஃப்ரான்ஸ் வெய்டன்ரேய்ஷ் (Franz Weidenreuch) என்பவர் இங்கு தொடர்ந்து அகழாய்வு மேற்கொண்டார். பத்து வருட ஆய்வின் இறுதியில் கிடைத்தவை – 14 மண்டையோடுகள், 14 கீழ்த்தாடைகள், 150 பற்கள். இவற்றில் பன்னிரெண்டு, இளம்பிராயத்தினருடையவை. இவை பீகிங் ஆதிமனிதயினத்தின் வளர்ச்சியை அறிந்துகொள்ள உதவின. இரண்டாவது உலகப்போர் மூண்டபோது பீகிங்கிலுள்ள அமெரிக்கத் தூதரகம், மேற்கூறிய பீகிங் மனித எச்சங்களைப் பாதுகாக்க முயன்றது. ஆனால் இவை இன்று எங்குள்ளன என்பதோ அவை அழிந்துவிட்டனவா அல்லது எங்காவது ரகசியமாகப் பாதுகாக்கப்பட்டுள்ளனவா என்பதோ தெரியவில்லை. அதிர்ஷ்டவசமாக முதலில் இந்த எச்சங்களின் வார்ப்புகள் செய்யப்பட்டதால், இவை காணாமல் போன பிறகும், ஆய்வுகள் தொடர்ந்தன. மேலும், உலகின் பல பகுதிகளிலும் ஹோமோ எரக்டஸ் எச்சங்கள் கண்டெடுக்கப்பட, இந்த இனம் பற்றி நன்கு புரிந்துகொள்ள முடிந்தது.

சுமார் 50 மீ கனமுடைய சௌகௌடியன் படிவங்கள், சுண்ணாம்புப் பாறைகளாலான குகைகளில் படிந்த படிவங்கள். இவற்றில் 16 அடுக்குகளிருந்தன. ஒவ்வொரு அடுக்கிலுமுள்ள படிவங்களிலும் அடிமட்டத்தில் களிமண்ணும், அதன் மேல் காற்றால் படிந்த புழுதியும், அதன்மேல் மனித எலும்புகளும், இதர விலங்குகளின் எலும்புகளும், சுண்ணாம்புப் பாறைகளின் இடிபாடுகளுக்கிடையில் பதிந்திருந்தன. கீழேயுள்ள அடுக்குகளில் மட்டும் எலி, முயல், மான், குதிரை, ஒட்டகம், காண்டாமிருகம், யானை முதலிய சுமார் 60 வகை விலங்குகளின் எலும்புகள் காணப்பட்டன. இவற்றில் பெரும்பாலானவை 'பீகிங்' மனிதர் வேட்டையாடிய விலங்குகள்; மற்றவை அவர்கள்

பீகிங் மனிதன்

© The Natural History Museum

பீகிங் மனிதன் (இண்டிகஸ்): சீனாவில், இன்றைய பெய்ஜிங் அருகே உள்ள செளகாடியன் குகையில் எடுக்கப்பட்ட ஹோமோ எரக்டஸ் எலும்புகளின் அடிப்படையில் வரையப்பட்ட ஓவியம். ஐந்து லட்சம் ஆண்டுகளுக்குமுன் வாழ்ந்த பீகிங் மனிதர், நெருப்பின் பயனை அறிந்தவர்கள். (Ref. No. 001980 NHM Image)

குடியேறுவதற்குமுன் இந்தக் குகைகளில் வாழ்ந்தவை. 'பீகிங்' மனிதர் முதலில் குகைகளில் வாழ்ந்த விலங்குகளை விரட்டிவிட்டுத்தான் அவற்றில் வாழ முற்பட்டிருக்க வேண்டும். தாம் வேட்டையாடிக் கொன்ற விலங்குகளை இங்கு கொண்டுவந்து உண்டிருக்க வேண்டும். அவர்கள் முக்கியமாக விரும்பி உண்டது, மானினத்தின் இறைச்சியென்பது இங்கு பரவலாகக் கிடைத்த மான் எலும்புகளை வைத்துச் செய்யப்பட்ட ஊகம். இங்கு கிடைத்த மனித மண்டையோடுகளின் எண்ணிக்கை, மனித உடலின் ஏனைய எலும்புகளின் எண்ணிக்கையைவிட அதிகமாக இருந்தது. அதாவது, இங்குள்ள குகைகளில் வாழ்ந்தவர்களைவிடக் கிடைத்த தலைகளின் எண்ணிக்கை அதிகம். மேலும், பெரும்பான்மையான மண்டையோடுகள் பிளக்கப்பட்டும், பெருந்துளை வழியாக மூளையை வெளியே எடுக்குமாறு உடைக்கப்பட்டுமிருந்தன. மற்றைய எலும்புகளும் மஜ்ஜையை எடுப்பதற்காகப் பிளக்கப்பட்டவை. இதனால் பீகிங் மனிதன் அவ்வப்போது தன்னினத்தவரையும் உண்டவன் என்பது தெரியவருகிறது. தவிர பழங்கள், கொட்டைகள் போன்றவற்றை உண்டதற்கான அறிகுறிகளும் இருந்தன. பீகிங் மனிதர் பலவிதமான கல்லாயுதங்களை–கோடாரி, சுரண்டும் கல், துண்டிக்கும் கல், கிழிப்பான் போன்றவற்றை–உபயோகித்தவர்.

பனியுகமான பிளைஸ்டோஸீனின் மத்திய காலத்தில் வாழ்ந்த இந்த பீகிங் மனிதர், நெருப்பின் பயனை அறிந்தவர் என்பது ஒரு முக்கியமான கண்டுபிடிப்பு. குகையின் முகப்பின் அருகில் தீ மூட்டியதற்கான அடையாளங்களான எரிந்துபோன எலும்புகள், பாதி எரிந்த மரக்கட்டைகள், கரி, சாம்பல் போன்றவைக் கண்டெடுக்கப்பட்டன. பனியுகத்தின் சில்லிடும் குளிர்ந்த இரவில் குகையை வெப்பமூட்டவும், கொடிய விலங்குகள் குகைக்குள் வராமலிருக்கவும், இறைச்சியைச் சுட்டுச் சாப்பிடவும் தீ மூட்டியிருக்க வேண்டும். ஆதிமனிதர் நெருப்பின் பயனை அறிந்தது சந்தர்ப்பவசமாக இருக்கலாம்–எரிமலை, எரியும் இயற்கை வாயு, காட்டுத்தீ போன்றவற்றில் வெந்த விலங்குகளை உண்டு அதன் சுவையை அறிந்திருக்கலாம். அடுத்து, கல்லாயுதங்கள் செய்ய முனைந்தபோது ஏற்பட்ட தீப்பொறிகள் காய்ந்த இலை, தழைகளைத் தீமூட்டியதைப் பார்த்து நெருப்பு உண்டாக்குவது எப்படி என்பதையும் கற்றுக்கொண்டிருந்திருக்க வேண்டும். பீகிங் மனிதர் நெருப்பின் பயனை அறிந்தது நான்கு லட்சம் ஆண்டுகளுக்குமுன்.

காமேயோ என்ற கீன்யப் புவியியலாளர் கூபிஃபோரா என்னுமிடத்தில் ஏறத்தாழ 15,000 ஆண்டுகளுக்கு முற்பட்ட ஹோமோ எரக்டஸ் மண்டையோடு ஒன்றைக் கண்டுபிடித்தார் (படம் 23). கீன்யாவின் துர்கானா ஏரிக்கரையில் ஏறக்குறைய

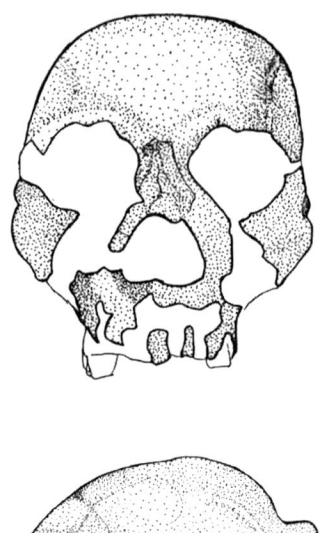

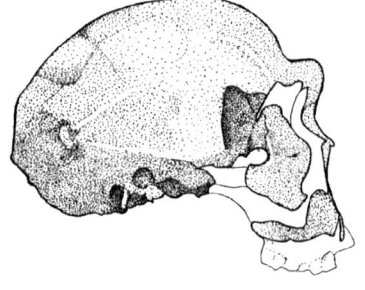

கூபிஃபோரா மண்டையோடுகள்
முன் பக்க தோற்றம் (மேல்)
பக்கவாட்டு தோற்றம் (கீழ்)

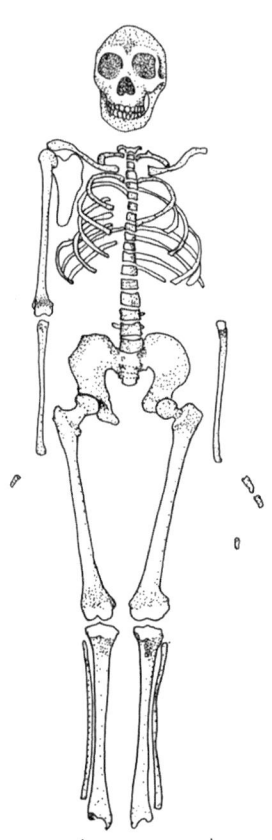

துர்கானா பையன்
மேற்கு துர்கானாவில்
எடுக்கப்பட்ட எலும்புக்கூடு

படம் 23 கீன்யாவில் கண்டெடுக்கப்பட்ட
ஹோமே ஏரக்டஸ் தொல்லுயிர் எச்சங்கள்

இருநூறு ஆதிமனித இன எலும்புகள் கிடைத்த போதிலும், முழுமையான எலும்புக்கூடு எதுவும் கிட்டவில்லை. 1984இல் மண்டையோடு, பல் இவற்றுடன் ஓரளவு முழுதான எலும்புக்கூடு ஒன்றை காமோயோ கண்டுபிடித்தார். கடைவாய்ப் பல்லை வைத்து 12 வயதுடையவன் என்றும், இடுப்பெலும்பை வைத்து ஆண் என்றும் கண்டுபிடிக்கப்பட்டது. ஆதிமனிதர்கள் குட்டையானவர்கள் என்ற தப்பெண்ணத்தை, ஐந்தடி நான்கு அங்குலம் உயரம் கொண்ட இந்த 12 வயது சிறுவனின் எலும்புக்கூடு மாற்றியது. ஹோமோ எரக்டஸ் கண்டுபிடிப்புகளில் முழுமையானது இதுதான்.

‘யானை வேட்டைக்காரர்கள்’ – ஸ்பெயின் அகழாய்வு

வடமத்திய ஸ்பெயினில் டொரால்பா (Torralba) எனும் கிராமத்துக்கருகில் 1881இல் தண்ணீர்க் குழாயைப் பதிக்கத் தோண்டியபோது பெரிய விலங்குகள் பலவற்றின் எலும்புகளும் கல்லாயுதங்களும் காணப்பட்டன. 1907இல் செரால்பா கோமகன் (Marques De Cerralbo) இந்த எலும்புகள் பற்றி எழுதினார். பிறகு 1961இல் கிளார்க் ஹோவல் (Clarke Howel), லெஸ்லி ஃப்ரீமன் (Leslie Freeman) என்ற இருவர் இந்தப் பகுதியில் அகழாய்வு மேற்கொண்டனர். சுமார் 2,000 ச.மீ. பரப்பில் 2.5மீ தோண்டியபின் இவர்கள் 20,000 கல்லாயுதங்களையும், ஆயிரக்கணக்கான எலும்புகளையும் கண்டெடுத்தனர்; ஆதிமனிதன் வாழ்ந்த 20 இடங்களைக் கண்டுபிடித்தனர். இந்தப் பகுதியில் மட்டும் 30 யானைகளும் 25 குதிரைகளும் 25 மான்களும் 10 காட்டு மாடுகளும் 6 காண்டாமிருகங்களும் வேட்டையாடிக் கொல்லப்பட்டிருந்தன. நீண்ட, நேரான தந்தங்கள் கொண்டிருந்த, இன்றைய ஆப்பிரிக்க யானையைவிடப் பெரியதான – ப்ளைஸ்டோஸீன் காலத்தில் வாழ்ந்த – யானைகளைக் கொன்றிருப்பது இப்பகுதியில் வாழ்ந்த ஆதிமனித இனத்தின் வேட்டையாடும் திறமையைக் காட்டுகிறது. பொதுவாக, எலும்புகள் மஜ்ஜையை எடுப்பதற்காக உடைக்கப்பட்டிருந்தன. மேலும் ஒரு யானையின் மண்டையோடு, இடுப்பெலும்பு போன்ற ராட்சத எலும்புகளும் பிளக்கப்பட்டிருந்தன. இவற்றைப் பிளக்கப் பயன்படுத்தப்பட்ட கல்லாயுதங்களும் அருகிலேயே இருந்தன. ஓரிடத்தில் யானை ஒன்றின் இடப்புற எலும்புகள் மட்டும் சிதையாமல் கிடந்தன; சற்றே தள்ளி, ஒரு உயரமான பகுதியில் இந்த யானையின் வலப்புற எலும்புகள் உடைக்கப்பட்டுச் சிதறிக் கிடந்தன. சேற்றில் சிக்கிய இந்த யானை, ஆதிமனிதர்களால் கொல்லப்பட்டு, இடது புறமாகச் சரிந்து விழுந்து இறந்திருக்க வேண்டும். ஆதிமனிதக் கூட்டத்தால் வலது புறத்தை மட்டுமே வெட்டியெடுக்க முடிந்திருக்க வேண்டும். அதைச் சதுப்புநிலப் பகுதியிலிருந்து எடுத்தபின், மேட்டுப் பகுதியில் வைத்து பின்னப்படுத்தினர் என்று ஆராய்ச்சியாளர்கள் விளக்கம் தருகிறார்கள். அடுத்தபடியாக எழும் கேள்வி, இந்த யானை எவ்வாறு சகதியில் மாட்டிக்கொண்டது என்பது. இதற்கு விடையும் கிடைத்தது. டொரால்பா, ஒரு சிறிய, ஆனால் ஆழமான பள்ளத்தாக்கு. இங்கு கிடைத்த மகரந்தத் தூளை ஆராய்ந்தபோது, இந்த யானை வேட்டைக்காரர்கள் வாழ்ந்த காலத்தில் (இ.மு. 4 லட்சம் ஆண்டுகள்) இந்தப் பகுதி சுற்றிலும் ‘பைன்’ மரக்காடுகளாகவும், ஓடைநீர் பள்ளத்தாக்கை விட்டுச் செல்ல இயலாததால் தாழ்ந்த பகுதி சதுப்பு நிலமாகவும் இருந்தது

என்பது கண்டுபிடிக்கப்பட்டது. மேலும், காட்டுத்தீ பரவலாக மூட்டப்பட்டதற்கான அறிகுறிகளும் தெரிந்தன. எனவே இங்கு வேட்டையாடியவர்கள், புல், புதர்களுக்குத் தீயிட்டு பின், யானைகளைச் சதுப்பு நிலத்திற்கு விரட்டி, அவை சகதியில் நன்கு மாட்டிக்கொண்டபின், கூட்டமாகச் சேர்ந்து கொன்றிருக்க வேண்டும். இந்த யானை வேட்டைக்காரர்கள் பற்றி விளக்கிய ஃப்ரீமன், இப்படி ஒரு வேட்டையை ஒழுங்குபடுத்தியவர்கள் ஒருவருடன் ஒருவர் சங்கேத மொழியில் பேச முற்பட்டிருக்க வேண்டும் என்று கருதுகிறார். இந்த அகழாய்வில் ஒரு பெரியகுறை, ஆதிமனித எலும்புகள் எதுவும் கிடைக்காததுதான். ஆனால் இங்கு கிடைத்த ஆயிரக்கணக்கான கல்லாயுதங்களை வைத்து டொரால்பா யானை வேட்டைக்காரர்கள் ஹோமோ எரக்டஸ் இனத்தவர் என்று ஆய்வாளர்கள் முடிவு செய்துள்ளனர்.

‘நர்மதை மனிதன்’ – இந்திய ‘ஹோமோ எரக்டஸ்’

இந்தியத் துணைக்கண்டத்தில் ப்ளைஸ்டோஸீன் படிவங்களிலிருந்து ஆதிமனித எலும்புகள் கிடைக்கக் கூடுமென்பது மானிடவியல் ஆய்வாளர்களின் வெகுநாளைய எதிர்பார்ப்பு. இதனால் சிவாலிக் படிவங்களிலும் சில குகைப் படிவங்களிலும் தென்னாட்டிலுள்ள சில ஆற்றுப் படிவங்களிலும் ஆய்வுகள் மேற்கொள்ளப்பட்டன. ஜாவா மனிதனைக் கண்டு பிடித்த தூப்வா, சோலோ நதிப் படிவங்களுக்கும் நர்மதை நதிப் படிவங்களுக்குமுள்ள ஒற்றுமைகளால் நர்மதை நதிப் படிவங்களில் ஆதிமனித எலும்புகள் கிடைக்க வாய்ப்புகளுண்டு என்ற கருத்தைத் தெரிவித்தார். 1881இல் ஆய்வாளர் தியோபால்டு (Theobald), கோவானா (Koana), நதிக்கரையிலுள்ள உம்ஹுட் (Umhut) என்னுமிடத்திலிருந்து ஆதிமனித மண்டையோடு ஒன்றைக் கண்டுபிடித்ததாக அறிவித்தார். ஆனால் இந்த மண்டையோடு பற்றிய முழு விபரங்கள் வருமுன், மண்டையோடு காணாமலேயே போய்விட்டது. கோவானா நதிக்கரைப் படிவங்கள் சிவாலிக் படிவங்களாகும்.

1983இல் புவியியலாளர் அருண் சோனாக்கியா நர்மதையாற்றின் வடகரையிலுள்ள ஹத்னோரா எனும் கிராமத்தருகே (இது மத்தியப் பிரதேசத்திலுள்ள ஹோஷங்கா பாத்திலிருந்து சுமார் 40 கி.மீ. தொலைவிலுள்ளது) ஆதிமனித மண்டையோட்டின் மேல்பகுதி ஒன்றைக் கண்டுபிடித்தார். நெற்றி, வலப்புற நெற்றிப்பொட்டும் கீழ்த்தாடையும் சேரும் பகுதி, இடப்புற நெற்றியின் பகுதி ஆகியவை கிடைத்தன; பற்களேதும் கிட்டவில்லை. ஜாவா

மனிதனின் மண்டையோட்டிற்கும் இதற்குமுள்ள ஒற்றுமைகளால் இந்த மண்டையோட்டை ஹோமோ எரக்டஸ் வகையில் சேர்த்துள்ளனர். மண்டையோட்டின் அமைப்பை வைத்து இது வயதான ஓர் ஆதிமனிதனின் மண்டையோடு எனவும் அவனது மூளையளவு சுமார் 1200 க.செ.மீ. ஆக இருந்திருக்க வேண்டும் எனவும் கணிக்கப்பட்டுள்ளது. மூளையளவு சராசரி ஹோமோ எரக்டஸின் மூளையைவிடச் சற்று அதிகம். இந்த மண்டையோடு கிடைத்த நர்மதைப் படிவங்களின் அமைப்பு வருமாறு:

மேல் மட்டம்	கரிசல் மண்	அண்மைக்காலம்
	காவி மண் சரளை, மணல்படிவம்	ஹோலோஸீன் மேல் ப்ளைஸ்டோஸீன்
	காலமுறிவு	
கீழ் மட்டம்	சிவப்புக் களிமண் சரளை, கூழாங்கல் படிவம்	மத்திய ப்ளைஸ்டோஸீன்
	காலமுறிவு	
	டெக்கான் எரிமலைக் குழம்புப்பாறைகள்	இயோஸீன் காலம்.

இதில் சரளை கூழாங்கற்கள் அமைந்த 3 மீ கனமுடைய கீழ்மட்டப் படிவத்தில் இந்த மண்டையோடு கண்டுபிடிக்கப்பட்டது. இந்தப் படிவங்கள் உருவாகிய காலம் மத்திய ப்ளைஸ்டோஸீன்; சோனாக்கியாவால் ‘நர்மதை மனிதன்’ என அழைக்கப்படும் இவன் உபயோகித்த வெட்டும் கல், கொத்தி, கோடாரி, கிழிப்பான் போன்ற கல்லாயுதங்கள் பலவும் இந்தப் படிவத்தில் கிடைத்துள்ளன. இவை அஷூலியன் வகைக் கல்லாயுதங்களாகும், மேலும் இதே மட்டத்தில் அக்காலத்தே வாழ்ந்த கீழ்க்காணும் பாலூட்டிகளின் எலும்புகளும் கண்டெடுக்கப்பட்டுள்ளன.

1. மாட்டினம் (Bos Namadicus)
2. நீர்யானை (Hippopotamus Namadicus)
3. குதிரை (Equs Namadicus)
4. நேரான தந்தங்களைக் கொண்ட இரு வகை யானை இனங்கள் (Stegodon Ganesa & Stegodon Insignis)
5. மானினம் (Cervus)

ரத்தினபுரி மனிதன் – இலங்கை ஹோமோ எரக்டஸ்

இலங்கையில் சென்ற நூற்றாண்டின் ஆரம்பத்திலிருந்து, தொல்லியல் ஆய்வுகள் மோற்கொள்ளப்பட்டன. 1911இல் செலிக்மான்ஸ், 1913இல் ஹார்ட்லி போன்ற ஆய்வாளர்கள் கற்காலக் கருவிகள் சிலவற்றைக் கண்டுபிடித்து அவை பற்றி முதலில் எழுதினர். 1939 துவக்கம் புவியலாளர் பி.இ.பி. தெரணியகலாவின் தலைமையில், அகழாய்வுகள் மேற்கொள்ளப்பட்டபோது பழங்கற்கால மனிதர் இலங்கையில் வாழ்ந்ததற்கான ஆதாரங்கள் பல கிடைத்தன. பண்டளை, பட்டிராஜவிளை ஆகியவிடங்களில் 125–75 ஆயிரம் ஆண்டுகளுக்கு முற்பட்ட கடற்கரையொட்டிய மணற்படிவங்களில் காணப்படும் கற்காலக் கருவிகள், ஆங்காங்கே ஆதிமனிதக் குடியேற்றங்கள் ஏற்பட்டிருந்தன என்பதற்கான ஆதாரங்கள் என தெரணியகலா (1992) சுட்டிக்காட்டுகிறார். கற்கருவிகள் அங்கு கிடைத்தாலும் அவற்றைச் செய்த ஆதிமனிதர்களின் எலும்புகள் அங்கு ஏதும் கிட்டவில்லை. அங்கிருந்த பருவநிலைகளால், எலும்புகள் அங்குள்ள படிவங்களில் அழியாமல் பாதுகாக்கப்படவில்லை. தலைநிலத்திலிருந்து இலங்கைக்கு ஆதிமனிதர்கள் அங்கு மழைபொழிந்த விதத்தையும் பொழிந்த இடங்களையும் பொறுத்துக் குடியேறினர். கணிசமான மழைபெய்து, வனங்கள் துளிர்த்து, புல்வெளிகள் பசுமையடைந்து, அப்பகுதிகளுக்குக் காட்டுயிர்கள் இடம்பெயர்ந்து போக, அந்த விலங்குகளை வேட்டையாட ஆதிமனிதர் அங்கு சென்றனர். மழை அதிகமாகப் பெற்ற ஈரமான சமவெளிகளிலும் மீன், கிளிஞ்சல், சிப்பிகள் ஆகியவற்றை இரையாக்கி கடற்கரையோரங்களிலும் அவர்கள் வாழ்ந்ததற்கான ஆதாரங்கள் பல உள்ளன. இலங்கையில் கித்துல்கலாவில் உள்ள பெலிலெனா குகை, ரத்தினபுரிக்கருகில் உள்ள வெளவால் குகை, குருவிட்டைக்கருகில் உள்ள பட்டதொம்பை ஆகிய இடங்களில், நாற்பதுகளில் மேற்கொள்ளப்பட்ட அகழாய்வுகள் தொல்லியல் முக்கியத்துவம் வாய்ந்தவை.

குருவிட்டைக்கருகே கரங்கொடையில் ரத்தினக்கற்களுக்காக ஐம்பதுகளில் தோண்டப்பட்ட குழிகளில் ஆதிமனிதயினம் ஒன்று பயன்படுத்திய, படிகங்களை உடைத்துச் செய்யப்பட்ட கிழிப்பான்கள், சுரண்டிகள், கைக்கொத்திகள் போன்ற பழங் கற்காலக் கருவிகள் காணப்பட்டன. அக்கருவிகள் செய்யப் பட்ட முறையை வைத்து, அவற்றை உருவாக்கியவர்கள் அடைந்த பண்பாட்டு நிலையை ரத்தினபுரிப் பண்பாடு என மானிடவியலாளர் குறிப்பிடுகின்றனர் (படம் 24). இதை உருவாக்கிய ஆதி மனிதயினமே இது வரை இலங்கையில் அறியப்பட்ட மூத்தயினமாகும். அங்கு கண்டுபிடிக்கப்பட்ட

கற்கருவிகள், தொல்லுயிரெச்சங்களை வைத்து அந்தப் பண்பாடு நிலவிய மத்திய ப்ளைஸ்டோஸீன் காலகட்டத்தை மேலும் மூன்று பிரிவுகளாகப் பிரிக்கின்றனர்.

ரத்தினபுரிப் பண்பாட்டை உருவாக்கிய ஆதிமனிதயினம் எது என்பது பற்றிய தெளிவு ஆரம்பத்தில் இல்லை. கரங்கொடையில் தோண்டப்பட்ட குழி ஒன்றில் 3.5 மீ ஆழக்குழியில், புருவம் நெற்றிப் பகுதி சேர்ந்த ஆதிமனிதக் கபாலத்தின் உடைந்த மேற்பகுதியொன்று 1954இல் எடுக்கப்பட்டது. இரு வருடங்களுக்குப் பின் ரத்தினபுரிக்கருகே பாலஹபூவாவில் ரத்தின கற்களுக்காக தோண்டப்பட்ட குழியில், கற்கருவிகளுடன் ஆதிமனித இனத்தின் மேல்தாடை கோரைப்பல் ஒன்றும் கிடைத்தது. காலநிர்ணயம் செய்யப்படாத, திட்டவட்டமாக இனங்காணப்படாத ஆதிமனித மண்டையோட்டின் ஒரு பகுதியை மட்டுமே வைத்து, 1957இல் தெரணியகலா அந்தயினத்தை ஹோமோ சின்ஹலேயஸ் (Homo sinhaleyus) எனப் பெயரிட்டார். அந்த மண்டையோடு தற்கால மனித மண்டையோட்டைவிடச் சிறியது என வர்ணிக்கும் அவர், அந்தயினத்தின் எலும்புகள் வருங்காலத்தில் மேலும் கண்டுபிடிக்கப்பட்டால், அது நியாண்டர்தாலினத்தவர் என அறியப்படலாம் என்ற ஊகத்தையும் முன்வைத்தார். இந்த ஊகம் தவறானது என்பதை அண்மைக்கால ஆய்வுகளின் அடிப்படையில் சுட்டிக்காட்டலாம். முதலாவதாக நியாண்டர்தால் மண்டையோடு, தற்கால மனித மண்டையோட்டைவிடப் பெரியது. இரண்டாவது நியாண்டர்தாலினம் ஐரோப்பாவில் குடியேறிப் பரிணமித்த இனம் ஆகும். அப்பகுதியில் இதுவரை கிடைத்த தொல்லுயிரெச்சங்கள், கற்கருவிகள் 'ரத்தினபுரி மனிதன்' மத்திய ப்ளைஸ்டோஸீன் காலத்தில் வாழ்ந்ததைக் காட்டுகின்றன. இந்தியாவில் அக்கால கட்டத்தில் வாழ்ந்த நர்மதை மனிதனுடன், ரத்தினபுரி மனிதனை ஒப்பிடச் சாத்தியக்கூறுகள் உள்ளன. ரத்தினபுரிப் படிவங்கள், படிந்திருந்த தொல்லுயிரெச்சங்கள், கற்கருவிகள், அதில் கிடைத்த உடைந்த மண்டையோட்டின் பகுதியின் அம்சங்கள், ரத்தினபுரி மனிதன் ஹோமோ எரக்டஸ் இனத்தைச் சார்ந்தவன் என்பதைச் சுட்டிக்காட்டுகின்றன. ஆப்பிரிக்காவில் 15 லட்சம் ஆண்டுகளுக்கு முன் தோன்றிய ஹோமோ எரக்டஸ், 10 லட்சம் ஆண்டுகளுக்கு முன் ஆசியாவிலும் ஐரோப்பாவிலும் குடியேறி வாழ்ந்த இனம், அந்த இனம் குடியேறிய பகுதிகளில் ஆசிய, ஐரோப்பிய ஹோமோ எரக்டஸ் என சில மாற்றங்களுடன் பரிணமித்தன. இன்றைய ஆய்வுகள் தற்கால மனிதயினம், அதன்வழி வந்த இனமல்ல என்பதை காட்டுகின்றன.

இலங்கையில் ஆதிமனிதயெலும்பு கிடைத்த ரத்தினபுரிப் படிவங்களில் படிந்திருந்த பல விலங்குகளின் தொல்லெச்சங்களில்,

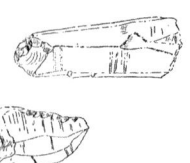

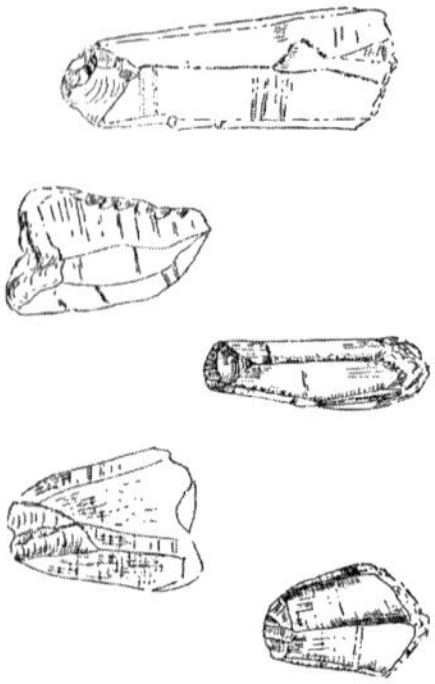

படம் 24
ரத்தினபுரி கலாசாரத்திய, உடைக்கப்பட்ட படிகங்களால் செய்யப்பட்ட கற்கருவிகள்

அன்று அங்கு வாழ்ந்து அழிந்துபட்ட நீர் யானை, காண்டா மிருகம், சிங்கம் ஆகிய வற்றின் எலும்புகள் முக்கியத்துவம் வாய்ந்தவை. இன்று ஆப்பிரிக்காவில் மட்டும் வாழும் நீர்யானை, ஆப்பிரிக்காவிலும் இந்தியாவில் கிர் காடுகளிலும் வாழும் சிங்கம், ஆப்பிரிக்கா விலும் ஆசியாவில் இந்தியா நேபாளம் ஜாவாவிலும் வாழும் காண்டாமிருகம் ஆகிய விலங்குகள் தென்னிந்திய–இலங்கை தீபகற்பகத்தின் தென் எல்லை வரை அன்று வாழ்ந்தன என்பதை இலங்கையில் எடுக்கப்பட்ட அவற்றின் தொல்லெச்சங்கள் காட்டுகின்றன.

நான் 1970களில் களப்பணி செய்தபோது, திருநெல்வேலி மாவட்டத்தில், சாத்தான்குளம் அருகே காரமணி ஆற்றின் கரையில் 8 கி.மீ. ஆழத்திலிருந்து எடுத்த காண்டாமிருகத்தின் மண்டையோடு இதற்கு முக்கியமான ஓர் ஆதாரம். (பார்க்க: இணைப்பு: இந்நூலாசிரியரின் தொல்லுயிரெச்சக் கண்டுபிடிப்பு கள்) அது பதிந்திருந்த படிவம் தோராயமாக 80ஆயிரம் ஆண்டு களுக்கு முற்பட்ட பனியுகமான ப்ளைஸ்டோஸீன் காலப்படிவம் என்று அறியப்பட்டது. இக்கண்டுபிடிப்புக்கு முன் இந்தியாவில் காண்டாமிருகத்தின் எலும்புகள் சிவாலிக் படிவங்களிலும் நர்மதையாற்றுப் படுகையிலும் கர்நூல் குகைப்படிவங்களிலும் கிடைத்திருந்தாலும் தமிழகத்தில் இதுவே முதல் கண்டுபிடிப்பு. இது தமிழ்நாடு–இலங்கை இணைந்திருந்த நிலப்பரப்பில் காண்டாமிருகங்கள் வாழ்ந்தன என்பதற்கான ஆதாரமாகும். இதைப்போலவே திருநெல்வேலி மாவட்டம் ஆயனிடுப்பில் விலங்கியலாளர் ஈஸ்டர்ஸன் அகழ்ந்தெடுத்த ஆதியானையினமான ஹிப்ஸ்எலிஃபாஸ் (Hyps elephas)இன் மண்டையோடு மற்றொரு ஆதாரம். அதே இனம், அதே காலத்தில் இலங்கையிலும் வாழ்ந்தது என்பதை அங்கு அகழ்ந்தெடுக்கப்பட்ட எலும்புகள் காட்டுகின்றன. ரத்தினபுரி மனிதன் இலங்கையிலும், நர்மதை மனிதன் இந்தியாவிலும் சமகாலத்தில் வாழ்ந்தனர் என்பது அக்காலகட்டத்தில் இருபகுதிகளிலும் வாழ்ந்த விலங்குகளின் தொல்லுயிரெச்சங்களால் உறுதிப்படுகிறது. முக்கியமாக, ஸ்டிகோடான் (Stegodon) என்ற நேரான தந்தங்களைக்

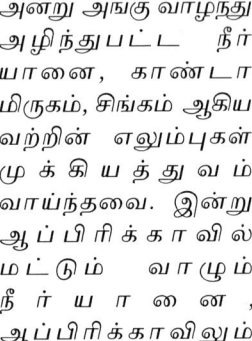

கொண்டிருந்த யானையினம், நீர்யானை மற்றும் இன்றும் காணப்படும் காட்டுமாடு, மான், பன்றி போன்ற விலங்குளின் எலும்புகள். இன்று ஆப்பிரிக்காவில் மட்டுமே வாழும் நீர் யானை அன்று நர்மதைப் பள்ளத்தாக்கிலிருந்து இலங்கை வரை வாழ்ந்தது என்பதும் தெரியவருகிறது.

ஹோமோ எரக்டஸின் எச்சங்களாக உலகின் பல பாகங் களிலுமிருந்து கிடைத்துள்ளவை – அவர்கள் உபயோகித்த கல்லாயுதங்கள், உடைந்த மண்டையோடுகள், தாடையெலும்புகள், பற்கள் மற்றும் சில எலும்புகள் மட்டுமே. கிடைத்த மண்டை யோடுகளின் அடிப்படையில் இவற்றை ஒரே இனத்தில் சேர்த்தாலும், இவற்றிற்கிடையேயுள்ள சில வேறுபாடுகளால் சர்ச்சைகள் உருவாயின.

பொதுவாக, உலகத்தில் எங்கு 'ஹோமோ எரக்டஸ்' எச்சங்கள் கண்டுபிடிக்கப்பட்டாலும் இவற்றை ஆசிய ஹோமோ எரக்டஸுடன் ஒத்துப்பார்ப்பது மரபு. பொதுவாக, ஆசியக் கண்டுபிடிப்புகள் ஓரளவுக்கு ஒரே மாதிரியானவை. இந்த இனம் வாழ்ந்த காலம் இ.மு. ஐந்து லட்சத்திலிருந்து பத்து லட்சம் ஆண்டுகள் வரை. ஆனால் ஆப்பிரிக்க ஹோமோ எரக்டஸ் வாழ்ந்த காலம் இ.மு. 15 லட்சத்திலிருந்து 5 லட்சம் ஆண்டுகள் வரை; ஐரோப்பிய ஹோமோ எரக்டஸ் வாழ்ந்த காலம் இ.மு. 7 லட்சம் ஆண்டுகள். எனவே ஹோமோ எரக்டஸ் ஆப்பிரிக்காவிலிருந்து ஆசியா, ஐரோப்பாவுக்குக் குடியேறினர் என்பதும் அப்போது ஆசிய, ஐரோப்பிய வகைகள் (Types) எனப் பிரிய ஆரம்பித்தனர் என்பதும் அறிவார்ந்த ஊகங்கள். ஆப்பிரிக்க, ஆசிய, ஐரோப்பிய ஹோமோ எரக்டஸ்களில் உள்ள வேறுபாடுகள், ஹோமோ செபியனாக மாற முற்பட்டதால் ஏற்பட்ட மாற்றங்கள் என்றும் ஐரோப்பிய ஹோமோ எரக்டஸ், சராசரி ஹோமோ எரக்டஸைவிட பெரிய மூளையைக் கொண்டிருந்ததால் இவற்றின் வழிவந்தவர்கள் தற்கால மனிதர்கள் எனவும் சிலர் வாதிட்டனர். ஆனால் ஹோமோ எரக்டஸுக்கும் ஹோமோ செபியனுக்கும் வேறுபாடுகள் காணப்படுவதால் தற்கால மனிதன் ஹோமோ எரக்டஸ் வழிவரவில்லை என்பது பொதுவான கருத்து.

சுமார் 15 லட்சம் முதல் 5 லட்சம் ஆண்டுகளுக்கு முன் வாழ்ந்த, நேராக நிமிர்ந்து நின்று, சீராக நடந்த ஹோமோ எரக்டஸ் ஆதிமனிதர்கள் ஹோமோ ஹெபிலைனைவிட அதிக அறிவு கொண்டிருந்தவர்கள்; கல்லாயுதங்களை உபயோகிக்கத் தெரிந்தவர்கள்; நெருப்பின் பயனையும் அறிந்தவர்கள். ஹோமோ

எரக்டஸிற்கும் தற்கால மனிதனுக்குமுள்ள ஒத்த இயல்புகள் எனப் பார்க்கும்போது தற்கால மனிதரின் கடைவாய்ப் பற்கள் போலிருந்த ஹோமோ எரக்டஸின் கடைவாய்ப் பற்களைச் சுட்டிக்காட்டலாம். இருந்தாலும், வேறுபாடுகளும் பல உள்ளன. எடுத்துக்காட்டாக, இவர்கள் மண்டையோட்டில் காணப்படும் உயர்ந்த புருவப் புடைப்பும், தலை உச்சியிலுள்ள நீண்டப் புடைப்பும், மண்டையோட்டின் பின்புறம் கழுத்துத் தசைகள் பற்றுமிடத்திலிருந்த புடைப்பும், தற்கால மனித மண்டையோட்டில் காணப்படாத அம்சங்களாகும். இந்த இனத்தை ஹோமோ ஹெபிலைனுடன் ஒப்பிட்டால், இது முன்னேறிய இனம். நெருப்பைப் பயன்படுத்தத் தெரிந்த ஹோமோ எரக்டஸ், ஹோமோ ஹெபிலைனைவிடப் பரிணாம வளர்ச்சியில் ஒரு படி உயர்ந்தது; ஹோமோ ஹெபிலைனைவிட தற்கால மனிதனுக்கு நெருங்கிய உறவுடையது. இந்த உறவு வருமாறு:

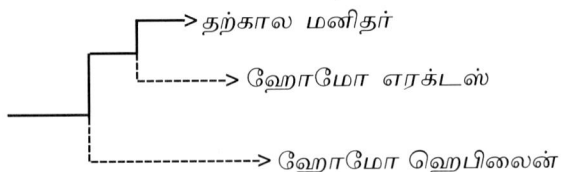

6.4.

ஹோமோ ஹெய்டெல்பெர்க்கென்ஸிஸ் Homo Heidelbergensis

ஜெர்மனியில் மாயேர் (Mayer) எனுமிடத்தில் 1907இல், மணற்படிவங்களில் தோண்டிக்கொண்டிருந்தவர்கள், பெரிய பற்கள் கொண்ட, அகன்ற ஆதிமனிதக் கீழ்த்தாடையொன்றைக் கண்டனர். ஹெய்டெல்பெர்க் பல்கலைக்கழகப் பேராசிரியர் ஒட்டோ ஷோன்டெஸாக் (Otto Schontensack) அது ஒரு புதிய ஹோமினின் என்பதைக் கண்டுபிடித்து, அந்த ஆதிமனிதயினத்தை 'ஹோமோ ஹெய்டெல்பெர்க்கென்ஸிஸ்' எனப் பெயரிட்டார். 'அந்த இனம் ஒருவகையான நியாண்டர்தாலினமே, எனவே அதை ஒரு தனியினமாகக் கொள்ளக்கூடாது' எனச் சில மானிடவியலாளர் வாதிட்டனர். பின்னர் 1964இல், பிரான்ஸிலுள்ள அராகோ (Arago) குகையில் அதே இனத்தைச் சார்ந்தவர்களின் எலும்புகள் பலவற்றோடு ஒருமுழுமையான மண்டையோடும் கிடைத்தன. அவற்றை ஆராய்ந்தவர்கள், அவை தனித்தன்மை கொண்ட, நியாண்டர்தாலினத்திற்கும் முற்பட்ட ஆதி இனம் என்பதை உறுதி செய்தனர். அரகோ தொல்லெச்சங்கள் கண்டறியப்பட்ட படிவங்களுக்கு மேலும் கீழும் காணப்பட்ட எரிமலைச் சாம்பல் படிவங்களை காலக்கணிப்பு செய்தபோது, அந்த இனம் ஆறிலிருந்து, இரண்டு லட்சம் ஆண்டுகளுக்கு முன்னால் வாழ்ந்த இனம் என்பது அறியப்பட்டது.

காப்வே (Kabwe) ஆதிமனிதன்:

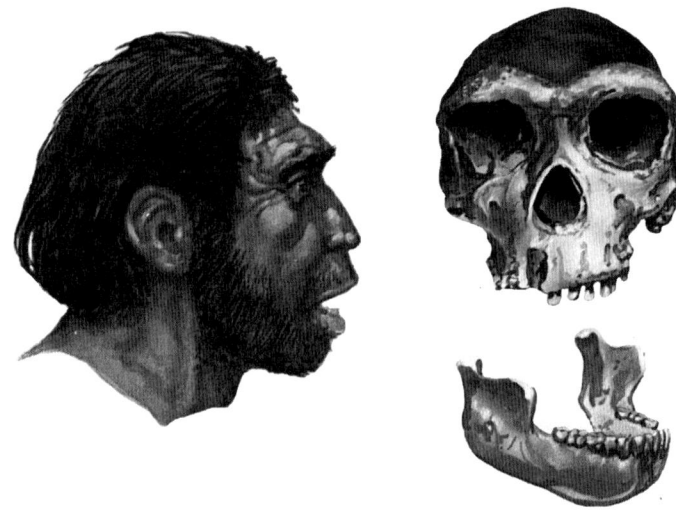

படம் 25 காப்வே ஆதிமனிதனின் உருவகிக்கப்பட்ட தோற்றம் மண்டையோடு, அகன்று வளைந்த தாடை.

1921இல் தெற்கு ஆப்பிரிக்க நாடான சாம்பியாவிலுள்ள (Zambia – அன்றைய வடக்கு ரொடீஸியா) காப்வேயில் ப்ரோக்கன் ஹில் (Broken Hill) என்றழைக்கப்பட்ட குன்றில் இரும்புக்கனிமங்களைத் தோண்டியபோது, அங்கிருந்த குகையில் ஆதிமனித மண்டையோடு ஒன்றைக் கண்டனர். 'ப்ரோகன் ஹில்மேன்' அல்லது 'ரொடீஸிய மனிதன்' என்று குறிப்பிடப்பட்ட அந்தக் கண்டுபிடிப்பை இன்று ஆய்வாளர்கள் 'காப்வே ஆதிமனிதன்' என்றே குறிப்பிடுகின்றனர். இந்தக் கண்டுபிடிப்பே ஆப்பிரிக்காவில் முதலில் கண்டுபிடிக்கப்பட்ட ஹோமோ ஹெய்டெல்பெர்க்கென்ஸிஸ் ஆகும். காலனியாதிக்கத்தின்போது லண்டன் இயற்கை வரலாற்று அருங்காட்சியகத்தில் வைப்பதற்காகவும், ஆய்வுக்காகவும் எடுத்துச் செல்லப்பட்ட அந்த மண்டையோட்டை, சாம்பியாவிற்குத் திருப்பிக் கொண்டுவர முயற்சிகள் மேற்கொள்ளப்பட்டுள்ளன. ஏறத்தாழ 1270 க.செ.மீ. மூளையை கொண்டிருந்த காப்வே மண்டையோடு (படம் 25) பெருத்த, அகன்ற புருவப்புடைப்பையும் முன் சரிந்த நெற்றியையும் கொண்ட ஓர் இளைஞனுடையது.

சாம்பியா கண்டுபிடிப்பிற்குப்பின் தென்னாப்பிரிக்காவின் கேப் (Cape) மாநிலத்தின் கடற்கரைப் பகுதிகளில் அதே

இனத்தின் எலும்புகள் பல கிடைத்துள்ளன. அந்த எலும்புகளை தென்னாப்பிரிக்க ஆய்வாளர் லீ பெர்கர் (Lee Berger) அளவெடுத்து, அவர்களில் சிலர் 2.13 மீ. உயரம் கொண்டிருந்தனர் என்பதைக் கண்டறிந்தார். அந்தயின ஆண்கள் சராசரி 1.75 மீ. உயரமும் 62 கிலோ கிராம் எடையும், பெண்கள் 1.57 மீ. உயரமும் 51 கிலோ கிராம் எடையும் கொண்டிருந்தனர் என்று கணக்கிட்டார். எலும்புகள் கிடைத்த பகுதிகளில் 5 லட்சம் ஆண்டுகளுக்கு முன் கல்லால் செய்யப்பட்ட இருபுறமும் கூரான ஈட்டி முனைகள், கல்லாயுதங்கள் ஆகியவை கிடைத்தன. ஹோமோ ஹெய்டெல்பெர்கின் வழித்தோன்றல்கள், திடகாத்திரமான நியாண்டர்தாலினத்தவர் போன்று உருண்டு, திரண்ட நெஞ் சுக்கூடு கொண்டிருந்தாலும், அவற்றில் தற்கால மனிதயினத் தின் அம்சங்களும் காணப்பட்டன. உறுதியான இடுப்பும் தொடையெலும்புகளின் அமைப்பும் அவை கால்களை சற்றே அகட்டி, ஓடியாடி நடந்த இனம் என்பதைக் காட்டுகின்றன. எலும்புகள் சிலவற்றில் காணப்படும் காயங்கள் – எலும்புருக்கி நோயின் அடையாளங்கள் – அந்தயினம் கடினமான வாழ்க்கை வாழ்ந்தது என்பதைக் காட்டுகின்றன.

அந்த ஆதிமனிதயெலும்புகள் கிடைத்த இடங்களில் கண்டெடுக்கப்பட்ட கற்கருவிகள், ஒரு கூழாங்கல்லை மற் றொரு கூழாங்கல்லால் கொத்தி உடைத்து கூரானவைகளாக செய்யப்பட்டவை. உபயோகப்படுத்தப்பட்ட கூழாங்கற்கள் கடினமானவை, இறுக்கமான கனிமக் கோப்பு கொண்டவை. பெரும்பாலும் அவை இறுகிய மணற்கல் (Quartzite), சிலிகாவிலான செர்ட், ப்ளின்ட், அகேட், சேல்ஸிடணி போன்ற, உடைத்தால் கூர்மையான சிதறல்களாக உடையும் தன்மைகொண்ட கற்கள். விலங்குகளை வேட்டையாடவும், அவ்வாறு வேட்டையாடிய விலங்குகளைக் கூறுபோடவும், தசைகளை எலும்பிலிருந்து சுரண்டி எடுக்கவும் தாம் செதுக்கிய கற்கருவிகளைப் பயன்படுத்தி யுள்ளனர். அவர்கள் நாம் வெவ்வேறு செயல்களுக்கு ஏற்ப வெவ்வேறு கத்திகளை உபயோகிப்பது போல, கல்கொத்தி, சுரண்டி, கிழிப்பான் எனத் தேவைக்கேற்பச் செய்து, அவற்றைச் சேமித்து வைத்து உபயோகித்துள்ளனர். காட்டெருமை போன்ற விலங்குகளையும் தாம் செய்த ஈட்டிமுனைகள் ஆகியவற்றால் வேட்டையாடி இரையாக்கியது தெரியவருகிறது.

ஹோமோ ஹெய்டெல்பெர்க் இனத்தின் முக்கியமான கண்டுபிடிப்புகள், ஸ்பெயினில் சியரா டெ அடபுர்ஸா (Sierra De Atapuerca) மலைத்தொடரில் உள்ள சுண்ணாம்புப் பாறைகளிலான குகைகளில் நிகழ்த்தப்பட்டன. சுமார் நூறு ஆண்டுகளுக்கு முன் அப்பகுதியில் தண்டவாளம் அமைக்கும் பணியின்போது,

குகைப்படிவங்களில் ஏராளமான கற்கருவிகள், தொல்லெச்சங்கள் அகழ்ந்தெடுக்கப்பட்டன. ஸ்பானிஷ் மொழியில் 'எலும்புக்குழி' (Sima De Los Huesos) எனப்பொருள்படும் குகையில் ஹோமோ ஹெய்டெல்பெர்க் இனத்தவரின் உடைந்த மண்டையோடுகளும், எலும்புகள் பலவும் கிடைத்தன. அவற்றில் பெரும்பாலானவை இளவயது ஆண், பெண்கள் மற்றும் சிறுகுழந்தைகளின் எலும்புகள். அங்கு 1992 வரை மேற்கொள்ளப்பட்ட அகழாய்வுகளின் இறுதியில் 5,500 ஆதிமனித எலும்புகள் கிடைத்துள்ளன. இதுவரைய கண்டெடுக்கப்பட்ட தொல்லெச்சங்களில் அதிக எண்ணிக்கையில் கிடைத்துள்ள தொல்லெச்சங்கள் இவைதான். நன்கு பாதுகாக்கப்பட்ட முழுமையான மண்டையோடுகள், சிதைந்த சில மண்டையோடுகள், தாடையெலும்புகள், பற்கள், கை, கால் எலும்புகள் கணிசமாகக் கிடைத்தன. அந்த எலும்புகள் சிலவற்றில் நியாண்டர்தாலினத்து எலும்புகளின் அம்சங்கள் காணப்பட்டன.

வட ஸ்பெயினில், எலும்புக்குழி உள்ள பகுதியில் உள்ள தொல்லியல் முக்கியத்துவம் வாய்ந்த மற்ற ஒரு இடம் கிரான் தொலினா (Grand Dolina). அங்கு தோண்டப்பட்ட அகழாய்வுக் குழிகளில் ஏழு அடுக்காக இருந்த படிவங்களில் ஹோமோ ஹெய்டெல்பெர்க் ஆதிமனிதயினத்தவர் செய்த கற்கருவிகளும், அவர்கள் வேட்டையாடிய விலங்குகளின் எலும்புகளும் அகழ்ந்தெடுக்கப்பட்டுள்ளன.

மேற்கூறிய ஸ்பானியக் கண்டுபிடிப்புகளால் மேற்கு ஐரோப்பியாவில் ஆதிமனிதக் குடியேற்றங்கள் பற்றிய புரிதல் ஏற்பட்டுள்ளது.

இதர ஐரோப்பியக் கண்டுபிடிப்புகள்:

கிரீஸின் வடகிழக்குப் பகுதியிலுள்ள, பெட்ராலோனாவில் 1960இல் குகையொன்றில், ஆதிமனித மண்டையோடு ஒன்று கண்டுபிடிக்கப்பட்டது (படம் 26). முதலில் அது நியாண்டர்தாலினம் வாழ்ந்த காலத்தே, சுமார் 1.2 லட்சம் ஆண்டுகட்கு முன் வாழ்ந்த ஹோமினின் எனக் கருதப்பட்டது. பின்னர் அது எடுக்கப்பட்ட படிவங்களிலிருந்து கிடைத்த விலங்குகளின் எலும்புகள் 3.5 – 2 லட்சம் ஆண்டுகளுக்கு முற்பட்டவை என்பது அறியப்பட்டது. கீழ்த்தாடையற்ற இந்த மண்டையோடு, காப்வே, அராகோ மண்டையோடுகளில் உள்ளது போல உயர்ந்த புருவப்புடைப்பு, புடைத்திருந்த தலையின் பின்பகுதி கொண்ட கனமான எலும்புகளால் ஆனது. எனவே இதை ஒரு ஹோமோ ஹெய்டெல்பெர்கென்ஸிஸ் என இனங்கண்டனர்.

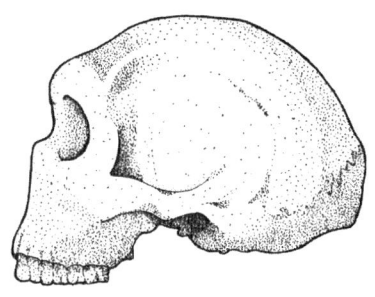

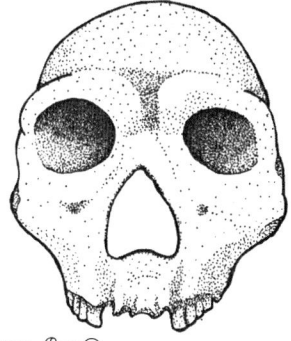

படம் 26 பெட்ராலோனா மண்டையோடு
பக்கவாட்டு, முன் தோற்றங்கள்

இங்கிலாந்தில் மேற்கு சஸக்ஸில் (Sussex) உள்ள பாக்ஸ்க்ரோவ் பகுதி, ஐந்து லட்சம் ஆண்டுகளுக்கு முன் ஒரு காயலாகயிருந்தது. அந்தக் கடற்கரையொட்டியிருந்த மலைப்பாங்கான பகுதியருகே தோண்டப்பட்ட குழிகளில் கைக்கோடாரி, கொத்தி, கிழிப்பான், சுரண்டி என நூற்றுக்கணக்கான கற்கருவிகள் காணப்பட்டன. தொல்லியலாளர் மார்க் ராபர்ட் (Mark Robert) அங்கு *1993*இல் அகழாய்வுகள் மேற்கொண்டார். பழங்கற்காலத்தைச் சேர்ந்த அஷூலியன் வகைக் கற்கருவிகள் அங்கு கிடைத்தன. அங்கு வாழ்ந்தவர்கள், நீரருந்த வந்த நூற்றுக்கணக்கான மான்களையும் குதிரைகளையும் வேட்டையாடியுள்ளனர் என்பது அங்கு காணப்பட்ட எலும்புகளால் தெரியவருகிறது. அவற்றினிடையே காண்டாமிருகத்தின் எலும்புகளும் காணப்பட்டதால், அதைக்கொன்ற ஆதிமனிதர்கள் திறமையான வேட்டைக்காரர்கள் என்பது புலப்படுகிறது. கற்கருவிகள், வேட்டையாடப்பட்ட விலங்குகளின் எலும்புகள் கிடைத்த அளவு ஆதிமனிதயெலும்புகள் கிட்டவில்லை. என்றாலும் அதிர்ஷ்டவசமாக ஹெய்டெல்பெர்க் இனத்தவருடைய இரண்டு கீழ்த்தாடைப் பற்களும், காலெலும்பு ஒன்றும் அகழ்ந்தெடுக்கப்பட்டுள்ளன. அந்தக் காலெலும்பில் ஊனுண்ணி ஒன்று கடித்ததால் ஏற்பட்ட பற்காயங்கள் தெரிந்தன.

ஹோமோ ஹெய்டெல்பெர்க் ஆதிமனிதயினத்தவர், மத்திய ப்ளைஸ்டோஸீன் காலகட்டத்தில் ஐரோப்பாவில் குடியேறியது. அப்போது உலகம் குளிர்ந்துகொண்டிருந்த நிலையில், மாறிக் கொண்டிருந்த பருவநிலைகளால் ஏற்பட்ட கஷ்டங்களை எதிர்கொண்டனர். குடியேறிய புதிய நிலங்களில் இருந்த ஏராளமான விலங்குகள் அவர்களுக்கு புதிய வாய்ப்புகளைத் தந்தன. எனவே இயற்கையின் இன்னல்களைத் தாங்கிக்கொண்டு,

புதிய நிலம் தேடிக் குடியேறி வாழ்ந்தனர். இது நடந்தது 4 – 3 லட்சம் ஆண்டுகளுக்கு முன்னர்.

ஹோமே ஆன்டிஸெஸர் (Homo Antecessor), ஹோமோ ஹெய்டெல்பெர்க்கென்ஸிஸ் ஆகிய இரண்டு இனங்களும் ஆப்பிரிக்காவில் தோன்றிய ஹோமோ எர்காஸடர் (Homo Ergaster) வழிவந்தவை. ஆனால் ஹோமோ ஹெய்டெல் பெர்க்கென்ஸிஸின் மூளையளவு 1100 – 1400 க.செமீ. தற்கால மனித இனத்தின் சராசரி மூளையளவு 1350 க.செ.மீ என்பதால் அந்நிலை பரிணாமவளர்வில் ஒரு முக்கியமான கட்டம் ஆகும். ஹோமினின்கள் பற்றிய அண்மைக்கால ஆய்வுகள் ஐரோப்பாவில் நியாண்டர்தாலினம், மத்திய ஆசியாவில் டெனிஸோவன் ஆதிமனிதயினம், ஆப்பிரிக்காவில் ஹோமோ செபியன் (தற்கால மனித) இனம் ஆகியவை ஹோமோ ஹெய்டெல்பெர்க் இனத்தின் வழிவந்தவை என்பதைத் தெளிவுபடுத்தியுள்ளன.

7

அழிந்துபட்ட ஆதிமனிதயினங்கள்

பூமியின் மொத்த நிலப்பரப்பில் பத்து விழுக்காடு வட, தென் துருவங்களில் பரந்துள்ள பனிப்பரப்புகள். அந்தப் பனிப்பரப்புகள் வெவ்வேறு காலகட்டங்களில், இன்றிருப்பதைவிட மூன்று மடங்கு பெரியதாகயிருந்தன. இன்று துருவப்பகுதிகளில் மட்டுமே உள்ள பனிப்பரப்புகள், அன்று பூமியின் மத்திய பகுதி நோக்கி விரிவடைந்தன. அக்காலகட்டத்தைப் பனியுகம் என்பர் (பார்க்க. இணைப்பு – பனியுகம்). கடந்த இருபது லட்சம் ஆண்டுகளில், நான்கு முறை ஏற்பட்ட பனியுகங்களே மனித குலத்தின் முன்னோடிகளை இன்னல்படுத்தி, இயற்கையின் தேர்வுகளுக்கு உள்ளாக்கியவை.

கடைசிப் பனியுகத்தின்போது வடதுருவப் பனிப்பரப்பு பெரும்பான்மையான ஐரோப்பாவின் வட பகுதிகளை ஆக்கிரமித்தது. மாறிக்கொண்டிருந்த பருவ நிலைகளைப் பொறுத்து பனிப்பரப்பின் எல்லைகள் மாறிக்கொண்டிருந்தன. அந்தச் சலனங்களுக்கு இடைப்பட்ட காலம், பனிப்படர்வுகளுக்கு இடைப்பட்ட காலம்(Inter Glacial Period) எனப்படும். அக்காலக்கட்டங்களில் உருவாகிய படிவங்கள் தொல் மானிடவியல் முக்கியத்துவம் வாய்ந்தவை. இக்காலகட்டங்களின் பட்டியலைக் கீழே காணலாம்.

அண்மைக்காலம்	பனியுகத்திற்குப் பின்	இடைக்கற் காலத்திற்குப் பின்
மேல் பிளைஸ்டோஸின் (இன்றைக்கு முன் 50 ஆயிரம் ஆண்டுகள்)	நான்காம் (உர்ம்) பனிப்படர்வு	மேல் பழைய கற்காலம்
	மூன்றாம் இடைப்பட்ட காலம்	நடு பழைய கற்காலம்
மத்திய பிளைஸ்டோஸின் (இன்றைக்கு முன் 75 ஆயிரம் ஆண்டுகள்)	மூன்றாம் (ரிஸ்) பனிப்படர்வு	கீழ் பழைய கற்காலம்
	இரண்டாம் இடைப்பட்ட காலம்	
	இரண்டாம் (மிண்டல்) பனிப்படர்வு	
கீழ் பிளைஸ்டோஸின் (இன்றைக்கு முன் ஒரு லட்சம் ஆண்டுகள்)	முதலாம் இடைப்பட்ட காலம்	ஆரம்ப கற்காலம்
	முதல் (குயூன்ஸ்) பனிப்படர்வு	

பத்தொன்பதாம் நூற்றாண்டின் மத்தியில் பிரான்ஸில் உள்ள சுண்ணாம்புப்பாறை (Lime Stone) யிலான குகைகளில் ஆதிமனிதயினத்தின் தொல்லுயிரெச்சங்கள் காணப்பட்டன. பின்னர் அங்கு மேற்கொள்ளப்பட்ட தீவிர கள ஆய்வுகளில் பல ஆதிமனித மண்டையோடுகள், நூற்றுக்கணக்கான எலும்புகள், அந்த ஆதிமனிதர் செய்து உபயோகித்த கல், எலும்பு மற்றும் மரத்திலான கருவிகள், வேட்டையாடி இரையாக்கிய விலங்குகளின் எலும்புகள், கரடிப்பல் மற்றும் சிப்பி ஆகியவற்றைத் துளையிட்டுக் கோர்த்த மாலைகள், தந்தத்திலான மணிகள், செதுக்கப்பட்ட உருவங்கள், வேட்டையாடுதலைச் சித்தரிக்கும் மந்திரச் சடங்கு ஓவியங்கள் ஆகியவை கண்டறியப்பட்டன. பின்னர் பிரான்ஸ் கண்டுபிடிப்புகள் போல ஸ்பெயின், ஆஸ்திரியா, ஜெர்மனி, செக்கோஸ்லேவோகியா, ரஷியா போன்ற நாடுகளிலும் ஆதிமனித தொல்லெச்சங்கள் பல கண்டறியப்பட்டன. அதனால் ஐரோப்பாவில் 35 – 11 ஆயிரம் ஆண்டுகளுக்கு முன்வரை வாழ்ந்த ஆதிமனித இனங்கள் பற்றிய புரிதல் ஏற்பட்டது. அவர்கள் மேற்கற்காலப் பண்பாட்டை உருவாக்கியவர்கள். அந்தப் பண்பாடு கீழ்க்கற்காலப் பண்பாட்டைவிட பன்மடங்கு

உயர்ந்தது, முன்னேறியது. அவர்கள் எலும்பு தந்தம் மான் கொம்புகளில் செதுக்கியதும், குகைகளில் ஓவியங்கள் வரைந்ததும், தம்மை அலங்கரித்துக் கொள்ள மணிகள் கோர்த்ததும், மாலைகள் செய்ததும், கற்கருவிகளைக்கூட கலைநுட்பத்துடன் படைத்ததும் ஒரு பெரும் கலாசாரப் புரட்சியென்றே கூறலாம். அதை உண்டாக்கிய ஆதிமனித இனங்கள், திட்டவட்டமாக மனித இனங்கள் என இனங்காணப்படும் தனித்துவத்துடன் பரிணமித்த இனங்கள். இது நம் மூதாதையர்களின் பரிணாம வரலாற்றில் ஒரு முக்கியமான கட்டம். பனியுகங்களின் போது நம் நேரடியான மூதாதையர்கள் தவிர, மேலும் மூன்று வகை ஆதிமனித இனங்கள் வாழ்ந்தன என்பது அண்மைக்கால ஆய்வுகளால் தெரியவருகின்றது. அந்த அழிந்துபட்ட ஆதிமனித இனங்களில் ஒன்று நியாண்டர்தாலினம்; இரண்டாவது கடந்த பத்தாண்டுகளில் கண்டுபிடிக்கப்பட்ட டெனிஸோவன் இனம்; மூன்றாவது, ஃப்ளோரஸ் தீவில் கண்டுபிடிக்கப்பட்ட ஆதிக்குட்டை மனித இனம். சில பத்தாயிரங்கள் எண்ணிக்கை கொண்ட ஆதிமனித இனத்தவர்கள் சிறு கூட்டங்களாக வாழ்ந்தனர். ஒரு கணிப்பின்படி ஒரு குழு 30 – 40 கி.மீ. சுற்றளவில் வேட்டையாடி வாழ்ந்தனர். சமகாலத்தில் வாழ்ந்து, ஒன்றையொன்று எதிர்கொண்ட ஆதிமனித இனங்களுக்கிடையே அவ்வப்போது இனக்கலப்பு ஏற்பட்டதை மரபணு ஆய்வுகள் காட்டுகின்றன.

❖❖

7.1.

நியாண்டர்தாலினம்

மனிதகுலத்தின் ஆரம்பம் பற்றிய அறிவியலாய்வு, மேற்கு ஜெர்மனியிலுள்ள நியாண்டர்தால் பள்ளத்தாக்கில் 1856இல் கண்டெடுக்கப்பட்ட ஆதி மனித எலும்புகளுடன் துவங்கியது. யோவாக்கிம் நியாண்டர் என்ற கவிஞனின் நினைவாகப் பெயரிடப்பட்ட இந்தப் பள்ளத்தாக்கு, செங்குத்தாக உயர்ந்த சுண்ணாம்புப் படிவங்களால் ஆனது. இங்கு கல்லுடைத்துக்கொண்டிருந்தவர்கள் பல எலும்புகளைக் கண்டெடுத்து ஃபுல்ராட் (Fuhlrott) என்ற பள்ளியாசிரியரிடம் கொடுக்க, அவர் அவற்றின் முக்கியத்துவத்தை உணர்ந்தார். மிகப் பெரிய புருவப் புடைப்புடனிருந்த நீண்ட மண்டையோடும், கனமான, வளைந்த தொடையெலும்பும் கண்டுபிடிக்கப்பட்டுள்ள எலும்புகளில் முக்கியமானவை. முதலில் இதுபோன்ற மண்டையோட்டை அறிவியல் உலகம் கண்டதில்லையெனப் பலரும் நினைத்தனர். பின்னரே, ஜிப்ரால்டரிலுள்ள குகையொன்றில் 1848இல் இதுபோன்ற மண்டையோடு கண்டுபிடிக்கப்பட்டது தெரியவந்தது (படம் 27). 1857இல் ஃபுல்ராடும் அவரது ஆராய்ச்சித்தோழரான ஒரு உடல்கூற்றியலாளரும் நியாண்டர்தால் கண்டுபிடிப்பைப் பற்றி மகாநாடு ஒன்றில் விளக்கியபோது, பலர் இவர்களின் விளக்கத்தைப் புறக்கணித்தனர். இது நடந்தது டார்வினின் 'இனங்களின் தோற்றம்' என்ற விளக்க நூல் வருவதற்கு இரண்டாண்டுகளுக்கு முன்பு. இந்த மகாநாட்டிற்குப்பின் சில ஆய்வாளர்கள்

நியாண்டர்தாலினத்தவர்

© The Natural History Museum

ஜிப்ரால்டரில் காணப்பட்ட நியாண்டர்தால் எலும்புகளின் அடிப்படையில் வரையப்பட்ட ஓவியம். நியாண்டர்தாலினக் குடும்பம் ஒன்றை சித்தரிக்கிறது. மாரிஸ் வில்ஸன், அப்பகுதியிலுள்ள கோரக்குகையைப் பின்புலத்தில் வரைந்துள்ளார். அவர்கள் வேட்டையாடிய 'அவுக்' பறவைகளும் சித்தரிக்கப்பட்டுள்ளன. (Ref. No. 001988 NHM Image)

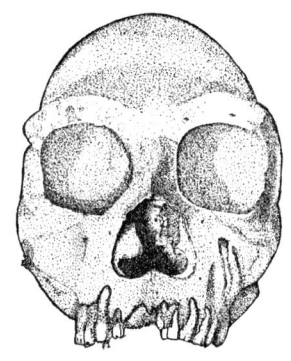

படம் 27 ஜிப்ரால்டர் நியாண்டர்தாலின மண்டையோடு, முன் பற்களை, படத்தில் காட்டியுள்ளதுபோலக் கடித்து, மூன்றாவது ‘கை’யாக உபயோகித்ததால், தேய்ந்த நிலை

நியாண்டர்தால் பள்ளத்தாக்கிலுள்ள படிவங்களின் முக்கியத் துவத்தை உணர்ந்தனர். இவர்களில் ஒருவரான கிங், இந்த மண்டையோடு திட்டவட்டமாக ஒரு ஆதிமனித இனத்தைச் சார்ந்தது என்றும் இந்த இனத்தை ‘ஹோமோ செபியன் நியாண்டர்தாலனஸிஸ்’ என்றும் குறிப்பிட்டார். இதற்குப் பிறகே, ஜிப்ரால்டரில் கண்டுபிடிக்கப்பட்ட மண்டையோடு பற்றி மகாநாட்டொன்றில் விளக்கப்பட்டது.

இஸ்ரேல் கண்டுபிடிப்புகள்

நியாண்டர்தால் ஆதிமனிதர்களுக்கும் தற்கால மனிதர்களுக்கும் பொதுவான மூதாதையர் ஹோமோ எரக்டஸ் என்பதும், தற்கால மனிதர் தோன்றியபின் நியாண்டர்தாலினம் அழிந்துபட்டது என்பதும் பொதுவாக நிலவிய கருத்து. ஆனால் இஸ்ரேலில் கண்டுபிடிக்கப்பட்ட நியாண்டர்தால் எச்சங்கள் இந்தக் கருத்தை அடியோடு மாற்றிவிடுகின்றன. கார்மேல் மலைக்கருகே கெபாரா (Kebara) எனுமிடத்தில் உள்ள குகைகளில் 1983இல் கிடைத்த நியாண்டர்தால் ஆதிமனிதர்களின் எச்சங்கள் 60,000 ஆண்டுகட்கு முற்பட்டவை. இதன் முக்கியத்துவம் என்னவென்றால், இதே நாட்டில் நாசரேத்துக்கருகே, கஃப்ஸெ (Qafzeh) எனுமிடத்தில் உள்ள குகையில், தற்கால மனிதயினத்தைச் சார்ந்த இருபது எலும்புக்கூடுகள் கண்டுபிடிக்கப்பட்டு, காலக்கணிப்பு செய்யப்பட்டதில் அவை 80 – 120 ஆயிரம் ஆண்டுகட்கு முற்பட்டவை என்பது புலனாயிற்று. தற்கால மனிதன் தோன்றிய பின்னும் நியாண்டர்தால் மனிதன் பல ஆயிரம் ஆண்டுகள் அருகாமையிலே வாழ்ந்தான், தற்கால மனிதன் தோன்றியதால் அவன் அழியவில்லை என்பது

இதனால் தெரியவருகிறது. அங்கு டாபுன் எனும் குகையில் நடத்தப்பட்ட அகழாய்வுகளில் முழுமையான நியாண்டர்தால் எலும்புக்கூடுகளும் அவர்கள் செய்து உபயோகித்த கல்லாயுதங் களும் வேட்டையாடி எரித்து உண்ட விலங்குகளின் எலும்புகளும் அகழ்ந்தெடுக்கப்பட்டன.

பனியுகத்தில் ஐரோப்பாவில் பனிப்பரப்புகள் பெருகி விரிவடைய தெற்காக நகர்ந்து இன்றைய இஸ்ரேலில் குடியேறி யவர்கள் அவ்வப்போது குகைகளில் வாழ்ந்தனர். அவற்றில் சாம்பல் படிவங்கள் பல அடுக்குகளாகக் காணப்படுவதால் அங்கு அவர்கள் பல தலைமுறை வாழ்ந்திருக்க வேண்டும். காடுகளில் முகாமிடுபவர்கள் சுள்ளிகளைப் பொறுக்கிக் குவித்து தீ மூட்டுவது போன்று அவர்கள் தீ மூட்டியிருக்க வேண்டும் என்பதை அந்தக் குகைகளின் தரை காட்டுகிறது.

விண்டியா (Vindija) கண்டுபிடிப்பு

கிழக்கு ஐரோப்பாவில் குரோயேஷியாவில் விண்டியா எனும் பகுதியிலுள்ள குகையில், 1970இல் ஏறத்தாழ 50,000 ஆண்டு களுக்கு முன் வாழ்ந்த நியாண்டர்தால் ஆதிமனித எலும்புகள் பல கண்டெடுக்கப்பட்டன. அங்கு கிடைத்த எலும்புகள், கல்லாயுதங்கள் போன்ற தடயங்களை வைத்து, அவர்கள் இரை தேடியும் வேட்டையாடியும் வாழ்ந்தவர்கள் என்பது தெரியவந்தது. அவர்கள் கொன்ற விலங்குகளின் எலும்புகள் மஜ்ஜையை எடுக்க எவ்வாறு உடைக்கப்பட்டனவோ, அது போலவே ஆதி மனித எலும்புகளும் மண்டையோடுகளும் உடைக்கப்பட்டிருந்தன. அவர்கள் வேட்டையாட மிருகங்கள் கிடைக்காதபோது இறந்துபட்ட தம் இனத்தவரையே உண்டிருக்கலாம். அது ஒரு கொடூரமான உண்மை என்றாலும், நியாண்டர்தால் ஆதிமனிதர், வேட்டையாடும்போது காய மடைந்தவர்களையும் பேணியுள்ளனர் என்பது முறிந்த எலும்புகள் இணைக்கப்பட்டு குணமாகிய நிலையில் சில எலும்புக்கூடுகள் காணப்படுவதிலிருந்து அறிகிறோம். குகையின் முகப்பில் நெருப்பையூட்டி அவர்கள் வேட்டையாடிய விலங்குகளின் இறைச்சியை, சேகரித்த உணவை தாம் பேணிய பெண்டிர், சிறுவர், முதியோர் காயமுற்றோர்களுடன் உண்டு வாழ்ந்தவர்கள் என்பது தெரியவந்துள்ளதால் அந்த இனம் ஒரு காட்டுமிராண்டியினம் என்பதுபோல் முன்பு சித்தரிக்கப்பட்ட நிலைமாறியுள்ளது.

ஸ்பெயின் கண்டுபிடிப்பு

1994இல், ஸ்பெயினின் வடக்குப் பகுதியில் உள்ள எல் சிட்ரான் (El Sidron) குகைக்குள் சென்றவர்கள் மணற்படிவங்களில்

மனிதயெலும்புகள் பதிந்திருப்பதைக்கண்டு, அவை உள்நாட்டுக் கலவரத்தில் கொல்லப்பட்டவர்களின் எலும்புகளாயிருக்கலாம் என்று எண்ணி காவல்துறையிடம் முறையிட்டனர். காவல் துறையினர் அந்த 140 எலும்புகளை புலனாய்வுத்துறையின் ஆய்வுக்கூடத்திற்கு அனுப்பினர். ஆறு வருடங்களுக்குப் பின்னரே அந்த எலும்புகள் 48 ஆயிரம் ஆண்டுகட்கு முன் கொல்லப்பட்ட நியாண்டர்தாலினத்தைச் சேர்ந்த ஒன்பது, பேர்களுடையவை என கண்டறியப்பட்டது. அங்கு 2000 தொடங்கி மேற்கொள்ளப்பட்ட ஆய்வுகளில் குழந்தைகள், இளம்பருவத்தினர், மூத்தவர்கள் ஐந்து பேரின் 1500 எலும்புகளும், எலும்புத் துண்டுகளும் கிடைத்தன. கை கால் எலும்புகளிலிருந்து மஜ்ஜையை எடுக்கவும் மண்டையோடுகளிலிருந்து மூளையை எடுக்கவும் கற்கருவிகளால் உடைக்கப்பட்டு உருவானவை இந்த எலும்புத் துண்டுகள் என்பது தெரிய வந்தது. எலும்புகளிலிருந்த தசைகள் சிறிய கல்லாலான கிழிப்பான்களால் சுரண்டி எடுக்கப்பட்டதைக் காட்டும் சிராய்ப்புகள், சக நியாண்டர்தால்களால் அவர்கள் கொல்லப்பட்டதை உணர்த்தின. மண் சரிந்துமூடிப் புதையுண்ட எலும்புகள், இயற்கைத் தோட்டிகளால் அழிக்கப்படாமல் பாதுகாக்கப்பட்டிருந்தன.

இன்றைக்கு முன் 27–75 ஆயிரம் ஆண்டுகட்கு இடைப்பட்ட காலத்தில் மத்திய ஐரோப்பாவின் சில பகுதிகளிலும் ஐபீரியன் தீபகற்பத்திலும், மத்திய தரைக் கடற்பகுதியின் தென்பாகம் வரையிலும் நியாண்டர்தாலினத்தவர் வாழ்ந்தனர். பனிப்பரப்புகள் அதிகரித்த பனியுகத்தில், பனியாறுகள் (Glaciers) பெருகிய அக்காலத்தில், பனிப்பரப்பின் எல்லைகளில் வாழ்ந்த அந்த இனம், கடுமையான இயற்கையின் தேர்வுக்கு உள்ளானது. குளிர் அதிகரித்துக் கொண்டிருந்த காலத்தில், உடலின் வெம்மையைத் தக்கவைத்துக் கொள்ளுமாறு கட்டையான, திடகாத்திரமான தேகங்களைக் கொண்டவர்களாக அவர்கள் பரிணமித்திருந்தனர்.

இன்றுவரை கிடைத்துள்ள நானூறுக்கு மேற்பட்ட நியாண்டர்தாலினத்தவர் எலும்புகளை வைத்து அவர்கள் உருவ அமைப்பு, வாழ்ந்த விதம் பற்றியும் நன்கு அறியமுடிகிறது. அவர்கள் சராசரி 1.2 மீ உயரமும், 56 கிலோ எடையும், உருண்டு அகன்ற நெஞ்சையும் கொண்ட திடகாத்திரமான உடல்வாகு பெற்றிருந்தனர். பழங்கற்காலக் கருவிகளை, மரத்தால் செய்த ஈட்டிகளில் பொருத்தி, வேட்டையாடிய நியாண்டர்தாலினத்தவருக்கு நாளொன்றிற்கு 5000 கலோரிசக்தி தேவைப்பட்டிருக்க வேண்டும். இது நீண்ட, மராத்தான் ஓட்டம் ஓடுபவர் ஒருவருக்குத் தேவையான சக்தியாகும். ஒருவருக்கு அந்த அளவு சக்தி பெறுவதற்கான உணவைப்பெற,

சிறுசிறு குழுக்களாக வாழ்ந்த நியாண்டர்தாலின குழுவின் அங்கத்தினர்களனைவரும், ஆணும் பெண்ணுமாக வேறுபாடின்றி ஒன்றாகச் சேர்ந்து வேட்டையாடியிருக்க வேண்டும். அதே காலகட்டத்தில் வாழ்ந்த தற்கால மனிதர்களின் மூதாதையர் கூட்டங்களில், ஆண்கள் வேட்டையாடிக் கொண்டிருந்தபோது பெண்கள் சிறார்களைப் பேணியும், எளிதாகச் சேகரிக்கக்கூடிய காய் கனிகளைப் பறித்தும் கிழங்குகளைத் தோண்டியெடுத்தும் சிப்பிகள், நத்தைகள், புழுக்கள், பறவைகளின் முட்டைகள் ஆகியவற்றை உண்பதற்காகச் சேகரித்தும் வாழ்ந்தனர். தம்கூட்டத்திற்கு, தம்மைச் சார்ந்த பெண்டிர், சிறார், முதியோர் ஆகியவர்களுக்குத் தேவையான பணிகளைச் செய்ய ஆணுக்கும் பெண்ணுக்கும் பொறுப்புகளைப் பகுத்து பகிர்ந்து வாழ்ந்தனர். இத்தகைய சமூக மேம்பாட்டை நியாண்டர்தாலினத்தவர் அடையவில்லை. பெல்ஜியத்தில், ஸ்கால்டினா எனுமிடத்தில் உள்ள குகைப்படிவத்தில், நியாண்டர்தால் சிறுமியின் பல் ஒன்று நன்கு பாதுகாக்கப்பட்ட நிலையில் கிடைத்தது. அதன் குறுக்குவெட்டுத் தோற்றம் மின்னணு உருப்பெருக்கி (Electron Microscope) மூலம் ஆராயப்பட்டது. அவ்வாறு ஆராய்வதன் மூலம், அந்த உயிரின் வளர்ச்சி, கடந்துவந்த பருவங்கள் ஆகியவற்றை அறியவியலும். அச்சிறுமி எட்டுவயது கொண்டவள், ஆனால் பருவமடையும் வயதை நெருங்கிவிட்டவள் என்பது புலப்பட்டது. இந்தக் கண்டுபிடிப்பால், நியாண்டர்தாலினப் பெண்கள், தற்கால மனிதயினப் பெண்களைவிட சீக்கிரமாகவே பூப்படைந்து, குழந்தைகளைப் பெற்றனர் என்பது தெரியவருகிறது. மேலும் நியாண்டர்தால் குழந்தையின் பராமரிப்பு காலம் மனிதக் குழந்தை பெறும் பராமரிப்பு காலத்தைவிடக் குறைவானதாக இருந்ததால் அக்குழந்தையின் வளர்ச்சியும் ஓரளவு குன்றியது என்றே சொல்லலாம். நியாண்டர்தால் பெண்களின் சராசரி ஆயுள் 30 வருடங்களுக்கும் குறைவானதே.

பனிபடர்ந்த, குளிர்மிகுந்த, சூரிய ஒளி குன்றிய பகுதிகளில் வாழ்ந்த நியாண்டார்தாலினத்தவர்க்கு கூர்மையான பார்வை அவசியமாகயிருந்தது. அதற்கேற்ப, அவர்கள் நம்மைவிடப் பெரிய கண்களைக் கொண்ட இனமாகப் பரிணமித்திருந்தனர். பெரியகண்களை இயக்கி, கண்ட காட்சிகளை உள்வாங்கித் தம் மூளைகளில் பதிவு செய்து, அவற்றிற்கேற்ப, தம்மைத் தற்காத்துக் கொள்ளவதற்கும், விலங்குகளை வேட்டையாடுவதற்கும் ஏற்றவாறு உடல்களை இயக்க மூளையின் பெரும்பகுதி செயல்பட்டது. அதனால் சிந்திக்கும் திறனைச் சீர்படுத்தும் மூளையின் பகுதி வெகுவாக வளரவில்லை. நம் மூதாதையர்களின் மூளையை விட அதிகமான அளவு (சராசரி 1350 க.செ.மீ)

மூளை பெற்றிருந்த நியாண்டர்தாலினம், பெரிய கண்களைக் கொண்டிருந்ததால், மூளையின் செயல்பாட்டு அம்சங்கள் சிலவற்றில் வளர்ச்சியடையவில்லை. எடுத்துக்காட்டாக, அவர்கள் தன்னினத்தவர்களுடன் கூடிப் பெரிய கூட்டமாக வாழும் அளவுக்கு, நம் மூதாதையர் கண்ட சமூக முன்னேற்றத்தை அடையவில்லை என்பதை தொல்மானிடவியலாளர் சுட்டிக் காட்டுகின்றனர். நியாண்டர்தாலினத்தின் மண்டையோடு, தற்கால மனிதர்களின் மண்டையோட்டை விடப்பெரியது. அவர்களின் முகப்பகுதி சற்றே தட்டையாகவும், அகன்ற நாசித் துவாரம், பெரிய கண்களுக்கான குழி, உயர்ந்த புருவப்புடைப்பு கொண்டதாகவும் இருந்தது. மண்டையோட்டின் பின்பகுதி நீண்டும், புடைத்துமிருந்தது (இதைக் கொங்குநாட்டு வழக்கில் பொடங்கு என்பர்). மூளையின் அளவு சராசரியாக 1400 க.செ.மீ.

நியாண்டார்தாலின மண்டையோட்டு வார்ப்புகளை ஆராய்ந்து, நியூயார்க் மாநிலப் பல்கலைக்கழகத்தைச் சேர்ந்த ஆய்வாளர் டீன்ஃபாக் (Dean Falk) நியாண்டர்தாலினம் பேச்சுத் திறன் கொண்ட இனமாக இருந்திருக்கவேண்டும் என்றார். இதற்கான ஆதாரத்தை மானிடவியலாளர் யோயெல் ரோக் (Yoel Rok) இஸ்ரேலில் கெபாரா எனுமிடத்தில் கிடைத்த நியாண்டர்தால் மண்டையோடு மூலம் கண்டுபிடித்தார். நம் தொண்டைக் குரல்வளையின் அமைப்பு பேசஇயலாத சிம்பன்சி போன்ற மனிதக்குரங்கிலிருந்து வேறுபட்டது. மனித இனத்தில் கீழ்த் தாடைக்கும் கீழே காணப்படும் பேச்சு எலும்பு, பேசுவதற்கு ஏதுவாக நாக்கு தொண்டையை இயக்கும் பகுதியில் நாக்கின் வேர்ப்பற்றியிருக்கும், லாட வடிவத்தில் அமைந்த சிறிய எலும்பு ஹயாய்ட் (Hyoid) கெபாரா மண்டையோட்டில் காணப்பட்டது. அதற்கும் நம் ஹயாய்ட் எலும்புக்கும் வேற்றுமையில்லை என்பதால் அவர்கள் பேச்சுத்திறன் பெற்றவர்கள் என்றறியப்பட்டது.

குழுவாகச் சேர்ந்து வேட்டையாடிய நியாண்டர்தாலினம் கொன்ற விலங்குகளில், அன்று வாழ்ந்த காட்டுமாடு, இளம் காண்டாமிருகம், மாமதம் போன்ற விலங்குகளும் அடங்கும். ஃப்ரான்ஸில் லாகினா என்னுமிடத்தில் நியாண்டர்தாலினம் வேட்டையாடிய விலங்குகளின் எலும்புக்குவியல் ஒன்று காணப் பட்டது. அவர்கள் அந்த விலங்குகளை மலையின் விளிம்பிற்கு விரட்டி கீழிருந்த பள்ளத்தில் விழவைத்துக் கொன்றிருப்பது தெரியவந்தது. இவ்வாறு கூட்டமாக வேட்டையாடியவர்கள், சங்கேதக் குறிகளைக் காட்டியும், சமிஞ்கைகள் செய்தும், செயல்பட்டதோடு முக்கியமாக ஒருவிதமான மொழியும் பேசியிருக்கவேண்டும். பிரான்ஸில் ‘லா ஷாபல் ஆ செயின்ட்ஸ்’ எனும் பெயர் கொண்ட குகையில் நியாண்டர்தால் மனிதனின்

படம் 28 இறந்தவரை குழியிலிட்டுப் புதைத்து
இறுதிமரியாதை செலுத்தும் நியாண்டர்தாலினம்

எலும்புக்கூடு ஒன்று உறங்கும் நிலையில் கிடத்தப்பட்டிருந்தது (படம் 28). தலைக்குக் கல்லொன்று அணையாகவும், காட்டெருமை எலும்பொன்று பக்கவாட்டில் தடுப்பாகவும் பதிக்கப்பட்டிருந்தன. இதுபோலவே, ரஷியாவில் டெஷிக்டாஷ் என்னும் இடத்தில் அதிக ஆழமில்லாப் புதைகுழியொன்றில் புதைக்கப்பட்டிருந்த நியாண்டர்தால் மனிதனின் உடலைச் சுற்றிக் காட்டாடுகளின் கொம்புகள் நடப்பட்டிருந்தன. மேற்கூறிய கண்டுபிடிப்புகளால் நியாண்டர்தால் மனிதன் ஈமச்சடங்குகள் செய்தவன் என்பது புலனாகிறது. இறந்தவர்களுக்கு இறுதிமரியாதை செலுத்திய நியாண்டாதாலினம், பரிணாம வளர்ச்சியின் ஒரு முக்கியமான கட்டத்தை அடைந்திருந்திருந்தது.

1997ஆம் ஆண்டு நியாண்டார்தாலின எலும்புகளிலிருந்து 379 ஜோடி மிட்டோ கோன்டிரியலை மரபணுக்களை எடுத்து அவற்றைத் தற்கால மனிதர்களின் மரபணுக்களுடன் ஒப்பாய்வு செய்தபோது, நியாண்டார்தாலினத்திலிருந்து தற்கால மனிதகுலம் உருவாகவில்லை என்பதும், இந்த இரு இனங்களுக்கும் பொதுவான ஒரு மூதாதையர் இருந்திருக்க வேண்டும் என்பதும் தெரியவந்தது. அதாவது, இரு இனங்களுக்கிடையே உள்ள உறவு, தாத்தா – பேரன் உறவல்ல, பங்காளி உறவே என்பது தெளிவாகியது.

நியாண்டர்தாலின ஆண்கள், நம் மூதாதைய இனப்பெண்களுடன் உறவு கொண்டு உருவான குழந்தைகள் நம் மூதாதைய இனத் தாய்மார்களால் பேணப்பட்டு பராமரிக்கப்பட்டன. இதனால் நியாண்டர்தாலின மரபணுக்கள் தற்கால மனிதர்களில் காணப்படுகின்றன. அவை ஐரோப்பியர்களில் காணப்படுவதை விட ஆசியா, தென்னமெரிக்காவில் வாழ்பவர்களிடையே அதிகமாகக் காணப்படுகின்றன. நியாண்டர்தால் மரபணுக்கள் ஆப்பிரிக்கர்களிடையே காணப்படுவதில்லை. ஏனெனில் ஹோமோ செபியன் இனம் ஆப்பிரிக்காவைவிட்டு வெளியேறியே, ஐரோப்பாவில் ஹோமோ செபியன் நியாண்டர்தாலனஸிஸ் இனமாகப் பரிணமித்தது. அதற்குப் பல்லாயிரம் ஆண்டுகள் கழித்து ஹோமோ செபியன் செபியன் இனம் ஆப்பிரிக்காவை விட்டு வெளியேறி, நியாண்டர்தாலினம் வாழ்ந்த பகுதிகள் உட்பட்ட பிரதேசங்களில் குடியேறியபோது ஏற்பட்டது, மேற்கூறிய இனக்கலப்பு.

ஏறத்தாழ மூன்று லட்சம் ஆண்டுகள் பரிணமித்து வாழ்ந்த நியாண்டர்தாலினம், ஐந்தாயிரம் ஆண்டுகளில் மறைந்தது ஏன் என்ற கேள்வி எழலாம். ஹோமோ எரக்டஸ் இனத்தைவிட பரிணாம வளர்வில் முன்னேறிய நியாண்டர்தாலினம் அழிந்ததற்கான முக்கியமான காரணங்கள் மூன்று. ஆப்பிரிக்காவி லிருந்து வெளியேறி ஐரோப்பா வரை வந்த தற்கால மனித யினத்தவர்களின் குடியேற்றங்கள் உருவாக்கிய தாக்கம் முதன்மையான காரணம். புதிய குடியேறிகளின் ஆக்கிரமிப்பால் நியாண்டர்தாலினத்தவர், தாம் உணவு தேடியும் வேட்டையாடியும் வாழ்ந்த பகுதிகளைவிட்டு வெளியேறி, குளிரான மலைப் பகுதிகளில் குடியேற நிர்பந்திக்கப்பட்டனர். பனியுகத்தின்போது அப்பகுதிகள் மேலும் குளிரடைந்ததால் அவர்கள் வாழ்வதற்கு ஏற்பட்ட இடர்ப்பாடுகள் மற்றொரு காரணம். சிறுசிறு குழுக்களாக வாழ்ந்த நியாண்டர்தாலினத்தவர்க்கும் தற்கால மனிதயினத்தவர்களுக்கும் ஏற்பட்ட வாழ்வாதாரப் போட்டிகள் தவிர, இரு இனங்களுக்கும் ஏற்பட்ட இனக்கலப்பால் நியாண்டர்தாலினம் தம் இனச் சாயலை இழந்தது என்பது மரபியல் ஆய்வுகளால் தெரியவருகிறது.

❖❖

7.2.

டெனிஸோவன் இனம்
Denisovans

மேற்கு ஐரோப்பாவில் மேற்கொள்ளப்பட்ட விரிவான ஆய்வுகளால் நியாண்டர்தாலினத்தவர் பற்றி தெரியவந்தது. ஆனால், அதைவிடப் பெரிய நிலப்பரப்பு கொண்ட கிழக்கு ஐரோப்பாவில், பலகாரணங்களால் பரவலான ஆய்வுகள் மேற் கொள்ளப்படவில்லை. கடந்த பத்து ஆண்டுகளுக் குள் அங்கு மேற்கொள்ளப்பட்ட தொல்லியல் ஆய்வுகளால் டெனிஸோவன் (Denisovan) எனும் அழிந்துப்பட்ட ஆதிமனிதயினம் பற்றித் தெரிய வந்துள்ளது. நம் மூதாதையர் ஏறத்தாழ ஐம்பதாயிரம் ஆண்டுகளுக்குமுன் ஆப்பிரிக்காவைவிட்டு வெளி யேறியபோது ஐரோப்பாவில் அப்போது வாழ்ந்து கொண்டிருந்த டெனிஸோவன்கள் பற்றிய ஆய்வுகள், ஆதிமனிதப் பரிணாம வளர்ச்சியின் புதிய பரிமாணங் களை அறிந்துகொள்ள உதவுகின்றன.

தெற்கு சைபீரியாவில் ஆல்டாய் (Altai) மலையினடிவாரத்தில் உள்ள அகன்ற குகையில், பதினெட்டாம் நூற்றாண்டில் டெனிஸ் (Denis) என்று துறவி வாழ்ந்ததால், அந்தக் குகை டெனிஸோவன் குகை என்றே அறியப்படுகிறது. அக்குகையிலும், அத்துடன் இணைந்திருந்த குகைகளிலும், அப்பகுதியில் இருந்த இதர குகைகளிலும் உள்ள படிவங்களில் 1977 துவக்கம் நடத்தப்பட்ட ஆய்வுகளால், கற்கால மனிதயினத்தவர் அங்கு வாழ்ந்த தடயங்கள் கிடைத்தன. பல இனத்தவர்,

பல தலைமுறையினர் பல்லாயிரம் வருடங்களாக அங்கு வாழ்ந்தனர் என்பது அறியப்பட்டது. அங்கு கிடைத்த ஒருலட்சம் ஆண்டுகளுக்கு முற்பட்ட கற்கருவிகள் நியாண்டர்தாலினத்தவரால் செய்யப்பட்டவை. 50லிருந்து 30 ஆயிரம் ஆண்டுகளுக்குமுன் வாழ்ந்த தற்கால மனிதயினத்தின் மூதாதையர் செய்த தந்த மணிகள், விலங்குகளின் பற்கள் கோர்த்த மாலைகள், தீக்கோழியின் உடைக்கப்பட்ட முட்டையோடுகள், சிப்பிகள் நத்தைகள் ஆகியவற்றைத் துளையிட்டுக்கட்டிக் கோர்த்த மாலைகள், வண்ணக்கற்களில் செய்த ஆபரணங்கள், எலும்பில் செய்த ஊசி போன்றவைகள் அங்குள்ள படிவங்களில் காணப்பட்டன.

2008ஆம் ஆண்டு ரஷியத் தொல்லியலாளர் அலெக்ஸாண்டர் சிபாங்கோவ் (Alexander Tsybankov) அங்குள்ள படிவங்களில் அகழாய்வு செய்தார். வேனில்காலத்தில் சைபீரியப் புல்வெளிகளில், தம் ஆட்டு மந்தைகளை மேய்ப்பதற்காகச் சென்ற துருக்கிய இடையர்கள் அந்தக் குகைகளில் ஆட்டு மந்தைகளுடன் தங்கியிருந்ததால் தளப்பரப்பில் ஆட்டுப் புழுக்கைகள் மண்டிக் கிடந்த நிலையில், அவற்றிற்கும் கீழே முப்பது, நாற்பது ஆயிரம் ஆண்டுகட்கு முன்னர் படிந்த படிவங்களைத் தோண்டி, அவற்றில் ஆதிமனிதத் தொல்லுயிரெச்சங்களைத் தேடினார். அவரது உழைப்பும், எதிர்பார்ப்பும் வீணாகவில்லை. அதே ஆண்டு ஜூலை மாதம், டெனிஸோவன் குகைப்படிவங்களில் அங்கு வாழ்ந்த ஆதிமனிதயினத்தவர் செய்த கற்கருவிகள், தந்த மணிகள், வேட்டையாடி இரையாக்கிய விலங்குகளின் எலும்புகள் பலவும் காணப்பட்டன. கண்டுபிடிப்பில் முக்கியமானது, சுண்டுவிரல் ஒன்றின் சிறுபகுதி. குகைப் படிவங்களில் படிந்திருந்த அந்தயெலும்பை சைபீரியாவின் குளிர்ந்த பருவநிலை நன்கு பாதுகாக்கப்பட்ட நிலையில் வைத்திருந்தது. சைபீரியாவில் மனிதக் குரங்குகளோ அவற்றின் முன்னோடிகளோ, வாழ்ந்ததில்லை என்பதால், அது திட்டவட்டமாக ஒரு ஆதிமனிதயெலும்புத் துண்டு என்பதை அலெக்ஸாண்டர் உணர்ந்தார். கண்டெடுக்கப்பட்ட சுண்டுவிரல் பகுதி முழுவதும் இறுகாத இணைப்பு என்பதால் அது சிறுமி ஒருத்தியின் சுண்டுவிரல் என்பதையறிந்து அவர், தாய்வழிவரும் மிட்டோகோன்டிரியல் டி.என்.ஏ.வைக் குறிக்குமாறு, கண்டுபிடிப்பை X–பெண் எனத் தம் பதிவுகளில் குறிப்பிட்டார். அந்த எலும்புத்துண்டு கிடைத்த படிவங்களில் காணப்பட்ட எரிந்த கட்டைகளை கரிமம் 14 முறையில் காலக்கணிப்பு செய்தபோது, அவை நாற்பதாயிரம் ஆண்டுகளுக்கு முற்பட்டவை என்பது அறியப்பட்டது. மேலும் அங்கிருந்த 11ஆம் அடுக்கு என்று குறிப்பிடப்பட்ட குகைப்

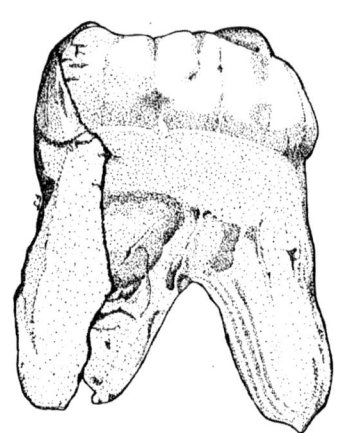
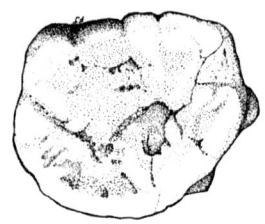

படம் 29: டெனிஸோவன் கடைவாய்ப் பல்லின்,
மேல், பக்கவாட்டுத் தோற்றங்கள்

படிவத்தில் கடைவாய்ப்பல் ஒன்றும் பதிந்திருந்தது (படம்29). டெனிஸோவன் குகையில் எடுக்கப்பட்ட எலும்புகளை வைத்து அந்த ஆதிமனிதயினத்தை டெனிஸோவன்கள் என்று மானிடவியலாளர் குறிப்பிடுகின்றனர்.

2012ஆம் ஆண்டு ஜெர்மனி, மேக்ஸ் ப்ளேங்க் (Max Plank University, Leipzig) பல்கலைக்கழகத்தின் மானிடப் பரிணாமவியல் பேராசிரியர் பாயேபோவின் (Svante Paabo) மரபியல் ஆய்வுக்குழு, டெனிஸோவன் கண்டுபிடிப்பின் முக்கியத்துவத்தை உணர்ந்தது. அந்தக் குழுவில் இருந்த மரபியல் வல்லுநர் மத்தியாஸ் மெயர் (Mathis Meyer) டெனிஸோவன் எலும்பு, பற்களிலிருந்து எடுக்கப்பட்ட மரபணுக்களை ஆராய்ந்து பல அரிய தகவல்களை அறிந்தார். ஆதித்தந்தை, தாய் வழி வரும் இரு மரபணுக்கள் பிணைந்துள்ள (Double Helix) நிலையை ஆராய்ந்து ஆய்வின் முடிவுகளைத் தெரிவித்தார். முக்கியமாக 1) நம் மரபணுக்களில் டெனிஸோவன் மரபணுக்கள் எந்த விகிதத்தில் காணப்படுகின்றன, 2) எவ்வகையான மரபியல் மாற்றங்கள் டெனிஸோவனையும் தற்கால மனிதயினத்தையும் பிரிக்கின்றன, 3) மேற்கூறிய இரு இனங்களும் ஒரு பொதுவான கிளையிலிருந்து எப்போது இருகிளைகளாகப் பிரிந்தன என்பது போன்ற அறிவியல் தகவல்களை வெளியிட்டார். இவரது ஆய்வுகளால், நம் மூதாதையரும், நியாண்டர்தாலினத்தவரும், டெனிஸோவன்களும் பத்துலட்சம் ஆண்டுகளுக்குமுன் ஒரு கிளையிலிருந்து பிரிந்தவர்கள் என்பது கண்டுபிடிக்கப்பட்டது.

சிறுசிறு கூட்டங்களாக வாழ்ந்த டெனிஸோவன் ஆதிமனித யினத்தவர், சமகாலத்தில் வாழ்ந்த நியாண்டர்தாலினம், தற்கால மனிதயினத்தின் மூதாதையர் ஆகிய இரு இனங் களுடன் கூடி இனப்பெருக்கம் செய்தனர் என்பது அண்மைக் கால மரபியல் ஆய்வுகளால் தெரியவருகிறது. டெனிஸோவன் மரபணுக்கள் (Genomes) அந்த இனம் முதலில் கண்டுபிடிக்கப்பட்ட சைபீரியாவிலோ அல்லது அருகாமையில் உள்ள மங்கோலியா விலோ காணப்படாமல், பாப்புவா நியுகினியில் வாழ்பவர் களிடையே ஆறு சதவீதமும் ஆஸ்திரேலிய ஆதிக்குடியினரான அபாரிஜினி களிடையே ஐந்து சதவீதமும் காணப்படுகின்றன. பிலிப்பைன்ஸில் வாழும் நிக்ரித்தோயினத்தவரில் 2.5% காணப் படும் டெனிஸோவன் மரபணுக்கள் அந்தமான் நிக்கோபார் தீவுகளில் வாழும் நிக்ரித்தோயினப் பழங்குடியினரான ஒங்கே குடியினரில் காணப்படவில்லை. டெனிஸோவன் மரபணுக்கள், சீன மக்களிடையே 1.1% காணப்படுகிறது. இந்த ஆய்வுகளின் அடிப்படையில், நம் மூதாதையர்கள் டெனிஸோவன்களுடன் இனப்பெருக்கம் செய்தனர் என்பதும், அந்தக் கலப்பினத்தவர்கள் ஆசியாவின் கிழக்கு, தெற்குப் பகுதிகள் வரையும், பாப்புவா நியூகினி, ஆஸ்திரேலியா வரையும் பரவினர் என்பதும் தெரியவருகிறது. இந்த நூற்றாண்டின் ஆரம்பத்தில் இந்தோனேஷியாவில் கண்டுபிடிக்கப்பட்ட, பின்வரும் பக்கங்களில் காணப்படும் ஃப்ளோரோஸியன்ஸிஸ் ஆதிமனிதயினம், டெனிஸோவன்கள் வழிவந்தவை என்ற கருத்து நிலவுகிறது. பேச்சு, மொழி ஆகியவற்றுடன் சம்பந்தப்பட்ட, மனிதயினத்தில் காணப்படும் எட்டுவகை மரபணுக்கள், டெனிஸோவன்களில் காணப்படுவதால், இந்த இனம் தற்கால மனித இனத்துடன் நெருங்கிய உறவு கொண்டிருந்த இனம் என்பது நிரூபணம் ஆகியது.

❖❖

73.

ஃப்ளோரெஸியன்ஸிஸ் இனம் (Homo floresiansis)

பாலியிலிருந்து 500 கி.மீ. மேற்கில் பசிஃபிக் கடலில் அமைந்த இந்தோனேஷியத் தீவுகளில் ஒன்று ஃப்ளோரஸ் (Flores). அங்கு லியாங் புவா (Liang Bua – மங்காரை மொழியில் 'குளிரான குகை' என்று பொருள்) எனும் பெயர் கொண்ட சுண்ணாம்புப் பாறைகளிலான குகையின் அடித் தளத்தில் 2003ஆம் ஆண்டில் ஆஸ்திரேலிய, இந்தோனேஷிய தொல்லியல் ஆய்வாளர்கள் கள ஆய்வு செய்துகொண்டிருந்தனர். அவர்கள் முதலில் ஆதிமனித மண்டையோடு, இடுப்பு மற்றும் கால் எலும்புகளை அகழ்ந்தெடுத்தனர். அவை ஒரு மீட்டரே உயரம் கொண்டிருந்த ஹோமினின்னின் எலும்புக்கூடு எனத் தெரியவந்தது. மொத்த மாக ஏழு எலும்புக்கூடுகள் கிடைத்தன. முதலில் அவை 3–4 வயதான சிறுவர்களுடையவை என எண்ணினர்; ஆனால் பீட்டர் ப்ரெளன் என்ற ஆஸ்திரேலிய ஆய்வாளர், முழுமையாகக் கிடைத்த எலும்புக்கூட்டின் இடுப்பு எலும்பை வைத்து அது ஒரு பெண்ணுடையது என்பதையும் அதன் பற்களைப் பார்த்து அவள் பருவமடைந்த பெண் என்பதையும் கண்டுபிடித்தார். மேலும், ஏறத்தாழ 55 கிலோ எடை கொண்ட அந்த ஹோமினின்னுக்கு இருந்த மூளை இன்றைய மனிதனின் மூளையில் மூன்றில் ஒரு பங்கே என்பதும் இது சிம்பன்ஸியின் மூளையைவிடச் சிறியது என்பதும் தெரியவந்தது.

ஜாவா தவிர தென் கிழக்கு ஆசியாவில் ஆதிமனிதத் தொல்லுயி ரெச்சங்கள் கிட்டாத நிலையில், ஆஸ்திரேலிய நியூ இங்லேண்ட் பல்கலைக்கழகப் பேராசிரியர் மைக்கேல் மோர்வுட் (Michael Morewood) இந்தோனேஷியத் தொல்லியலாய்வுத் துறையைச் சார்ந்த சோயெனோ (Soejono) ஆகிய இருவரும் ஃப்ளோரஸ் தீவில் ஹோமோ எரக்டஸின் தொல்லுயிரெச்சங்கள் கிட்டலாம் என்ற நம்பிக்கையில் அப்பகுதியில் கள ஆய்வுகளை மேற்கொண்டனர். முதலில் ஆதிமனிதயினம் வாழ்ந்ததற்கான அறிகுறிகள், தடயங்கள் பலவற்றைக் கண்டனர். அங்கு வாழ்ந்தவர் பயன்படுத்திய கல்லாயுதங்களும் அழிந்துபட்ட ஆதியானை இனமான ஸ்டிகோடான் (Stegodon) எலும்புகளும் கண்டுபிடிக்கப்பட்டன. இதனால் உற்சாகமடைந்த ஆய்வாளர்கள், லியாங் புவாக் குகையின் அடித்தளத்தில் அகழாய்வு செய்த போது ஆதிக்குட்டை மனிதரின் தொல்லுயிரெச்சங்கள் பல கிடைத்தன. இவற்றை ஆய்வாளர், ஹோபிட் (Hobbit) என்று

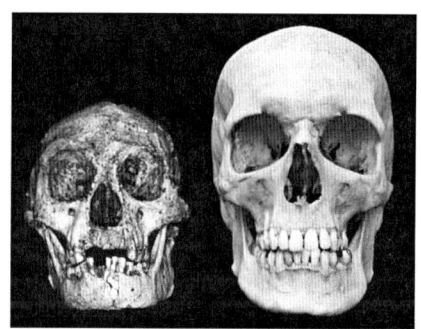

படம் 30 ஃப்ளோரஸ் தீவு ஆதிக்குட்டை மனிதர்

முதலில் அழைத்தனர். மண்டையோட்டில் காணப்பட்ட புடைத்த புருவம், பெருத்த கீழ்த்தாடை போன்றவற்றால், அவை ஜாவாவில் கண்டுபிடிக்கப்பட்ட ஹோமோ எரக்டஸைவிடப் பரிணாமத்தில் மேம்பட்டவை என்பது உணரப்பட்டது. எனவே ஃப்ளோரஸ் தீவு ஆதிக்குட்டை மனிதர் (படம் 30) ஒருவகையான ஹோமோ செபியன் என்பதால், இவ்வினத்தை ஹோமோ ஃப்ளோரெஸியன்ஸிஸ் (Homo floresiansis) என்று குறிப்பிட்டனர்.

ஏறத்தாழ 2,50,000 ஆண்டுளுக்குமுன் ஹோமோ எரக்டஸ் இனத்திலிருந்து ஒரு கிளையாகப்பிரிந்து இந்த ஆதிக்குட்டை மனிதயினம் பரிணமித்துப்பின் அழிந்துபட்டது என்று கருதப் படுகிறது. ஆப்பிரிக்காவில் தோன்றி வெளியேறிய ஹோமோ எரக்டஸ் (Homo erectus) எனும் நிமிர்ந்து நின்ற ஆதிமனிதயினம், ஏறத்தாழ 1.8 மில்லியன் ஆண்டுகளுக்கு முன்னர், தென்கிழக்கு ஆசியாவிலுள்ள ஜாவா வரை வியாபித்திருந்தது என்பதை ஆய்வாளர் தூப்வாயின் கண்டுபிடிப்பான 'ஜாவா மனிதன்' காட்டியது. 2004 வரை லியாங் புவாவில் நடத்தப்பட்ட அகழாய்வுகள் 95 ஆயிரம் ஆண்டுகளிலிருந்து 13 ஆயிரம் ஆண்டுகள் வரை வாழ்ந்த மனித மூதாதையர்களின் தொல்லுயி ரெச்சங்களைத் தந்துள்ளன.

அகழாய்வில் கூரிய கற்களால் செய்யப்பட்ட ஈட்டி முனைகள், கிழிப்பான்கள், தகடுகள் போன்ற கல்லாயுதங்களும் குட்டை மனிதர் வேட்டையாடிய விலங்குகளின் தொல்லுயிரெச்சங்கள் பலவும் கிட்டியுள்ளன. அவர்கள் ஆமைகள், ராட்சத எலிகள் மற்றும் உடும்புகள் போன்ற விலங்குகளை வேட்டையாடிக் கொன்று, அவற்றின் இறைச்சியை உண்டனர் என்று தெரிய வருகிறது. அங்கு அன்று வாழ்ந்த ஸ்டிகோடானையும் ஆதிக்குட்டை மனிதர் வேட்டையாடிக் கொன்றிருப்பதையும் அறியமுடிந்தது. இன்று வாழும் சிறுவர்கள் போன்ற உருவம் கொண்டிருந்த ப்ளோரஸ் மனிதர் அவற்றைக் கொல்ல, கூட்டமாகக் கூடி வேட்டையாடியிருக்க வேண்டும். மேலும் கூடி வேட்டையாடவும், ஒன்றாகக் குகைகளில் வாழவும் அவர்கள் ஒருவிதமான சங்கேத மொழியை உபயோகித்திருக்க வேண்டும். ஹோபிட்டுகளின் தொல்லுயிரெச்சங்கள் கண்டுபிடிக்கப்பட்ட படிவங்களில் கிடைத்த எரிந்த தீக்கட்டைகள் மூலம் அந்த இனம் தீயின் பயனை அறிந்த இனம் என்பது தெரியவந்தது. இந்த எரிந்த கட்டைகளையும், கல்லாயுதங்களையும் முறையே கரிமம் 14 மற்றும் தெர்மோலுமினஸன்ஸ் முறையில் காலக்கணிப்பு செய்தபோது, ஹோபிட்டுகள் பதினெட்டாயிரம் ஆண்டுகளுக்கு முன்வரை வாழ்ந்தவை என்பது புலனாகியது.

ஃப்ளோரஸ் தீவுக்குக் குடியேறி வாழ்ந்த ஸ்டிகோடான் எனும் ஆதியானையின் எலும்புகள் மற்றும் கிரீஸிற்கருகில் உள்ள சிசிலி, கிரீட் மற்றும் மால்டா தீவுகளில் கண்டெடுக்கப்பட்ட ஆதியானையின் தொல்லுயிரெச்சங்கள், அது ஓர் எருமை மாட்டின் அளவேயிருந்த விலங்கு என்பதைக் காட்டுகிறது. ஆனால் அதே நேரத்தில் இந்தியா, இலங்கையில் வாழ்ந்த ஆதியானையினமான ஸ்டிகோடானோ இன்றைய யானையை விடப் பெரியவை. இயற்கையின் தேர்வில் ஏன் சில விலங்குகள் சிறியவைகளாகப் பரிணமித்தன? இயற்கையில் பொதுவாகச் சிறிய உருவம்கொண்ட முன்னோடிகளிலிருந்து பெரிய உருவம் கொண்ட வழித்தோன்றல்கள் பரிணமிப்பது நியதி. எடுத்துக் காட்டாக குதிரையின் பரிணாம வளர்ச்சி. ஐம்பது மில்லியன் ஆண்டுகட்கு முன் வாழ்ந்த குதிரையினத்தின் முன்னோடியான இயோஹிப்பஸ் (Eohippus) ஒரு நாயின் உருவ அளவேயிருந்தது. இது போலவே ஆஸ்ட்ரோலோபிதஸீனிலிருந்து உருவத்தில் பெரியதாக பரிணமித்த தற்கால மனிதரைக் குறிப்பிடலாம். அப்படியிருக்கையில் மேற்கூறிய விதிக்கு விலக்காக ஏன் ஃப்ளோரஸ் ஆதிமனிதர் குட்டையர்களாகப் பரிணமித்தனர் என்பதற்கு விளக்கம்கூற, விலங்கியலாளர் 'தீவு நியதி' *(Island Rule)* என்ற கோட்பாட்டை முன்வைக்கின்றனர். இரைகொல்லிகள் உள்ள பகுதிகளில் வாழும் இதர விலங்குகள், போராடி தம்மைப் பாதுகாத்துக் கொள்ளுமாறு பரிணாம வளர்வில் பெறும் சிறப்புத் தன்மைகளில் ஒன்று, உடம்பு பெருப்பது. இதன் எதிர்மறையாக இரை கொல்லிகளற்ற, தீவு போன்ற இயற்கையரண் கொண்ட பகுதிகளில் வாழும் பெரிய உருகொண்ட உயிரினங்களில் சில, காலப்போக்கில் சிறிய உருக்கொண்டவையாக பரிணமிப்பதையே தீவு நியதி என்பர். இந்நியதிப்படியே பெரிய உடல் கொண்ட ஹோமோ எரக்டஸ் இனத்திலிருந்து சிறியவுடல் கொண்ட ஃப்ளோரஸ் ஆதிமனிதர் தோன்றினர்.

இந்தக் குட்டை ஆதிமனிதயினம் எவ்வாறு ஃப்ளோரஸ் தீவில் குடியேறியது என்பது ஒரு புதிர். ஏனெனில் கடல் மட்டம் தாழ்வாகயிருந்த பனியுகத்திலும் குறைந்த பட்சம் 20கி.மீ. அகன்ற கடலைக் கடக்க வேண்டியிருந்திருக்கும். சிறிய விலங்கினங்கள், மிதந்து செல்லும் மரக்கிளைகள் செடிகள் ஆகியவற்றைப் பற்றிக்கொண்டும், யானை போன்ற விலங்குகள் நீந்தியும் சென்றிருக்கலாம். ஆய்வாளர் மோர்வுட், இந்த சிறிய ஆதிமனிதர் மூங்கிலிலான கட்டுமரங்களைக் கட்டி கடல்மேல் பயணித்திருக்கலாம் என விளக்குகிறார். ஆஸ்திரேலியாவில் குடியேறிய ஆதிக்குடியினர் இவ்வாறே கடலைக் கடந்தனர் என்பது

குறிப்பிடத்தக்கது. ஆனால் ஒரே ஒரு வித்தியாசம்: ஃப்ளோரஸ் ஆதிமனிதர், ஆஸ்திரேலியாவில் குடியேறியவர்களைவிட பல ஆயிரம் ஆண்டுகளுக்கு முன்வாழ்ந்தவர்கள்.

ஹோமோ செபியனுடன் சமகாலத்தில் வாழ்ந்த ஒரே ஆதிமனிதயினம் நியாண்டர்தால் என்று இதுவரை மானிடவியலாளர் கருதியதை ஃப்ளோரஸ் கண்டுபிடிப்பு மாற்றியுள்ளது. ஏனெனில் இந்த ஆதிகுட்டை மனிதயினம் வாழ்ந்த காலத்தில் இப்பகுதிகளில் தற்கால மனிதயினமும் வாழ்ந்தது. உருவத்திலும், மூளையளவிலும் பெருத்த ஹோமோ செபியன்கள் இந்தக் குட்டையான ஆதிமனிதயினத்தை அழித்திருக்கலாம். இந்த ஆதிக்குட்டை மனிதர் அழிந்ததற்கான காரணங்கள் பற்றி மேலும் நடத்தப்படும் ஆய்வுகள் விடைகளைத் தரலாம்.

ஃப்ளோரஸ் தீவுப்பகுதியில் வாழ்ந்தவர்களான விகார மாகக் காட்சியளித்த, ரோமம் படர்ந்த குட்டையான மனிதர் பற்றிய கதைகள் டச்சுக்காரர்கள் இப்பகுதியை ஆக்கிரமித்த காலத்திற்கு முன்புவரை இருந்தன. மரபுகள், ஐதிகங்கள் பழம் நினைவுகளில் வழி வந்தவை என்பதற்கு ஹோபிட் எனும் ஃப்ளோரஸ் ஆதிக்குட்டை மனிதயினம் பற்றிய கண்டுபிடிப்பு ஓர் எடுத்துக்காட்டு.

மேற்கூறப்பட்ட நியாண்டர்தால், டெனிஸோவன், ப்ளோரெஸியன்ஸிஸ் இனங்கள் தம் இனத்துடன் கூடி ஒன்றாக வேட்டையாடியவை, ஒன்றாக வாழந்தவை, நெருப்பின் பயனை அறிந்தவை, ஈமச்சடங்குகள் செய்தவை. எனவே ஹோமோ ஹெய்டெல்பெர்க்கை விட முன்னேறியவை என்பதால் அவற்றை ஹோமோ செபியன்கள் என மானிடவியலாளர் குறிப்பிடுகின்றனர். ஹோமோ எரக்டஸுக்குப் பின் பல்லாயிரம் ஆண்டுகள் கழித்துத் தோன்றிய அழிந்துபட்ட ஆதிமனித யினங்கள் தற்கால மனிதனுக்கு நெருங்கிய உறவு. இந்த உறவைப் பின்வருமாறு காட்டலாம்.

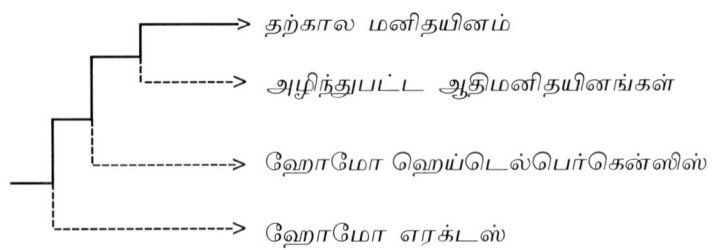

❖ ❖

8

தற்கால மனித இனம் (Homo Sapien Sapien)

எழுபது லட்சம் ஆண்டுகளாகப் பரிணமித்துக் கொண்டிருந்த ஹோமினின் வம்ச விருட்சத்தின் தலையாய கிளையாக ஹோமோ செபியன் செபியன் என்றழைக்கப்படும் தற்கால மனிதஇனம் உருவாகித் தழைத்துக் கொண்டிருக்கிறது. தொல்மானிடவியல் மற்றும் மரபியல் ஆதாரங்கள் இந்த இனமும் அதன் முன்னோடிகளும் ஆப்பிரிக்கக் கண்டத்தில் தோன்றின என்பதைக் காட்டுகின்றன. தற்கால மனிதயினத்தின் மூதாதையரான ஆதி ஹோமோ செபியன்கள் (Archaic Homo Sapiens) ஆப்பிரிக்கா வில் உருவாகிய ஹோமோ ஹெய்டெல்பெர்க் இனத்தின் வழி வந்தவர்கள். தாய்வழி வரும் மிட்டோகோன்டிரியன், தந்தைவழி வரும் y குரோமோசோம் டி.என்.ஏ இவற்றின் மீதான மரபணு ஆய்வுகள் தற்கால மனிதஇனம் ஏறத்தாழ இரண்டு லட்சம் ஆண்டுகட்கு முன் தோன்றியது என்பதைக் காட்டுகிறது. பின்னர் தாங்கள் உருவாகிய ஆப்பிரிக்காவை விட்டு வெளியேறி, ஐரோப்பா ஆசியக் கண்டங்களுக்கு அவர்கள் குடியேறினர். அக் காலகட்டத்தில் கடல்மட்டம் தாழ்ந்திருக்க, கடற்கரைகள் இன்றிருப்பதைவிட அகன்றிருந்த நிலையில் ஆதிமனிதக் குடியேற்றங்கள் அதிக அளவில் கடற்கரையொட்டிய பகுதிகள் வழியாக ஏற்பட்டன.

❖ ❖

8.1.

ஆப்பிரிக்க, இஸ்ரேல் கண்டுபிடிப்புகள்

தற்கால மனிதயினத்தின் உடற்கூறுகள் கொண்ட ஆதி மனிதயினம், இரு லட்சம் ஆண்டு களுக்கு முன்னர் ஆப்பிரிக்காவில் தோன்றியது என்றாலும், தற்கால மனிதயினத்தின் சமூகத் தன்மை, இதர பண்புகள் அதற்கு எத்தனை ஆயிரம் ஆண்டுகளுக்குப் பின் முழுவதுமாக வெளிப்பட ஆரம்பித்தன என்பது பற்றிய விவாதம் தொடர்கிறது. எடுத்துக்காட்டாக தொழில் நுட்பத்தைப் பார்க்கலாம். அவர்கள் உருவாக்கிய கல், மரம், எலும்பிலான கருவிகளில் கரடுமுரடாகச் செய்ததிலிருந்து வளர்ந்து நுண்ணியமாகச் செய்தது அவர்களது தொழில்நுட்பத்தின் வெளிப்பாடு. தந்தமணிகள், விலங்கின் பற்கள், துளையிடப் பட்ட சிப்பிகள் ஆகியவற்றைக் கோர்த்துத் தம்மை அலங்காரித்துக்கொள்ள ஆரம்பித்தது போன்ற செயல்கள், மனிதப் பண்புகள் கொண்ட ஆதிமனித யினம் தோன்றிவிட்டது என்பதற்கான சில அடையாளங்கள். அவர்கள், தாம் வாழ்விடங்கள், தீமூட்டிய குகைகள், இறந்தவர்களைப் புதைத்த இடங்கள் எனப் பிரித்தது தற்கால மனித இனத்திற்கே உரிய தன்மை. குகைகளில் மந்திரச் சடங்குகள் செய்து அங்கு ஓவியங்கள் குறியீடுகள் வரைந்ததும், இறந்தவர்களைப் புதைத்த சடங்குகளும் அந்த இனத்திற்கு மனிதயினம் என்ற தகுதியை, நிலையைக் கொடுத்தன எனலாம்.

இறந்தவர்களைப் புதைத்ததோடு, அவர்களுக்கு மரியாதை செலுத்தியதும் மணிகள் மாலைகள் செய்து காவி கருப்பு நிறங்களைத் தம் உடலில் தேய்த்து அலங்கரித்துக் கொண்டதும் மனிதஇனம் மட்டுமே செய்த காரியங்கள். இத்தகைய இனங்காட்டும் செயல்களை ஐரோப்பாவில் 25–30 ஆயிரம் ஆண்டுகட்கு முன் வாழ்ந்த குரோமேன்யோ ஆதிமனித இனத்தவர் செய்தனர் என்பது முதலில் தெரிய வந்தது. ஆனால் அண்மைக்காலக் கண்டுபிடிப்புகள், குரோமேன்யோ இனத்தவர்களுக்கும் ஒரு லட்சம் ஆண்டுகளுக்கு முன், கிழக்காப்பிரிக்கக் கடற்கரையோரங்களில் வாழ்ந்த ஹோமோ செபியன்களும் செய்தனர் என்பதைக் காட்டுகின்றன. தம்மையே அலங்கரித்துக்கொள்ளும் தற்கால மனித இனத்தின் தன்மையை அவர்கள் பெற்றுவிட்டனர் என்பது தெரிந்தது.

ஆப்பிரிக்க கண்டுபிடிப்புகள்

அகழ்ந்தெடுக்கப்பட்ட ஹோமோ செபியன் தொல்லெச்சங்களில் பழமையானவை வடகிழக்கு ஆப்பிரிக்காவில் உள்ள எத்தியோப்பியாவின் தென்பகுதியில் காணப்பட்டவை. அங்கே ஓமோ (Omo) ஆற்றுப் பள்ளத்தாக்கில் கிபிஷ் (Kibish) எனுமிடத்திலுள்ள படிவங்களில் 1967இலும் 1974இலும் ஆய்வுகள் மேற்கொள்ளப்பட்டன. அந்த ஆய்வுகள் பிரபல தொல்மானிடவியலாளர் ரிச்சர்ட் லீக்கி (Richard Leakey) தலைமையில், கீன்யா தேசிய அருங்காட்சியகத்துக் குழுவினரால் மேற்கொள்ளப்பட்டன. இருபிரிவுகளாகப் பிரிந்து களப்பணி செய்து அங்குள்ள படிவங்களில் தொல்லுயிரெச்சங்களைக் கண்ட அவர்கள் அந்தயிடங்களை ஓமோ I, II என்று குறிப்பிட்டனர். அங்கு அகழ்ந்தெடுக்கப்பட்ட பல எலும்புகள் தற்கால மனிதயினத்தின் எலும்புகள் என்பதை ரிச்சர்ட் லீக்கி கண்டறிந்தார். சிதைந்த இரண்டு மண்டையோடுகள், நான்கு தாடையெலும்புகள், நான்கு கை கால் எலும்புகள், பல இடுப்பு நெஞ்சு எலும்புகள், இருநூறு பற்கள் அங்கு அகழ்ந்தெடுக்கப்பட்டன. தற்கால மனித மண்டையோடுகள் போலப் பெருமளவில் தோற்றமளித்த அந்தப் பழம் மண்டையோடுகளில், நம் இனத்தின் முன்னோடியான ஹோமோ ஹெய்டெல்பெர்க் இனத்தின் அம்சங்கள் சிலவும் காணப்பட்டன. அந்த எலும்புகள் எடுக்கப்பட்ட படிவங்களிடையே காணப்பட்ட எரிமலைச் சாம்பல் படிவங்களை, பொட்டாசியம் ஆர்கான் முறையில் காலக் கணிப்பு செய்தபோது அவை 195–104 ஆயிரம் ஆண்டுகளுக்கு முன் படிந்தவை என்பது புலப்பட்டது. எனவே ஓமோ கிபிஷ் கண்டுபிடிப்பே, தற்கால மனித இனத்தின் தொல்லெச்சங்களிலேயே பழைமையானது.

தென்னாப்பிரிக்காவின் நன்னம்பிக்கை முனையருகே உள்ள கிளாஸியஸ் ஆற்றின் கழிமுகத்தருகே அமைந்த குகைகளில் ஒன்றான பார்டர் குகையில் உள்ள படிவங்கள் தொல்லியல் முக்கியத்துவம் வாய்ந்தவை. ஏனெனில் அங்கு 125லிருந்து 60 ஆயிரம் ஆண்டுகளுக்கு முன்வரை, தற்கால மனித இனத்தவ ரின் பல தலைமுறையினர் அப்பகுதிகளில் இடைவிட்டு வாழ்ந்ததற்கான தடயங்கள் பல அகழ்ந்தெடுக்கப்பட்டன. அங்கு அவ்வப்போது வாழ்ந்தவர்கள் நெருப்பை உபயோகித்தது, கல்–எலும்பு–மரத்திலான ஆயுதங்களைச் செய்தது, அவற்றைப் பிரயோகித்து விலங்குகளை வேட்டையாடி இரையாக்கியது, கடலிலிருந்து மீன் மற்றும் ஆமைகளைப் பிடித்தது, அங்கு பொறுக்கிய சிப்பி நத்தைகளைக் குகைக்கு கொண்டுவந்து உண்டது போன்ற செயல்களுக்கான தடயங்கள் ஆங்காங்கே கண்டறியப்பட்டன. ப்ளோம்போஸ் (Blombos) குகையின் முகப்பு, ஆயிரம் வருடங்களாகக் கடற்கரைக் காற்று அடித்துக் கொண்டுவந்த மணலால் மூடப்பட்டிருந்தது. அந்த மணலை அகற்றிக் குகைப் படிவங்களை ஆராய்ந்தபோது, அங்கு வாழ்ந்தவர்கள் நிலத்தில் வாழ்ந்த விலங்குகள் தவிர கடல் மீன், நத்தை, சிப்பி ஆகியவற்றையும் வெகுவாக உண்டனர் என்பது அங்கு பதிந்திருந்த ஓடுகள், எலும்புகள், சிப்பிகள் ஆகியவற்றால் தெரிய வந்தது. அங்கு எடுக்கப்பட்ட, ஏறத்தாழ 77ஆயிரம் ஆண்டுகளுக்கு முற்பட்ட, காவிக் களிமண் கட்டியில் நேர்கோடுகளால் கீறப்பட்ட கோலம் காணப்பட்டது. இதுவே ஆப்பிரிக்காவில் கண்டறியப்பட்ட பழைமையான செதுக்கல் எனலாம். கலை நுட்பத்தோடு அது செதுக்கப்பட்டிருந்தது. இவர்கள் துளையிடப்பட்ட நத்தையோடுகளை மாலைகளாகக் கோர்த்து அணிந்தனர். அங்கு புதைக்கப்பட்ட இறந்தவர்களின் எலும்புக் கூடுகளுடன் அம்மாலைகள் பல காணப்பட்டன.

மேற்கூறிய கண்டுபிடிப்புகள் தவிர பழம் ஹோமோ செபியன்களின் எலும்புகள், மண்டையோடுகள், கற்கருவிகள், இதர தடயங்கள் ஆப்பிரிக்காவில் கீழ்க்கண்ட இடங்களிலும் கண்டறியப்பட்டுள்ளன:

i) ஹெர்டோ (Herto) எத்தியோப்பியா – இ.மு. 155 ஆயிரம் ஆண்டுகள்

ii) லாயத்தொலில் (Laetolil), தன்சானீயா – கி.மு. 120 ஆயிரம் ஆண்டுகள்

iii) சிங்கா (Singa) சூடான் – இ.மு. 133 ஆயிரம் ஆண்டுகள்.

பொதுவாக ஆப்பிரிக்காவில் கண்டுபிடிக்கப்பட்ட ஹோமோ செபியன் மண்டையோடுகளில் தற்கால மனிதயினத்தின்

மண்டையோட்டில் காணப்படும் அனைத்து அம்சங்களும் காணப்பட்டாலும் சிலவற்றின் நீளம், அகலம், புருவப்புடைப்பு ஆகிய கூறுகளில் சிறு வேறுபாடுகளும் காணப்பட்டன.

இஸ்ரேல் கண்டுபிடிப்புகள்

இஸ்ரேலில் கண்டுபிடிக்கப்பட்ட ஹோமோ செபியன்கள், ஏறத்தாழ 125 ஆயிரம் ஆண்டுக்ட்குமுன் ஆப்பிரிக்காவை விட்டு வெளியேறியவர்களின் சந்ததியினர். அவர்கள் ஆப்பிரிக்காவின் வடகிழக்குப் பகுதி வழியாகப் புலம்பெயர்ந்து, சினாய் (Sinai) தீபகற்பத்தின் வழியாக, இன்று லெவான்ட் என்றழைக்கப்படும் மத்திய தரைக்கடலின் கிழக்குக் கடற்கரையை ஒட்டிய பசுமையான இடங்களில் குடியேறியனர். மேற்கூறிய வழியாக அவர்கள் பயணித்தனர் என்பதற்கு, இன்றைய ஐக்கிய அரபுக் குடியரசில் உள்ள ஃபாயா குகையில் (Jabel Faya – எபிரேய மொழியில் 'யபெல்' என்றால் குகை என்று அர்த்தம்) அகழ்ந்தெடுக்கப்பட்ட கற்கருவிகள் ஆதாரங்களாகக் காட்டப்பட்டாலும், அன்று அங்கிருந்த பருவநிலையால், அவற்றைச் செய்த மனிதர்களின் எலும்புகள் இதுவரை கிடைக்காதது பெரும் குறை. ஆனால் இஸ்ரேலில் கண்டுபிடிக்கப்பட்ட எலும்புகள் மற்றும் இதர தடயங்கள் தொல்மானிடவியல் முக்கியத்துவம் வாய்ந்தவை. அங்கு கலிலேயா, நஹால் மீரட் (Nahal Mearat) பள்ளத்தாக்கில் உள்ள கார்மேல் (Mt. Carmel) மலையில் உள்ள குகைகளிலுள்ள படிவங்களில் ஆதிமனிதயெலும்புகள் பலவும், அந்தயினம் அங்கு பல தலைமுறைகள் வாழ்ந்ததற்கான ஆதாரங்களும் காணப்பட்டன. சென்ற நூற்றாண்டின் ஆரம்பத்தில் தொல்லியலாளர் டோரதி கேரோட் (Dorothy Garod) இரண்டாண்டுகள் மேற்கொண்ட ஆய்வுகளால் கார்மேல் மலைக் குகைகளில் வாழ்ந்த ஆதிமனிதயினத்தவர் பற்றி முதலில் தெரியவந்தது.

கஃப்ஸெ குகை (Jabel Qafze)

கஃப்ஸெ குகையில், 1939இல், தொல்லியல் ஆய்வாளர்களான ஆர்தர் கீத்தும் (Arthur Keith), தியோடோர் மேக்கௌனும் (Theodore McCown) ஆய்வுகளை மேற்கொண்ட போது தற்கால மனிதயினத்தின் உடற் கூறுகளைக் கொண்ட (A.M.S - Anatomicaly Modern Humans) ஆதிமனிதயெலும்புகளைக் கண்டறிந்தனர். ஆப்பிரிக்காவிற்கு வெளியே காணப்பட்ட ஹோமினின்களில் மிகவும் பழைமையானவை இவை. அங்கு மேற்கொண்ட அகழாய்வுகளில் பன்னிரண்டு ஆதிமனிதயெலும்புக் கூடுகள் புதைந்திருந்ததைக் கண்டனர். அவற்றில் இரண்டு எலும்புக் கூடுகள், நன்கு பாதுகாக்கப்பட்ட நிலைமையில் இருந்தன. அதில்

ஒன்றான கஃப்ஸெ 9 எனக் குறிப்பிடப்படும் எலும்புக்கூடு ஒருக்களித்துப் படுத்திருக்கும் நிலையில், கூடவே ஒரு குழந்தை யின் சடலத்துடன் புதைக்கப்பட்டிருந்தது. கஃப்ஸெ 6 என்று குறிப்பிடப்பட்ட எலும்புக்கூடு ஓர் இளைஞனுடையது. அவனுடைய மண்டையோட்டில் பெரும்பான்மையான ஹோமோ செபியன் அம்சங்கள் காணப்பட்டாலும், புருவங்கள் வெகுவாகப் புடைத்திருந்தன (படம் 31). தற்கால மனிதயினத்தின் மூதாதையர்களான கெஃப்ஸா குகைவாசிகள் 80–120 ஆயிரம் ஆண்டுகட்கு முன் வாழ்ந்தவர் என்பது, அங்கு அகழாய்வு செய்யப்பட்ட தொல்லெச்சங்கள் மீது நடத்தப்பட்ட கால நிர்ணயங்கள் காட்டின.

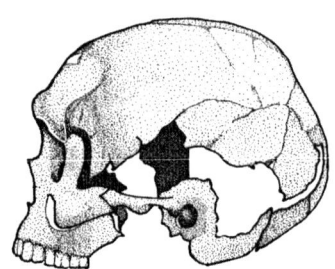

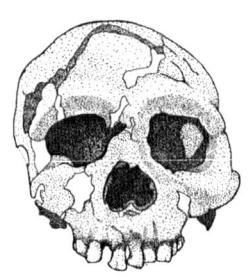

படம் 31 கஃப்ஸெ குகையில் கிடைத்த மண்டையோடு
பக்கவாட்டு, முன்பக்க தோற்றங்கள்

ஸ்கல் (Skhul) குகை

கார்மேல் மலையில் உள்ள குகைகளில் ஒன்றான 'சிறுவர் களின் குகை' என்றழைக்கப்படும், ஸ்கல் குகையில் 1929லிருந்து 1935 வரை தொல்லியல் அகழாய்வுகள் மேற்கொள்ளப்பட்டன. குகையின் தளத்தில் தோண்டியபோது ஏழு வயதிருக்கும் மூன்று சிறுவர்களின் எலும்புக் கூடுகள் புதைக்கப்பட்ட நிலையில் காணப்பட்டன.

ஸ்கல் 5 என்று பெயரிடப்பட்ட எலும்புக்கூடு ஒரு திடகாத்திரமான மனிதனுடையது. புதைக்கப்பட்டிருந்த அவனின் நெஞ்சுக் கூட்டின் மேலே ஒரு பன்றியின் தாடையெலும்பு வைக்கப்பட்டிருந்தது. இது ஒரு இறுதிச் சடங்கின் அம்சமாகவோ அல்லது ஏதேச்சையாக விழுந்த எலும்பாகவோ இருக்கலாம். 1935இல் அகழப்பட்ட ஐந்து எலும்புக் கூடுகளுடன் முஷ்டிரியன் மற்றும் லெவெலுவா கலாசாரக் கற்கருவிகள் காணப்பட்டன. அவைப் பொதுவாக ஃப்ளின்டால் (Flint) செய்த கற்கருவிகள். அக்குகையில் பல அடுப்புகளும், ஏழு கல்லறைகளும், கீழ்மட்டத்தில் 8 சிறுவர்களின் எலும்புக்கூடுகளும் கண்டறியப்பட்டன.

துளையிடப்பட்ட சிவப்பு, கருப்பு மண் தடவப்பட்ட கடற் சிப்பிகள், அங்கு வாழ்ந்தவர்கள் அவற்றைத் தம்மை அலங்கரிக்கும் ஆபரணங்களாகப் பயன்படுத்தினர் என்பதைக் காட்டுகிறது. அங்கு கிடைத்த தொல்லியல் ஆதாரங்கள் மீது நடத்தப்பட்ட டி.எல். (T.L. - Thermoluminescence) இ.எஸ்.ஆர் (E.S.R. - Electron Spin Resonance) காலநிர்ணய ஆய்வுகள் அவை 81–119 ஆயிரம் ஆண்டுகட்கு முற்பட்டவை என்பதையுணர்த்தின.

எல்-வாட் (El-Wad) குகை

கார்மேல் மலைக் குகைகளிலேயே பெரியதான எல்-வாட் குகை. அங்கு அகழப்பட்ட தொல்லெச்சங்கள் புதிய கற்காலத்தைச் சார்ந்தவை. இக்கண்டுபிடிப்பின் முக்கியத்துவம், அந்நிலை பழங்கற்காலக் கலாசாரத்திலிருந்து புதிய கற்காலக் கலாசாரத்திற்கு மாறியது என்பது. அதாவது காய் கிழங்குகளைச் சேகரித்தும், விலங்குகளை வேட்டையாடியும் வாழ்ந்தவர்களின் வழித்தோன்றல்கள் இக்காலகட்டத்தில் சில மிருகங்களை வளர்ப்பது பற்றியும், பயிர்களைப் பயிரிடுவது பற்றியும் புரிந்துகொள்ளும் நிலைக்கு முன்னேறியிருந்தனர் என்பதைக் காட்டுகிறது. இது பனியுகத்தின் இறுதிக்காலம் என்பதால், மத்திய தரைக்கடலின் மட்டம் உயர்ந்து, கடற்கரை இன்றைய நிலைக்கு வந்துவிட்டது. கடற்கரையை ஒட்டிய பசுமையான பகுதிகளில் மான்கள், மாடுகள் போன்றவை மேய்ந்து கொண்டிருந்தன. எல் – வாட்டில் வாழ்ந்தவர்கள் அவ்வப்போது, குகைகளிலும், சமவெளிகளிலும் வாழ்ந்திருக்கக்கூடும். அவர்கள் நுண்மையான வேலைப்பாடு கொண்ட கற்கருவிகளை– முக்கியமான கிழிக்கவும், சுரண்டவும், அறுக்கவும், இருபுறம் கூர்மையான, பிறை வடிவம் கொண்ட கற்கருவிகளை – உருவாக்கினர். எல்–வாட் குகையின் வாசலுக்கு முன்புள்ள சமநிலைத்தில், நூற்றுக்கும் மேற்பட்ட புதைக்கப்பட்ட எலும்புக் கூடுகள் கண்டறியப்பட்டன. அவற்றை வைத்து அன்று வாழ்ந்தவர்கள் 1.58 – 1.65 மீ உயரம் கொண்டவர்கள் என்றும் சற்றே பெரிய தலையை உடையவர்கள் என்பதும் தெரியவந்தது.

கெபாரா (Kebera) குகை

கார்மேல் மலையின் மேற்கு அடிவாரத்தில் அமைந்த குகை கெபாரா. 1931இல் அங்கு வரலாற்றுக்கு முற்பட்ட காலத்திய தொல்பொருட்கள் காணப்பட்டன. பின்னர் மேற்கொண்ட அகழாய்வுகளில், புதைக்கப்பட்ட ஏழு எலும்புக் கூடுகள் கிடைத்தன. தொல்லியலாய்வாளர்கள் 1991இல் மேற்கொண்ட ஆய்வுகளின்போது, அங்கு தங்கியிருந்தவர்கள் உபயோகித்த

குழிகள் போன்ற அடுப்புகள், வேட்டையாடிய விலங்குகளை தீயிலிட்டு உண்டு எறிந்த, எரிந்த எலும்புகள், உண்ட பழங்கள் காய்களின் கொட்டைகள், படுக்க ஏதுவாகத் தரையில் விரிக்கப்பட்ட புற்கற்றைகள் போன்றவை குகைப்படிவங்களில் இருந்தன. பழைய கற்காலத்தின் (மூஷ்டிரியன்) வாழ்ந்த குழந்தை ஒன்றின் எலும்புக்கூடும், கீழ்த்தாடை தவிர மண்டையோட்டின் மேற்பகுதியும், வலது காலில்லாத ஒரு வயது வந்தவரின் எலும்புக்கூடும் புதையுண்ட நிலையில் காணப்பட்டன. இரண்டு கைகள் நெஞ்சுக்கூட்டிற்கு மேல் வைக்கப்பட்டிருந்த K.M.H.2 என்றறியப்படும் இதன் சிறப்பு, கீழ்த்தாடையெலும்பிற்குக் கீழே காணப்பட்ட U வடிவமான ஹயாய்டு எலும்பு, இதன் அமைப்பும் எலும்புக்கூட்டில் காணப்படும் இதர அம்சங்களும் அது தற்கால மனிதயினத்தின் பேச முற்பட்ட மூதாதையின் எலும்புக்கூடு என்பதை உறுதிசெய்கின்றன.

8.2.

இந்தியாவில் தற்கால மனிதயினத்தின் தோற்றம்

தற்கால மனித இனத்தவரும், அவரது முன்னோடிகளும் ஆப்பிரிக்காவை விட்டு வெளியேறி உலகின் பல்வேறு பகுதிகளில் குடியேறினர். அலை அலையாக பல காலகட்டங்களில் அந்த இடப்பெயர்வுகள் ஏற்பட்டன. முதலாவதாக ஏறத்தாழ பதினெட்டு லட்சம் ஆண்டுகளுக்கு முன்னர், ஹோமோ எரக்டஸ் இனம் ஆப்பிரிக்காவிலிருந்து லெவான்ட் பகுதி வழியாக ஐரோப்பா வரை பரவியது. அவர்களைத் தொடர்ந்து எட்டு லட்சம் ஆண்டுகளுக்கு முன்னர் ஹோமோ ஆண்ட்டிசெசர் இனத்தவரும், ஆறு லட்சம் ஆண்டுகளுக்கு முன்னர் ஹோமோஹெய்டல்பர்கென்சிஸ் இனத்தவரும் ஆப்பிரிக்காவை விட்டு வெளியே வந்தனர். கடைசியாக இரண்டு லட்சம் ஆண்டுகளுக்கு முன் ஆப்பிரிக்காவில் தோன்றிய தற்கால மனித இனம் ஒன்றேகால் லட்சம் ஆண்டுகளுக்கு முன்னர் அண்மைக் கிழக்கு நாடுகளில் கூடி வாழஆரம்பித்தனர். பின்னர் அங்கு ஏற்பட்ட பருவ நிலை மாற்றங்களுக்கு ஈடு கொடுக்க முடியாமல் அழிந்தவர்கள் போக, எஞ்சியவர்கள் மறுபடியும் வந்த வழியே ஆப்பிரிக்காவிற்கு திரும்பினர். தற்கால மனித இனம் மறுபடியும் ஆப்பிரிக்காவை விட்டு ஒரு லட்சம் ஆண்டுகளுக்கு முன், கடல் மட்டம் தாழ்வாக இருந்தபோது எத்தியோப்பியவிற்கும்

ஏமனுக்கும் இடையே உள்ள பாப் எல் மண்டெப் (Bab el Mandeb) நிலப்பாலம் வழியாக பயணித்து ஆசியா, ஐரோப்பாவிற்கு குடியேறியவர்கள் ஏறத்தாழ எண்பதாயிரம் ஆண்டுகளுக்கு முன் இந்திய துணைக் கண்டத்தில் குடியேறினர் என்று தொல்லியல் ஆய்வுகள் காட்டுகின்றன. பின்னர் அங்கிருந்து, ஐம்பதாயிரம் ஆண்டுகளுக்கு முன் இந்தோனேஷியா வழியாக பாப்புவா நியூகினி, ஆஸ்திரேலியா, டாஸ்மேனியா இணைந்த பெருந்தீவில் குடியேறினர். இதே காலகட்டத்தில் இலங்கை, அந்தமான் நிக்கோபார் தீவுகளிலும் தற்கால மனித இனத்தவர் குடியேறினர். இவர்களுக்கு முன் வெளியேறிய ஹோமோ எரக்டஸ் இனம் இவ்வளவு தூரம் செல்லவில்லை என்பது குறிப்பிடத்தக்கது.

இந்திய துணைக்கண்டத்தில் ஏற்பட்ட குடியேற்றங்கள், பெரும்பாலும் மேற்கு கடற்கரை வழியாக ஏற்பட்டன. ஐரோப்பியாவில் குடியேறியவர்களின் வழித்தோன்றல்கள் மத்திய ஆசியாவின் புல்வெளிகள் (steppe) வழியாக ஆஃப்கானிஸ்தான், பாகிஸ்தான் வந்து, சிந்து, கங்கை சமவெளிகளை அடைந்தனர். மேற்கூறிய கண்டுபிடிப்புகள் 1980க்கு பிறகு பழம் மரபணு ஆய்வு (Archeo Genetics) துறையில் ஏற்பட்ட முன்னேற்றங்களால் சாத்தியமானது. எடுத்துக்காட்டாக, வடஅமெரிக்காவில் தற்கால மனித இனத்தவர் குடியேறிய காலகட்டம் பற்றிய சர்ச்சை எழுந்த போது, தெற்கு ஓரிகன் மாநிலத்திலுள்ள குகையொன்றில் நடத்தப்பட்ட மரபியல் ஆய்வு விடை தந்தது. அங்குள்ள ஒரு குகையில் இருந்த ஆதிமனிதரின் மலத்தை மரபியல் ஆய்வு செய்தபோது அவை 14,300 ஆண்டுகளுக்கு முற்பட்டது என்றறியப் பட்டது.

ஆப்பிரிக்காவிலிருந்து இரான், பாகிஸ்தான் கடற்கரை வழியாக வந்த தற்கால மனித இனத்தவர் குஜராத்திலும், வளமான சிந்து நதியின் மேற்கு பகுதியிலும் குடியேறினர். சில ஆயிரம் ஆண்டுகளுக்கு பின்னர் கிழக்காகவும், வடகிழக்காகவும் பயணித்து கங்கை, பிரம்மபுத்திரா கழிமுகப்பகுதியான வங்காளம் வழியாக தென்கிழக்கு ஆசியப் பகுதிகளில் குடியேறியனர். மத்திய இந்தியாவில் ஆதிமனித குடியேற்றம் பற்றிய தடயங்கள் முதலாவதாக பிம்பெட்கா குகைகளில் கிடைத்தன. ஆயிரத்திற்கும் மேற்பட்ட இக்குகைகள் மத்தியபிரதேசத்தில் விந்திய மலைச் சாரலில் ரெய்சன் மாவட்டத்தில் போபால் நகருக்கு 45 கி.மீ. தெற்கே இரண்டு சதுர கிமீ பரப்பில் அமைந்துள்ளன. அவற்றில் தொல்லியல் சிறப்பு கொண்ட 16 குகைகளின் தளத்தில் இருந்த படிவங்கள் ஆராயப்பட்டன. அடிமட்டத்தில் பழங்கற்கால கருவிகளும் அதற்கு மேல் மத்திய கற்கால கருவிகளும்

கண்டறியப்பட்டன. அங்கு கற்காலம் தொடங்கி இரும்பு யுகம் வரை தொடர்ச்சியாக ஆதிமனிதர்கள் வாழ்ந்தனர் என்பதும் அறியப்படுகின்றது. தெற்காசியாவில் வாழ்ந்த கற்காலத்தவர் பற்றிய ஆய்வுகள் தொடங்கப்பட்ட இந்த இடம் 2003ஆம் ஆண்டு யுனெஸ்கோ பாரம்பரிய இடமாக அறிவிக்கப்பட்டது. அந்த இடத்தில் வரலாற்றுக்கு முற்பட்ட காலத்தவர், புதிய கற்காலத்தவர், பழங்கற்காலத்தவர் உருவாக்கிய கருவிகள் அகழ்ந்தெடுக்கப்பட்டன. 1970இல் செய்யப்பட்ட அகழ்வாராய்ச்சியில் சில மனித எலும்புகளும் கிடைத்தன. அவற்றை முப்பது ஆண்டுகளுக்கு பிறகே மானிவிடவியலாளர் சி. திவாரியின் குழு தீவிரமாக ஆராய்ந்தது. ஏழு உடல்கள், சில படுத்த நிலையிலும், சில காலை மடக்கிய நிலையிலும், கிழக்கு நோக்கி புதைக்கப்பட்டிருந்தன. அவை மீது கூழாங்கற்களை போட்டு மூடியதால், எலும்புகள் உடைந்த நிலையில் காணப்பட்டன.

நம்மைப்போல் உடலமைப்பு கொண்ட மனித இனத்தவர் (Anatomically Modern Human – AMH) இந்தியாவில் எப்போது தோன்றினர் என்ற ஆய்வில் ஜ்வாலபுரம் ஒரு சிறப்பான இடத்தை வகிக்கின்றது. ஆந்திரபிரதேச கர்னூல் மாவட்டத்தில் ஜூரேறு நதிப்பள்ளத்தாக்கில் உள்ள இந்த இடத்தில் இந்திய–ஆங்கிலேய கூட்டு முயற்சியாக 2003 ஆண்டு முதல் நடந்த அகழ்வாய்வுகளில் 74 ஆயிரம் ஆண்டுகளுக்கு முன் சுமத்திராவில் வெடித்த டோபா எரிமலையின் சாம்பல் கண்டறியப்பட்டது. (பார்க்க: இணைப்பு டோபா எரிமலை வெடிப்பு) இரண்டு வாரங்கள் வெடித்து குமுறிய இந்த எரிமலையின் சாம்பல், வளிமண்டலத்தில் உமிழப்பட்டு உலகம் முழுவதும் பரவியது. இந்த சாம்பல் மேகங்கள் பூமியின் மீது குடை விரித்தாற்போல படிந்து சூரிய ஒளி மங்கியதால் ஏற்பட்ட குளிர்காலம் ஆயிரம் ஆண்டுகள் தொடர்ந்தது. ஜ்வாலபுரத்தில் காணப்படும் 7.5 மீ கனமுள்ள ஆற்றுப் படிவங்களுக்கிடையே டோபா எரிமலைச் சாம்பல் படிந்துள்ளது. இந்தப் படிவத்திற்குக் கீழும் மேலும் உள்ள ஆற்றுப் படிவங்களில் தற்கால மனித இனத்தவர் உருவாக்கிய கற்கருவிகள் கண்டறியப்பட்டுள்ளன. இத்தகைய பருவநிலை மாற்றங்களால் ஆதிமனிதரில் பலர் மாண்டிருக்க வேண்டும். நிலப்பரப்பு குளிர்ந்து மழையின்றி பெரும்பகுதிகள் வறள, தாவரங்களை இரையாகக் கொண்டு வாழ்ந்த விலங்குகளும் எண்ணிக்கையில் குறைந்து அவற்றை வேட்டையாடி உண்ட ஆதிமனிதருக்கு உணவுப் பஞ்சம் ஏற்பட்டது. அதனால் சிறுவர், பெண்கள் முதியவர் முதலில் மாண்டிருக்க வேண்டும். டோபா எரிமலை வெடிப்பிற்குப்பின் ஆதிமனிதர் அழிவின்

விளிம்பிற்கே சென்றதாக மானிடவியலாளர்களிடையே பொதுவான கருத்து நிலவுகின்றது. ஆனால் ஜ்வாலபுரத்து கண்டுபிடிப்புகள், டோபா எரிமலை வெடிப்பிற்கு முன் அங்கு வாழ்ந்த ஆதிமனிதர்கள் வெடிப்பிற்கு பின்னரும் அங்கே தொடர்ந்து வாழ்ந்தனர் என்பதைக் காட்டுகின்றன. அங்கு கண்டறியப்பட்ட கற்கருவிகள், செய்யப்பட்ட முறை நுணுக்கத்தின் அடிப்படையில் அவற்றை உருவக்கியவர்கள் தற்கால மனித இனத்தவர் என்று அறியப்படுகின்றது. இங்கு மேற்கொள்ளப்பட்ட அகழ்வாய்வுகளில், நூற்றுக்கணக்கான கற்கருவிகள் கண்டறியப்பட்டாலும், அங்கு முழுமையான எலும்புக்கூடு ஒன்றும் கிடைக்காதது ஒரு குறை.

ஜ்வாலபுரத்தை சுற்றியுள்ள இருபது இடங்களில் அகழ்வாய்வுகள் மேற்கொள்ளப்பட்டன. அவற்றில் ஏழு இடங்களில் டோபா எரிமலை சாம்பல் படிவங்கள் உள்ளன. அவற்றில் JWP 3, 17, 21, 22, 23 என்றறியப்படும் ஐந்து இடங்கள், ஜுரேறு பள்ளத்தாக்கின் நடுவிலும், JWP 20 பள்ளத்தாக்கின் மருங்கிலும் அமைந்துள்ளன. JWP 9 என்ற இடம் பத்தப்பாடு கிராமத்திற்கருகே உள்ளது. இந்த இடங்களில் புவியியல் அடிப்படையில் பழமையானது ஜ்வாலபுரம் ஏரி. ஏனெனில் இங்கு கிடைத்த கற்கருவிகள் 140–125 ஆண்டுகளுக்கு முற்பட்ட அஷூலியன் வகையை சார்ந்தவை. JWP 22 எனக்குறிப்பிடப்படும் அகழாய்வுக்குழியில் 2 மீட்டர் ஆழத்தில் காணப்படும் டோபா எரிமலை சாம்பல் படிவத்திற்கு கீழே 1600 கற்கருவிகளும் அவற்றை தயாரிக்க பயன்படுத்திய பாறைகளும் கண்டறியப்பட்டன. இவை 77 ஆயிரம் ஆண்டுகளுக்கு முற்பட்டவை. இருமுனைகளும் ராவப்பட்டு, கையில் பிடிக்க ஏதுவாக செதுக்கப்பட்ட கற்கருவிகள் தொடர்ந்த பயன்பாட்டால் தேய்ந்த நிலையில் இருந்தன.

JWP 9 எனும் அகழ்வாயிடம், ஒரு பெரியமணற் பாறையின் நிழலில் 60 ச.மீ அகலத்தில் பரவியுள்ள படிவங்களைக் கொண்டது. அங்கு அகழ்வாய்வு செய்யப்பட்ட போது அடிமட்டத்தில் மத்திய–மேல் பழங்கற்கால கருவிகளும், அதற்கு மேல் புதிய கற்கால கருவிகளும், மேல் மட்டத்தில் நுண் கற்கருவிகளும் (microliths) கண்டறியப்பட்டன. இக்கற்கருவிகள் அங்கு 35 ஆயிரம் ஆண்டுகளுக்கு முன்னிருந்து 3 ஆயிரம் ஆண்டுகளுக்கு முன் வரை தொடர்ச்சியாக ஆதிமனித இனத்தவர்கள் வாழ்ந்தனர் என்பதற்கான ஆதாரங்களாக உள்ளன. அப்படிவங்களில் 12 முதல் 20 ஆயிரம் ஆண்டுகளுக்கு முற்பட்ட உடைந்த மனித எலும்புகள், பளிங்கு கற்களாலும் எலும்புகளாலும் செய்யப்பட்ட மணிகள் அகழ்ந்தெடுக்கப்பட்டன. சிவப்பு ஆக்கர் களிமண்

கட்டிகளும் அங்கு அதிக அளவில் காணப்பட்டன. கவிழ்ந்து நிற்கும் பாறையில் மனிதர்கள், மாடுகள், யானைகள், ஆகியவற்றின் சித்தரிப்புகளும் நேர்கோடுகளால் வரையப்பட்ட கோலம் போன்ற 14 சித்திரங்களும் இருக்கின்றன. காலத்தால் சிதையுண்ட இந்த பாறை ஓவியங்கள் எப்போது வரையப்பட்டவை என்பது பற்றிய தெளிவான தகவல்கள் இல்லை.

டோபா எரிமலைச் சாம்பலை கிராமத்தவர் அகழ்ந் தெடுத்ததால் உண்டான ஒரு பெரிய பள்ளம் JWP – 3 என்று குறிப்பிடப்படுகிறது. அதில் 1.8 முதல் 2.5 வரை கனம் கொண்ட எரிமலைச் சாம்பல் மீது சிதறி வெளியேறிய நுண்கற்களடங்கிய படிமங்கள் உள்ளன. இவற்றிற்கு கீழே கண்டறியப்பட்ட 215 கற்கருவிகளில் சிலவற்றை OSL (optically stimulated luminescence) முறையில் காலக்கணிப்பு செய்த போது அவை 77 ஆயிரம் ஆண்டுகளுக்கு முன்னால் உருவாக்கப்பட்டவை என புலனாகியது. டோபா எரிமலைச் சாம்பலுக்கு மேலே உள்ள படிவங்களில் பளிங்கு, செர்ட், சேல்ஸிடோனி, குவார்ட்சைட்டால் செய்யப்பட்ட 108 கற்கருவிகள் கண்டுபிடிக்கப்பட்டன. அவற்றை OSL முறையில் சோதித்த போது அவை 74 ஆயிரம் ஆண்டுகளுக்கு முற்பட்டவை என அறியப்பட்டது. இங்கு காணப்படும் கற்கருவிகளில், முக்கியமாக பிறை வடிவத்தில் கொத்தப்பட்ட தகடு போன்ற நுண்கருவிகள், ப்ளைஸ்டோசீன் காலத்தில் நடுபழங்கற்காலத்தவர் (mid palaeo) செய்தவை. இந்த அகழ்வாய்வுக் குழியில் கிடைத்த எரிமலை வெடிப்பிற்கு முற்பட்ட படிவங்களில் உள்ள கற்கருவிகளுக்கும், எரிமலை வெடிப்பிற்கு பிற்பட்ட படிவங்களில் உள்ள கற்கருவிகளுக்கும் இடையே பெரிதாக வேறுபாடுகள் ஏதும் தெரியவில்லை. இதனால் எரிமலை வெடிப்பிற்கு முன் வாழ்ந்தவர்களே அங்கு எரிமலை வெடிப்பிற்கு பின்னரும் தொடர்ந்து வாழ்ந்தனர் என்பது புலனாகின்றது.

இந்தப் புரிதலின் முக்கியத்துவம் என்னவென்றால், டோபா எரிமலை வெடிப்பின் பாதிப்பால் ஆதிமனிதயினம் முழுவதுமாக அழிந்து விடவில்லை. பருவநிலை மாற்றத்தால் ஏற்பட்ட இடர்ப்பாடுகளை தாண்டி சில கூட்டங்கள் உயிர் பிழைத்திருந்தனர். அவர்களது வழித்தோன்றல்கள் மூலம்தான் இன்றைய மனிதயினம் உருவானது. மேலும் ஆப்பிரிக்காவை விட்டு இஸ்ரேல் (கஃப்ஸெ, ஸ்கல்) வழியாக தெற்கு கடற்கரையோரம் வந்தவர்களுக்கு முன்னரே, ஜ்வாலபுரம் வரை ஆதி மனிதயினம் குடியேறியிருந்தது, அவர்களின் வழித்தோன்றல்களே மேலும் வடகிழக்காக பயணித்து ஏறக்குறைய 50 ஆயிரம் ஆண்டுகளுக்கு

முன் ஆஸ்திரேலியாவை அடைந்தனர் என்ற வாதத்திற்கு இது வலுவூட்டுகிறது. கேம்பிரிஜ் பல்கலைக்கழகத்தின் தொல்மானிடவியலாளர் மைக்கேல் பெட்ராக்கிலிய (Michael Petraglia)வின் கருத்துப்படி ஜ்வாலபுரத்தில் காணப்படும் கற்கருவிகளும், அதே காலகட்டத்தில் ஆப்பிரிக்காவில் செய்யப் பட்ட கற்கருவிகளுக்கும் மிகுந்த ஒற்றுமைகள் காணப்படுகின்றன. ஆப்பிரிக்காவில் இவ்வாறு கண்டறியப்பட்ட கற்கருவிகளைச் செய்தவர்கள் தற்கால மனிதயினத்தவர் என்பது குறிப்பிடத்தக்கது.

8.3.

பலாங்கொடை மனிதன் [இலங்கை]

இலங்கையில் நாற்பதுகள் துவக்கம் அகழ்வாய்வுகள் மேற்கொள்ளப்பட்டாலும், தற்கால மனித இனம் எனத் திட்டவட்டமாக இனங்கொள்ளக்கூடிய இனத்தின் எலும்புகள் எதுவும் கடற்கரையொட்டிய மணல் படிவங்களில் காணப்படவில்லை. என்றாலும், அன்று கணிசமாக மழை பெற்ற ஈரமான சமவெளிகளில் 37 ஆயிரம் ஆண்டுகட்குமுன் தற்கால மனிதயினம் (Homo sapien) வாழ்ந்ததற்கான ஆதாரங்கள் பல கிடைத்துள்ளன. அவை தெற்கு ஆசிய, தொல்மானிடக் கண்டுபிடிப்புகளில் மூத்தவை. தற்கால மனிதயினத்தின் எலும்புகள், மண்டையோடுகள் இலங்கையில் கித்துக்கல்லாவுக்கருகில் உள்ள பெலிலெனா குகை, ரத்தினபுரிக்கருகில் உள்ள வெளவால் குகை, பலாங்கொடை மாவட்டத்தில் உள்ள பெல்லான் பண்டி பலஸ்ஸா, உடுப்பியான் குகை, பட்ட தொம்மை, ஃபாகியான்குகைப் படிவங்களில் காணப்பட்டன. அங்கு பல காலகட்டங்களில் வாழ்ந்தவர்கள் செய்த கருவிகள், மணிகள் போன்றவை பலாங்கொடைப் பகுதியில் கண்டுபிடிக்கப்பட்டதால், அந்தப் பண்பாட்டை பலாங்கொடைப் பண்பாடு எனவும், அதை உருவாக்கிய ஆதி மனிதயினத்தை ஹோமோ செபியன் பலாங்கொடன்ஸிஸ் (Homo sapien balangodensis) எனவும், சுருக்கமாக ‘பலாங்கொடை

மனிதன்' எனவும் மானிடவியலாளர் குறிப்பிடுகின்றனர். ஃபாகியான் குகையில் 1960லிருந்து 1980 வரை மேற்கொண்ட ஆய்வுகளில் அகழ்ந்தெடுக்கப்பட்ட ஆதிமனிதயெலும்புகள், அப்பெரிய குகையில் 37 ஆயிரம் ஆண்டுகளுக்கு முன் துவங்கி 5 ஆயிரம் ஆண்டுகளுக்கு முன்வரை தொடர்ச்சியாகப் பல தலைமுறையினர் வாழ்ந்தனர் என்பதை அறியத் தந்தன. அண்மையில் 2012ஆம் ஆண்டு 30 ஆயிரம் ஆண்டுகளுக்கு முற்பட்ட ஆதிமனித எலும்புக்கூடு ஒன்றும் அகழ்ந்தெடுக்கப்பட்டது. ஃபாகியான் குகை போலவே பெலிலேனா குகையில் 30 ஆயிரத்திலிருந்து 4 ஆயிரம் ஆண்டுகளுக்கு முன்வரை வாழ்ந் தவர்களின் எலும்புகளும், அலுலேனா குகையில் 11 ஆயிரம் ஆண்டுகளுக்கு முன்பும், பெல்லான்பண்டியில் 7 ஆயிரம் ஆண்டுகளுக்கு முன்பும் வாழ்ந்தவர்களின் எலும்புகளும், ஸ்ரீபாத மலையடிவாரத்தில் உள்ள பட்டதொம்மையில் 16 ஆயிரம் ஆண்டுகளுக்கு முன்பு வாழ்ந்தவர்களின் எலும்புகளும் கிடைத்துள்ளன. இவற்றின் காலம், மனித எலும்புகள் படிந்திருந்த மண்ணில் காணப்பட்ட எரிந்த விறகுகளின்மீது செய்யப்பட்ட கார்பன் 14 முறையாலும் கற்கருவிகள் சட்டிகள் மீது செய்யப்பட்ட தெர்மோலுமினஸென்ஸ் முறையாலும் அறியப்பட்டது.

பலாங்கொடைப் பண்பாடு மேலும் இருபிரிவுகளாக, கீழ்மட்டம் பெல்லான் பண்டிப்பண்பாடு எனவும் மேல்மட்டம் உடுப்பியான் குகைப்பண்பாடு எனவும் பிரிக்கப்பட்டன. கையில் பிடிக்க வாட்டமான கூழாங்கற்களைக் கத்திபோல உபயோகித்து வெண்கற்களில்(quartz, chert)இருந்து பிறைபோல உடைக்கப்பட்ட, கூரான கற்சிதறல்களை செய்த, வேட்டையாடி உணவு சேகரித்த இனமான பெல்லான் பண்டி பண்பாட்டினர் இறந்தவர்களைத் தாம் தங்கியிருந்த பகுதிக்கருகிலேயே புதைத்தனர். அப்பகுதியில் உள்ள உடுப்பியான் குகைப்படிவங்களில் காணப்பட்ட கையகலக் கொத்திகள், உளிகள் போன்ற கற்கருவிகள் மணல் பாவிய பாறைகளின்மீது உரசித்தேய்த்து வழுவழுவாக்கப்பட்டவை, புதிய கற்காலத்தைச் சார்ந்தவை. கருப்பு, சிவப்பு களிமண்ணால் செய்து சுட்ட, உடைந்தச் சட்டிகளும் காணப்பட்டன. பெல்லான் பண்டிப் பண்பாட்டைவிட பண்பட்டது, உடுப்பியான் குகைப் பண்பாடு. இந்தப் பண்பாட்டை உருவாக்கியவர், குழிகள் தோண்டவும், அம்புமுனைகளாகப் பாவிக்கவும் மான்கொம்பு களை பயன்படுத்தியுள்ளனர். எலும்புகளின் அகன்ற பகுதிகளை உரசித் தட்டையாக்கிக் கரண்டி போலவும் உபயோகித்தனர். யானை, எருமை போன்ற பெரிய விலங்குகளையும் கொன்ற பலாங்கொடை மனிதர், திறமையான வேட்டைக்காரர்களாக இருந்திருக்க வேண்டும் என்பதற்கு அவர்கள் வாழ்ந்த

இடங்களில் சிதறிக்கிடக்கும் எலும்புகள் ஆதாரம். மேலும் குகைப்படிவங்களிலிருந்து மான், பன்றி, மலை அணில், குரங்கு போன்ற விலங்குகளையும் அவர்கள் கொன்று தின்றனர் என்பது தெரியவருகிறது. எலும்புச் சிதறல்களுக்கிடையே உடைக்கப்பட்ட மனிதயெலும்புகள் பல கிடைத்துள்ளன. எலும்புகளிலிருந்த தசைகளைக் கற்கருவிகளால் சுரண்டியெடுத்ததால் உண்டான சிராய்ப்புகள் காணப்படுவதால், பலாங்கொடை மனித இனம் அவ்வப்போது தன்னினத்தவரின் இறைச்சியையும் உண்டிருக்கலாம் என்கிறார் தெரணியகலா. தன்னினத்தவரை உண்பது என்பது, உணவு கிடைக்காத பஞ்சகாலத்தில் நிகழ்ந்திருக்கலாம். அல்லது இறந்தவர்களைப் புதைக்குமுன் செய்த சடங்காகவோயிருந்திருக்கலாம். பாப்புவா நியூகினியில் ஒரு நூற்றாண்டுக்கு முன்பு வரை மக்கள் தன்னினம் உண்டனர் என்பதை மனங்கொள்ள வேண்டும். பெல்லான் பண்டிப் பலஸ்ஸாவில் உடைந்த சட்டியின் சிதறல்கள், நத்தைக் கூடுகள், கிளிஞ்சல்கள் ஆகியவற்றுடன் குவியல் குவியல்களாக எலும்புகள்

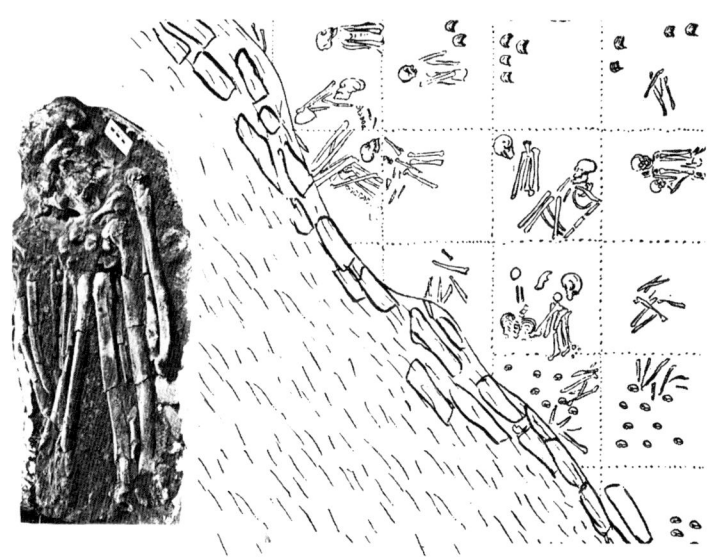

படம் 32 பெல்லான் பண்டி இடுகாடு

புதையுண்ட நிலையில் காணப்பட்டன (படம் 32). ராவணெல்லா, ஃபாகியான் குகையில் அகழ்ந்தெடுக்கப்பட்ட பலாங்கொடை ஆதிமனிதயெலும்புகள் சிலவற்றில் சிவப்பு நிறக்களிமண் (Red ochre) பூசப்பட்டிருந்தது. அவற்றைப் பார்க்கும்போது,

இறந்தவர்களை தசைகள் அழுகி, உலர்ந்த பின் எலும்புக் கூடுகளாகப் புதைந்திருக்கலாம் என எண்ணத் தோன்றுகிறது.

பலாங்கொடை மனித மண்டையோட்டைத் தற்கால மனித மண்டையோட்டுடன் ஒப்பிடுகையில், அந்த ஆதிமனித மண்டையோடு, பெருத்த புருவப் புடைப்பு, அகன்ற கண்கள், சப்பையான மூக்கு, சற்றே சிறுத்த நாசித்துவாரம், பெருத்த கடைவாய்ப்பற்கள் கொண்ட அகன்ற தாடையுடன் கூடிய, சற்றே நீண்ட (Dolico cephalic) மண்டையோடு ஆகும். தொல் மானிடவியலாளர்கள் அதில் ஆஸ்திரேலிய அபாரிஜினி மண்டையோட்டின் பல கூறுகளையும், நீக்ராய்டு இனத்தவர் மண்டையோட்டின் சில கூறுகளையும் காண்கின்றனர். பலாங்கொடை மனிதரின் மேல்கையெலும்பு, தொடையெலும்பு ஆகியவற்றின் நீளம் விகிதத்தை வைத்து அந்தயின ஆண் 1.8 மீ, பெண் 1.65 மீ சராசரி உயரம் கொண்டவர்கள் என்பது தெரணியகலாவின் கணிப்பு. ஆனால் அவர்களது வழித்தோன்றல்களான வேடர் இனத்தவர் அவ்வளவு உயரமானவர்கள் அல்ல. இதற்கு 'தீவுநியதி'யைக் காரணம் காட்டலாம். தீவு போன்ற இயற்கையாக பாதுகாக்கப்பட்ட பல்லுயிரியத்தில், பெரியஉடல் கொண்ட மூதாதையர்களிலிருந்து சிறியஉடல் கொண்ட வழித்தோன்றல்கள் உருவாகின்றன. திடகாத்திரமான பலாங்கொடை மனிதர்களின் வழித்தோன்றல்களான இலங்கையில் வாழும் வேடர்கள், அவர்களைவிட சிறியவுருவம் கொண்டவர்களாயிருப்பதற்கு இதுவே காரணமாக இருக்கலாம்.

❖ ❖

8.4.

குரோமேன்யோ ஆதிமனிதயினம் (Cro Magnon)

சுமார் 35,000 ஆண்டுகளுக்கு முன்னர் பழைய கற்காலத்தில், பனியுகத்தின் முடிவில் ஐரோப்பாவில் வாழும் தற்கால மனிதயினத் தவர் போலத் தோற்றமளித்த ஆதிமனிதயினம் ஐரோப்பாவில் வாழ்ந்தது என்பது 1868இல் தெரிய வந்தது. பிரான்ஸில் இருப்புப்பாதை அமைத்துக்கொண்டிருந்த பணியாட்கள், சுண்ணாம்புப் பாறைப் படிவங்களால் ஆன குகையொன்றைத் தகர்த்தபோது, குகைப் படிவங் களில் இரு ஆண்கள், இரு பெண்கள், ஒரு குழந்தை ஆகியோரின் எலும்புக் கூடுகளைக் கண்டுபிடித்தனர். உருவத்தில் தற்கால மனிதனின் எலும்புக்கூடு போலத் தோற்றமளித்த இந்த இனத்தின் எலும்புக் கூடுகளை அவை கண்டெடுக்கப்பட்ட இடமான குரோமேன்யோ என்ற பெயரால் அழைத்தனர். கண்டெடுக்கப்பட்ட மண்டையோடுகள், பெரியதும், நீண்டதுமாக இருந்தன. முகம் அகன்று தட்டையாகவும், நாசித் துவாரம் உயர்ந்தும், கண்களிலிருந்த பகுதி ஓரளவு செவ்வக வடிவத்திலும் அமைந்திருந்தன. காலெலும்புகள் நேராகவும் நீண்டதாகவும் உறுதியாகவும் இருந்தன. 1872க்கும் 1902க்கும் இடைப்பட்ட காலத்தில் பிரான்ஸில் கோட்டிஸஂயூர் (Cote d' Azur) என்னும் இடத்தில் இதே இனத்தின் பதின்மூன்று எலும்புக்கூடுகள்

கிடைத்தன. பின்னர் இங்கிலாந்து, இத்தாலி, ஜெர்மனி, ரஷ்யா, செக்கோஸ்லாவாக்கியா போன்ற நாடுகளில் குரோமேன்யோ மனிதர்கள் காலத்தே வாழ்ந்த இனத்தின் எலும்புக்கூடுகளைக் கண்டுபிடித்து, அவற்றையும் இதே இனத்தில் சேர்த்தனர். இந்தக் கண்டுபிடிப்புகளால் ஆதி ஹோமோ செபியன் இனம் 35, 40 ஆயிரம் ஆண்டுகளுக்கு முன்னர் உருவாகி ஐரோப்பாவில் வாழந்தது தெரியவந்தது.

திடகாத்திரமான இந்த இனம் வேட்டையாடி வாழ்ந்தது. தற்கால மனிதரைப் போன்ற தோற்றத்தையும் பெரிய அளவு மூளையையும் கொண்ட இந்த இனத்தவர் உணவை வேக வைத்து உண்டதால், பல்லமைப்பு மாற்றமடைந்தது; தாடையை அசைத்த தசைகளின் திண்மை குறைந்தது; இதனால் முக அமைப்பு மாறியது. இறைச்சியை மட்டுமின்றி வேக வைத்த காய்கள், கிழங்குகள் மற்றும் பழங்கள், கொட்டைகளிலுள்ள பருப்பு போன்றவற்றையும் உண்டு வாழ்ந்தவர் என்பது இவர்கள் வாழ்ந்த இடங்களை அகழாய்வு செய்தபோது புலப்பட்டது. வேனிற் காலத்தில் குடிசை போன்ற அமைப்பை, உயர்ந்த மேட்டுப் பரப்பில் கிழக்கு நோக்கி அமைத்தனர் அவர்கள். இதற்குக் காரணங்கள் இரண்டு. ஒன்று, மேட்டிலிருந்து தாழ்வான இடங்களில் மேயும் விலங்குகளை இனங்கண்டு வேட்டையாட முடியும்; இரண்டு, கிழக்கு நோக்கியதால் சூரிய வெப்பம் குடிசைகளைச் சூடாக்கும். இவர்கள் குளிர்காலத்தில் தீ மூட்டி, குகைகளின் கதகதப்பில் பாறைகளினடியில் உறங்கினர். மரக்கட்டைகளுக்குப் பதிலாக இறந்த மாமதங்களின் எலும்புகள், தந்தங்கள் ஆகியவற்றை அடுக்கி அதன் மேல் தோலைப் போர்த்திக் கூடாரங்களை உருவாக்கினர். இன்றைக்கு 15 ஆயிரம் ஆண்டுக்கு முற்பட்ட, இவ்வாறு அமைக்கப்பட்ட 20–24 ச.மீ கொண்ட வட்டமான கூடாரத்தின் எஞ்சிய பகுதிகள் ரஷ்யாவில் உக்ரைனில் கண்டுபிடிக்கப்பட்டன (படம் 33). அதில் ஏறத்தாழ 100 மாமதங்களின் கீழ்த் தாடைகள் ஒன்றன் மேல் ஒன்றாக வைக்கப்பட்டு ஒரு சுவர் போல அமைக்கப்பட்டிருந்தது. இவர்கள் வாழ்ந்த இடங்களில் உணவைச் சேமிக்கக் குழிகள் இருந்தன. 10 அல்லது 12 பேர் கொண்ட குடும்பங்களாகக் கூடி வாழ்ந்த குரோமேன்யோ இனத்தில் சிலர் அறுபது வயதுக்குமேல் வாழ்ந்தனர் என்பதற்கு, கண்டெடுக்கப்பட்ட வயோதிகர்களின் எலும்புக்கூடுகள் சான்று. ஆதி மனிதர்களில் வயதான ஒருவன் தன்னால் உணவுக்காக வேட்டையாட இயலாத நிலையில் உணவின்றிப் பட்டினியால் இறக்க நேரிடும். ஆனால், பனியுக மனிதன் ஒருவன் முதிர்ந்த வயதில், முன்னின்று

குரோமேன்யோ வாழ்க்கை முறை

© The Natural History Museum, London

இந்த ஓவியத்தில் வலப்புறம் நிற்கும் முதியவர் ஃப்ரான்ஸில் எடுத்த மண்டையோட்டின் அடிப்படையிலும் இதர மனிதர்கள் கிழக்கு ஐரோப்பாவில் எடுத்த எலும்புக்கூடுளின் அடிப்படையிலும் வரையப்பட்டுள்ளனர்.

படம் 33 உக்ரைனில் கண்டறியப்பட்ட மாமதங்களின் தாடையெலும்புகள், தந்தங்கள், நெஞ்செலும்புகளாலான குடில்களின் உருவகிக்கப்பட்ட தோற்றம்

வேட்டையாட முடியாத நிலையில், அறுபது ஆண்டுகள்வரை வாழ்ந்தானென்றால் அவன் மற்றவர்களால் பேணப்பட்டிருக்க வேண்டும். இவர்களது மண்டையோடுகளில் கண்ட மேலண்ணம் மற்றும் தொண்டைக் குழியின் அமைப்பு இவர்கள் பேசும் திறமை கொண்டவர்கள் என்பதை உறுதி செய்துள்ளது. பேச முற்பட்ட பனியுக மனிதர்கள் தங்களது அனுபவங்களை மற்றவர்களுடன் பேசிப் பகிர்ந்துகொண்டிருக்க வேண்டும். எனவே வயதில் முதிர்ந்த ஒருவன், அதிக அனுபவம் பெற்றவன் என்பதால் அவனை அந்தக் கூட்டம் ஓர் அனுபவஸ்தனாக மதித்து, வேட்டையாட இயலாத வயதிலும் அவனுக்கு உணவு கொடுத்துப் பேணியிருக்க வேண்டும். இவ்வாறு முதியோரைப் பேணிய பனியுக மனிதனின் சமூக உணர்வு பரிணாம வளர்ச்சியில் அவனை உயர்த்திக் காட்டுகிறது.

இவர்கள் இறப்புக்கு அப்பாலுள்ள மறுமையில் நம்பிக்கை கொண்டிருந்தனர் என்பது இவர்கள் புதைக்கப்பட்ட இடங்களை

ஆராய்ந்த போது புலப்பட்டது. மாஸ்கோவுக்கு அருகேயுள்ள சுங்கிர் என்னுமிடத்தில் 20,000 ஆண்டுகளுக்கு முற்பட்ட பனியுக மனிதனின் எலும்புக்கூடு ஒன்று தோண்டியெடுக்கப்பட்டது. அவன் தந்தத்தாலான மணிகள் கோர்த்துத் தைக்கப்பட்ட உடையுடன் அடக்கம் செய்யப்பட்டிருந்தான். அருகாமையில், தந்தத்தால் செய்யப்பட்ட ஈட்டி அலகுகளுடன் அடக்கம் பண்ணப்பட்ட இரு சிறுவர்களின் எலும்புக்கூடுகளும் கண்டெடுக்கப்பட்டன. கரடிப் பற்கள் கோர்த்த மாலைகளுடைய சமாதிகள் பனியுக மனிதர்களிடையே இருந்த அந்தஸ்தைக் காட்டின. ஆடை ஆபரணங்களுடன் ஒருவனைப் புதைப்பது அவன் எங்கு போகிறானோ அங்கு நன்றாக வாழ வேண்டும் என்னும் ஆசையால் இருக்கலாம்.

குரோமேன்யோ ஆதிமனிதர் ஒருவிதமான மொழி பேசியவர்கள். ஓவியம் வரையவும் இசையெழுப்பவும் தெரிந்தவர்கள். இவர்களைப் பொதுவாக மத்திய பழைய கற்கால மனிதர்களின் வழித் தோன்றல்களாகக் கருதுகிறார்கள். முன்னேறிய இந்த இனம் நியாண்டர்தால் இனத்தை அழித்திருக்கலாம், அல்லது அந்த இரண்டு இனங்களின் கலப்பாகத் தற்கால மனிதன் உருவாகி, நியாண்டர்தாலினம் தன் சாயலை இழந்திருக்கலாம் என்பதற்கான சாத்தியங்கள் உள்ளன.

மூதாதையரைத் தேடும் நம் ஆய்வு தட்டையான முகம் கொண்ட இராமா பிதஸைனில் துவங்கி, அதற்கடுத்த பரிணாம வளர்ச்சியின் ஒரு முக்கிய கட்டமான ஆஸ்ட்ரோலப்பிதஸீனுக்கு வந்தது. அதற்கடுத்ததாகக் கல்லாயுதங்கள் செய்து உபயோகித்த ஹோமோ ஹெபிலைன், தீயின் பயனையறிந்த ஹோமோ எரக்டஸ், நுணுக்கமான கற்கருவிகள் செய்த ஹோமோ ஹெய்டெல்பெர்கென்ஸிஸ், இறுதிச் சடங்குகள் செய்த நியாண்டர்தாலினத்தவர் எனப் பல பரிணாம நிலைகளைக் கடந்து, தற்கால மனித இனத்தின் தோற்றம் வரை வந்தது. இந்த ஆய்வின் அடிப்படையில், மனிதர்களையும் மனிதக் குரங்குகளையும், இரு கிளைகளாகக் கொண்ட, மேற்கூறிய நிலைகளுடன் உறவுள்ள வம்ச விருட்சத்தைப் பின்வருமாறு காட்டலாம் (படம் 34). இந்தப் படத்தில் குரோமேன்யோ ஆதிமனிதயினத்தை தற்கால மனிதயினத்துடன் சேர்த்துக்கொள்வதால், அது தனியாகக் காட்டப்படவில்லை. அதுபோலவே அழிந்துபட்ட ஆதி மனித யினங்களான டெனிஸோவன்கள், ப்ளோரஸ் தீவு ஆதிக் குட்டை மனிதர் போன்ற இனங்களை நியாண்டர்தாலினத்தவருடன் வகைப்படுத்தியுள்ளேன்.

பரிணாம வளர்ச்சியில் மனிதனின் இடம்

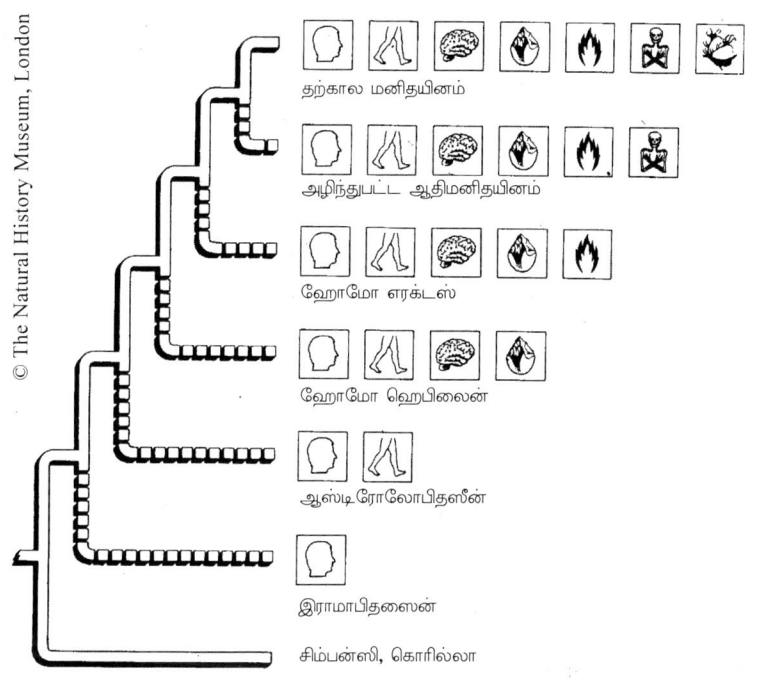

படம் 34

பரிணாம வளர்ச்சியில் மனிதன் அடைந்த நிலை பற்றி அறிந்துகொள்ளுமுகமாக அழிந்துபட்ட நம் மூதாதையர்கள் பற்றியும், பொதுவாக மனிதயினத்துடன் நெருங்கிய மரபியல் உறவுகொண்ட மனிதக் குரங்குகளுக்கும் உள்ள தொடர்பு பற்றியும், மனிதக் குரங்குகளைவிட தற்கால மனிதயினத்திற்கு உறவுகொண்ட நம் முன்னோடிகளின் தொல்லெச்சத் தடயங்கள் பற்றியும் கண்டோம். இத்தகைய தேடுதல் முறையால், ஏதோ மனிதயினம் மட்டும் பரிணாம வளர்ச்சி அடைந்துவிட்டது போன்ற ஒரு தவறான அபிப்ராயம் உருவாகலாம். ஆனால் மனிதக் குரங்குகள் காடுகளில் வாழவும், மரங்களில் ஏறித் தாவுவதற்கேற்ப வேறுவிதமான ஒரு பரிணாம வளர்ச்சியடைந்துள்ள என்பதே உண்மை.

❖ ❖

9

ஆதிமனிதக் குடியேற்றங்கள்

அண்மைக்கால ஆய்வுகளால், ஆப்பிரிக்காவை விட்டு வெளியேறிய முதலாவது ஹோமினின், ஹோமோ எரக்டஸ் என்பது தெளிவாகியுள்ளது. அந்த இனத்தவர் ஏறத்தாழ 1.8 மில்லியன் ஆண்டு களுக்குமுன் ஆப்பிரிக்காவிலிருந்து வெளியேறி, ஐரோப்பாவிலும் ஆசியாவிலும் குடியேறினர். ஆதிமனிதர்கள் உலகின் பல பகுதிகளில் குடியேறியது பற்றி இரு வகையான கருத்துக்கள் நிலவுகின்றன. உலகின் பலபகுதிகளில் குடியேறிய ஹோமோ எரக்டஸிலிருந்து, இனவேறுபாடுகள் கொண்ட ஹோமோ செபியன்கள் உருவாகின என்பது ஒரு கருத்து. எடுத்துக்காட்டாக, சீனர்கள் சீனாவில் குடியேறிய ஹோமோ எரக்டஸிலிருந்து தனித்து உருவான ஹோமோ செபியின்களின் வழித் தோன்றல் என்பது. இரண்டாவது, ஆப்பிரிக்காவிலிருந்து (Out of Africa) என்ற கருத்தாக்கம். இதன்படி, ஹோமோ செபியன்கள் ஆப்பிரிக்காவில் உருவாகி பின்பு அங்கிருந்து வெளியேறி, உலகின் பல பகுதிகளுக்குச் சென்றனர். அவர்களுக்கு முன்னர் உலகின் பல்வேறு பகுதிகளில் குடியேறி வாழ்ந்த ஹோமோ எரக்டஸ் இனம், பரிணாம வளர்வில் உயர்ந்த ஹோமோ செபியன்களால் பின்னுக்குத் தள்ளப்பட்டனர். மரபியல் ஆய்வுகள் இந்தக் கோட்பாட்டையே உறுதிப்படுத்துகின்றன.

மரபியல் ஆய்வுகளும், தொல்லியலாய்வுகளும் ஆதிமனிதயினம் தோன்றியது ஆப்பிரிக்கா

என்பதை உறுதி செய்வதால் அக்கண்டமே மானுடத்தின் தொட்டிலாகக் கருதப்படுகிறது. ஏறத்தாழ 100,000 ஆண்டுகளுக்கு முன் ஆப்பிரிக்காவில் வாழ்ந்த ஹோமோ செபியன் இனக்கூட்டத்திலிருந்து தற்கால மனிதர் தோன்றினர் என்பது ஆய்வுகளிலிருந்து தெரியவருகிறது. இதுவரை தெற்காப்பிரிக்கா வில் நடத்தப்பட்ட அகழாய்வுகளில் கண்டுபிடிக்கப்பட்ட தொல்லுயிரெச்சங்கள், எவ்வாறு ஹோமோ எரக்டஸிலிருந்து ஆதி ஹோமோ செபியன் (Archaic Homo Sapien) பரிணமித்து, அதன் வழித் தோன்றலான ஹோமோ செபியன் (தற்கால மனிதன்) உருவானான் என்பதைக் காட்டுகின்றன. இப்பரிணாம வளர்வின் பல்வேறு கட்டங்களைக் காட்டும் தடயங்கள் பல கிடைத்துள்ளன. மேலும், ஆதி ஹோமோ செபியன்கள் அப்போது உருவாகிக் கொண்டிருந்த சஹாரா, கலஹாரி பாலைவனங்களைத் தவிர்த்து அவற்றின் ஓரங்களிலிருந்த மலை, வனப்பகுதிகளிலும், அட்லாண்டிக் கடற்கரையையொட்டி கானகங்கள் இருந்த பகுதிகளிலும் ஏறத்தாழ 200,000 ஆண்டுகளுக்கு முன் வாழ ஆரம்பித்தனர். கடற்கரையோரம் வாழ்ந்த ஆதியினம் ஆழமற்ற கடற்பகுதிகளில் கிடைத்த நத்தைகள், மீன்கள் போன்ற புரதச்சத்து அதிகம் கொண்ட உணவை உண்ண ஆரம்பித்தனர். இதனால் இவர்களது மூளையளவு பெருத்தது என அறியப்படுகிறது. இந்த இனத்தின் வழித்தோன்றல்களே ஆப்பிரிக்காவை விட்டு வெளியேறிய ஹோமோ செபியன்கள். தாய்வழி வரும் மிட்டோகோன்டிரியல் டி.என்.ஏக்களின் ஆய்வுகளும் தந்தை வழிவரும் Y குரோமோசோம் டி.என்.ஏக்களின் ஆய்வுகளும் தற்கால மனிதர் 100,000 மற்றும் 20,000 ஆண்டுகட்குமுன் ஆப்பிரிக்காவில் உருவானதை உறுதிப்படுத்துகின்றன. அவர்களின் வழித்தோன்றல்களான தற்கால மனிதர் தலைநிலம் வழியாக ஐரோப்பாவிற்கும், கடற்கரையை ஒட்டிய பகுதிகளின் வழியாக இந்தியா, இந்தோனேஷியா மற்றும் ஆஸ்திரேலியா வரையும் 50,000 – 60,000 ஆண்டுகளுக்கு முன் குடியேறினர். அக்கால கட்டத்தில் கடல் மட்டம் 100மீ.க்கும் அதிகமாக தாழ்ந்திருந்ததால், கண்டச் சரிவுகளின் (Continental Shelf) பெரும்பகுதி நிலமாயிருந்தது. கடற்கரைகள் இன்றிருப்பதைவிட வெகுவாக அகன்றிருந்தன. அப்பகுதிகளின் வழியாகவும் ஆதிமனிதக் குடியேற்றங்கள் ஏற்பட்டன. மூலக்கூறு காலங்காட்டிகளால் நமக்குத் தெரிய வந்த ஆதிமனிதக் குடியேற்றத்தின் சுருக்கம் கீழே தரப்படுகிறது.

இ.மு. (இன்றைக்கு முன்) 150,000 ஆண்டுகள்

ஹோமோ செபியன்கள் ஆப்பிரிக்காவில் தோன்றுதல்.

இ.மு. 140,000 - 135,000

நான்கு குழுக்கள் தெற்காகவும் தென்மேற்காகவும் மேற்காகவும் சென்று காங்கோவிலும் மத்திய ஆப்பிரிக்காவிலும் குடியேறுதல்.

இ.மு. 125,000 - 120,000

தற்கால மனிதயினத்தின் மூதாதையர் கூட்டம், அன்று பசுமையாகயிருந்த சஹாரா ஊடே சென்று, நைல் நதி தீரத்தின் வழியாக வடக்காகப் பயணித்து இன்றைய இஸ்ரேல், யோர்தான் உள்ள லெவான்ட் பகுதியில் குடியேறுதல்

இ.மு. 100,000 - 90,000

இக் காலகட்டத்தில் அங்கு வாழ்ந்தயினம், அதிகரித்த குளிரில் அழிந்துபடுதல். நியாண்டர்தால் இனம் அந்தக் காலத்திற்குப் பின்னரும் வாழ்ந்தது.

இ.மு. 90,000 - 85,000

செங்கடல் தாண்டி அரேபியாவின் தென் கடற்கரையை ஒட்டிப் பயணித்து, இந்தியத் துணைக்கண்டத்தில் குடியேற்றம். இவ்வாறு குடியேறிய குழுக்களிலிருந்து ஆப்பிரிக்கரல்லாத இனம் தோன்றுதல்.

இ.மு. 85,000 - 75,000

மேற்கூறிய குழுவினர் தென்னிந்தியா – இலங்கையில் குடியேறுதல். இந்தியாவின் அகன்றிருந்த கடற்கரைகள் வழியாக குடியேறியவர்கள், தலைநிலத்துடன் இணைந்திருந்த இந்தோனேஷியா, போர்னியோ பகுதிகளிலும் சீனாவிலும் குடியேறுதல்.

இ.மு. 74,000

சுமத்ராவிலிருந்த டோபா எரிமலை வெடிப்பால், (பார்க்க இணைப்பு) ஆறு வருடக் குளிர்காலம்; அதைத் தொடர்ந்து ஆயிரம் வருடப் பனியுகம். அன்று வாழ்ந்த ஆதிமனிதர்களின் எண்ணிக்கை மேற்கூறிய சம்பவத்தால் 10,000 ஆகக் குறைந்தது.

இ.மு. 74,000 - 65,000

இந்தியத் துணைக்கண்டம் டோபா எரிமலை வெடிப்பால் இருளில் மூழ்கியது. எஞ்சிய ஆதிமனிதர் திமூர் வழியாக, பாப்புவா நியுகினி மற்றும் ஆஸ்திரேலியா நோக்கி குடியேறுகின்றனர்.

இ.மு. 65,000 - 52,000

எஞ்சிய ஆதிமனிதர் பசுமைப்பிறை என அழைக்கப்படும் மத்திய ஆசியாவிலும், லெவான்ட் பகுதியிலும் குடியேறுகின்றனர்.

இ.மு. 50,000 ஆண்டுகள்

பாஸ்போரஸ் வழியாக ஐரோப்பாவில் குடியேற்றம்.

இ.மு. 52,000 - 40,000

துருக்கி, பல்கேரியா வழியாக ஐரோப்பாவில் குடியேற்றம்.

இ.மு. 40,000 ஆண்டுகள்

பாகிஸ்தான் வழியாக வந்து சிந்து சமவெளியைக் கடந்து மத்திய ஆசியாவில் குடியேற்றம். கிழக்காசிய கடற்கரைப் பகுதிகளில் குடியேறியவர்கள், வடமேற்காகப் பயணித்தனர்.

இ.மு. 30,000 - 20,000

மத்திய ஆசியாவிலிருந்து, மேற்காகப் பயணித்து ஐரோப்பா நோக்கிச் சென்ற குடியேற்றங்கள்

இ.மு. 20,000 - 15,000

இன்றைய சைபீரியாவையும் – அலாஸ்காவையும் அன்று இணைத்த பெர்ரிங் நிலப்பாலம் தாண்டி வட அமெரிக்காவில் குடியேற்றங்கள்.

18,000 ஆண்டு கடைசிப் பனியுகம். வட அமெரிக்காவில் பென்ஸில்வேனியாவில் கண்டறியப்பட்ட தடயங்கள், அங்கு பனியுகத்திற்கு முன்னரே குடியேற்றங்கள் ஏற்பட்டிருக்கலாம் என்பதைக் காட்டுகின்றன.

இ.மு. 15,000 - 12,000

உலகு வெம்மையடைதல்; கடல்மட்டம் உயர்தல். தெற்கு அமெரிக்காவில் குடியேற்றம். சிலியில் குடியேற்றம்.

இ.மு. 12,000 - 10,000

வட அமெரிக்காவில் மேலும் குடியேற்றங்கள்.

இ.மு. 10,000 - 8,000

கடைசிப் பனியுகத்தின் முடிவு. விவசாயத்தின் தொடக்கம், பிரிட்டன் மற்றும் ஸ்கேண்டிநேவியப் பகுதிகளில் மேலும் குடியேற்றம்.

உலகின் சில பகுதிகளில் நிகழ்ந்த ஆதிமனிதக் குடியேற்றங்கள் பற்றிச் சற்று விரிவாகப் பார்க்கலாம்:

ஆஸ்திரேலியா

ஆஸ்திரேலியப் பெருந்தீவில் மனிதர்களின் முன்னோடிகள் இருந்த தடயம் ஏதுமில்லை. ஆஸ்திரேலியாவில் குடியேறியவர்களின் எலும்புகள் பல இடங்களில் தோண்டியெடுக்கப்பட்டுள்ளன. கண்டெடுக்கப்பட்ட பல மண்டையோடுகள் ஹோமோசெபியன் இனத்தவருடையவை. 1886ஆம் ஆண்டில் குவின்ஸ்லாந்து மாநிலத்தில் டால்கை (Talgai) எனுமிடத்தில் அகழ்ந்தெடுக்கப்பட்ட மண்டையோடு, 14 அல்லது 16 ஆயிரம் ஆண்டுகளுக்கு முன் வாழ்ந்த 15 வயதுச் சிறுவனுடையதாகும். 1940இல் விக்டோரியா மாநிலத்திற்கு அருகில் கெய்லோர் (Keilor) என்னுமிடத்தில் சுமார் 13 ஆயிரம் ஆண்டுகளுக்கு முந்தைய மண்டையோடு ஒன்று கிடைத்தது. மேற்கூறிய மண்டையோடுகள் பரிணாம வளர்ச்சியில் ஜாவா மனிதனைவிட மேம்பட்டிருந்தன. 1967இல் ஆலன் தார்ன் (Alan Thorne) என்பவர், விக்டோரியாதேசிய அருங்காட்சியகத்திலுள்ள மண்டையோட்டையும் சில எலும்புகளையும் பார்த்து அவற்றின் தொன்மையை அறிந்தார். பின்னர் அந்த எலும்புகள் கிடைத்த இடத்தில் அகழாய்வு மேற்கொண்டார். அங்கு அவர் அகழ்ந்தெடுத்த எலும்புகள், அருங்காட்சியகத்தில் இருந்த எலும்புகளுடன் இணைந்திருந்தவைகளாகும். இதேபோல் கௌ (Kow) எனும் சதுப்பு நிலப் பகுதியில் அகழாய்வு செய்தபோது ஒரு முழு எலும்புக்கூடு கிடைத்தது. இவை இன்றைக்கு 6 முதல் 15 ஆயிரம் ஆண்டுகளுக்கு முன் வாழ்ந்தவருடையது. மேற்கு ஆஸ்திரேலியாவில் கண்டுபிடிக்கப்பட்ட கோசாக் (Cossack) மண்டையோடு, கி.மு. 6500 ஆண்டைச் சேர்ந்த சுமார் 40 வயது மதிக்கத்தக்க ஒருவருடையதாகும். அவன் ஆதிமனிதன் என்றாலும் இன்றைய ஆஸ்திரேலியப் பழங்குடியினரைப் போன்ற தோற்றம் கொண்டிருந்தவன். மேற்கூறிய தொல்லெச்சங்களின் ஆய்வில் முக்கியமாகத் தெரியவந்தது, தென்னிந்திய – இலங்கை இனத்தவர்களுக்கும் ஆஸ்திரேலியப் பழங்குடியினருக்கும் உள்ள ஒற்றுமை. ஆஸ்திரேலிய ஆதிமனிதர் இந்தியத் துணைக்கண்டத்தின் வழியாக வந்தனர் என்பதை இது காட்டியது.

கடல் சூழ்ந்த ஆஸ்திரேலியப் பெருந்தீவில் எவ்வாறு கற்கால மனிதர் குடியேறினர்? பனியுகத்தின் போது இன்றைய ஆஸ்திரேலியக் கண்டமும், அதன் வடகிழக்கிற்கு அருகாமையிலுள்ள நியூகினி தீவுகளும் இணைந்திருந்தன. இந்த நிலப் பரப்பை ஆஸ்திரேலியப் பெருந்தீவு எனக் குறிப்பிடுகிறோம்.

படம் 35 ஆஸ்திரேலிய திணைக் குடியினரில் ஒருவர்

இந்தோனேஷியாவை ஆசியக் கண்டத்துடன் அப்போது இணைத்திருந்த சாகுல் மட்டம் (Sahul Shelf) என அழைக்கப்படும் தாழ்வான நிலப்பரப்பு, இன்று கடல் மட்டத்திற்குக் கீழே சுமார் 50 மீ. ஆழத்திலுள்ளது. இந்தோனேஷியாவைச் சேர்ந்த தீவுகளுக்கும், சாகுல் மட்டத்திற்கும் இடையே இருந்த வளைகுடாவின் குறுகிய பகுதியின் அகலம் சுமார் 70 கி.மீ.ஆகும். கற்கால மனிதகுலம் இந்தோனேஷியத் தீவின் எல்லைவரை பரவியது. இவர்கள் சுமார் 50 ஆயிரம் ஆண்டுகளுக்கு முன்னர் குளிர், எரிமலை, பூகம்பம் போன்ற நிர்ப்பந்தங்களால், புதிய நிலப்பரப்பை நாடி கடல் பயணம் செய்ய முற்பட்டனர். மூங்கிலிலான மிதப்புகளில் கடலில் பயணம் செய்து, தொலைவில் காட்டுத்தீயால் அடையாளம் காட்டப்பட்ட நிலப்பரப்பை நோக்கிச் சென்றனர் என்று ஆய்வாளர் பர்ட்ஸெல் (Bardshell) விளக்கம் கொடுத்தார். அங்கு போய்ச் சேர்ந்தவர் திரும்பிச் செல்லாததற்கு இரண்டு காரணங்கள் கூறலாம். முதலாவது, விலங்கினங்கள் மற்றும் மற்ற ஆதிமனிதர் மூலம் இடையூறுகள் ஏதும் அங்கு இல்லை. நீண்ட நேரம் கடலில் மிதக்கக்கூடிய மூங்கில் ஆஸ்திரேலியாவில் கிடைக்காதது மற்றொரு காரணம். குடியேறிய ஆதிமனிதருடன் வந்த வளர்ப்பு நாயினத்தின் வழித்தோன்றல்களே இன்று ஆஸ்திரேலியாவிலுள்ள, ஊனுண்ணியான 'டிங்கோ' எனும் காட்டு நாய்கள். பனியுகத்தில் கடல்மட்டம் தாழ்ந்தபோது நடந்த இக்குடியேற்றம், பூமி வெம்மையடைந்து கடல்மட்டம் உயர்ந்ததும் முடிவுற்றது.

அமெரிக்கா

அமெரிக்கக் கண்டத்தில் ஹோமோ செபியன்கள் கடைசியாகக் குடியேறுவதற்கு முன் அங்கு மனிதயினத்தின் முன்னோடிகள் வாழ்ந்ததற்கான தடயங்கள் இல்லை. அமெரிக்காவில் ஆதிமனிதர்கள் எப்போது, எங்கிருந்து குடியேறினர் என்ற கேள்விகளுக்கு அங்கு மேற்கொள்ளப்பட்ட விரிவான ஆய்வுகள் விடையளிக்கின்றன.

வட அமெரிக்காவின் பனிபடர்ந்த அலாஸ்காவிற்கும், ரஷியாவின் வடமேற்குப் பகுதியில் உள்ள சைபீரியாவிற்கும் இடையில் உள்ள 90 கி.மீ. கடல், பெர்ரிங் நீரிணை (Berring Strait) அன்றைய குடியேற்றங்களில் முக்கிய பங்கு வகித்தது. ஏறத்தாழ 30 ஆயிரம் ஆண்டுகளுக்கு முன், கடல்மட்டம் இன்றிருப்பதைவிட 100 மீ. தாழ்வாக இருந்ததால் பெர்ரிங் சைபீரியாவையும், அலாஸ்காவையும் இணைத்த நிலப்பாலமாக இருந்தது. அந்நிலப் பரப்பு கனமான உறைபனியால் மூடப்பட்டிருந்தபோது, அருகிலிருந்த கடல் பரப்பும் உறைபனியாக இருந்தது. அந்தப்

பனி போர்த்திய நிலப்பரப்பைப் பெரிஞ்ஜியா (Berringia) எனப் புவியலாளர் குறிப்பிடுவர். 14 ஆயிரம்–13.5 ஆயிரம் ஆண்டுகளுக்கு முன் உலகம் வெம்மையடைந்ததால் பனிப்பரப்பு உருகி நிலப்பரப்புகள் தெரிய ஆரம்பித்தன. அந்நிலையில், பெரிஞ்ஜியா நிலப்பாலம் வழியாக குடியேற்றங்கள் நிகழ்ந்தன. பனியுக யானை, குதிரை போன்ற விலங்குகளின் முன்னோடிகள் இவ்வழியாக அமெரிக்கக் கண்டத்தில் குடியேறின. அவற்றை தொடர்ந்து சென்று வேட்டையாடியவாறு அக்கால மனிதர்கள் பெரிஞ்ஜியா நிலப்பாலத்தை கடந்து அலாஸ்கா வழியாக அமெரிக்காவில் நுழைந்து பரவினர்.

தொல்பொருள் ஆய்வாளர் ப்ரூஸ் பிரேட்லி (Bruce Bradley) அமெரிக்க புதிய கற்கால கலாச்சாரத்திற்கும், பிரெஞ்சு–ஸ்பானிய கல்லாயுதக் கலாச்சாரமான சொல்யூட்டிரியன் (Solutrean) கலாச்சாரத்திற்கும் உள்ள ஒற்றுமைகளைச் சுட்டி காட்டினார். இதற்கு ஒரே காலகட்டத்தில் பிரான்ஸிலும், ஸ்பெய்னிலும், அமெரிக்காவிலும் வாழ்ந்தவர்கள் ஒரேமாதிரியான கல்லாயுதங்களை உருவாக்கியிருக்கலாம் என்பது ஒரு விளக்கம். வட அமெரிக்காவின் மத்திய பகுதி வரை பனிப் பரப்பு பரவியிருந்ததால், கரையோரமாக தெப்பங்களில் மனிதர்கள் வந்திருக்கலாம் என்பது மற்றொன்று. இது அமெரிக்காவில் ஆதிமனிதக் குடியேற்றம் பற்றிய கருதுகோள்களுக்குப் புதிய பரிமாணத்தை அளித்தது.

ஐரோப்பாவிலிருந்து, முக்கியமாக ஐபீரியத் தீபகற்பத்திலிருந்து ஆதிமனிதர்கள் அட்லாண்டிக் கடல் தாண்டி மேற்காகப் பயணித்து அமெரிக்காவில் குடியேறினர் என்ற விளக்கத்தை ‘சொல்யூட்ரியன் கோட்பாடு’ என்பர். இக்கோட்பாடு விவாதத் திற்கு உரியது.

அறிவியல் உலகிற்குத் தெரியவந்த அமெரிக்கக் கண்டு பிடிப்புகள் கடந்த நூற்றாண்டின் ஆரம்பம் முதல் ஏற்பட்டன. 1908ஆம் ஆண்டு நியூமெக்ஸிகோ (New Mexico) மாநிலத்தில் ஃபோல்ஸம் (Folsom) எனுமிடத்தில் மாடு மேய்த்துக்கொண்டிருந்த ஒருவர் பத்தாயிரம் ஆண்டுகளுக்குமுன் அங்கு வாழ்ந்த பைஸன் ஒன்றின் பெரிய மண்டையோட்டைக் கண்டார். அக் கண்டுபிடிப்பு பற்றி நியூ மெக்ஸிகோ அருங்காட்சி யகத்தில் உள்ள தொல்லியலாய்வாளர்களுக்குத் தெரிவிக்க, அவர்கள் அகழாய்வுகளை மேற்கொண்டனர். அதேமாநிலத்தில், குளோவிஸ் (Clovis) எனுமிடத்தில்ஆதிமனிதர்கள் வேட்டையாடி வாழ்ந்ததற்கான தடயங்கள் கண்டறியப்பட்டன. அகழாய்வுகளில், மணற்சாரத்தாலான கடினமான ‘செர்ட்’ (Chert) எனும் கல்லால்

செய்யப்பட்ட கற்கருவிகள், முக்கியமாக ஈட்டி முனைகள் கண்டறியப்பட்டன. 11 ஆயிரம் – 12 ஆயிரம் ஆண்டுகட்கு முன் அக்கற்கருவிகளை உருவாக்கியவர்களை 'குளோவிஸ்' மனிதர்கள் என்றும் அவர்கள் பண்பாட்டை 'குளோவிஸ்' கலாசாரம் எனவும் ஆய்வாளர்கள் குறிப்பிடுகின்றனர். 'குளோவிஸ்' மனிதர்களே முதலில் அமெரிக்காவில் குடியேறியவர்கள் என்ற பொதுவான கருத்து நிலவியது. ஆனால் பிற்கால கண்டுபிடிப்புகள் குளோவிஸ் குடியேற்றத்துக்கு முன்னரே அமெரிக்காவில் குடியேற்றங்கள் ஏற்பட்டதைக் காட்டுகின்றன.

வட அமெரிக்காவில் ஆதிமனிதக் குடியேற்றங்கள் பற்றிய தடயங்கள் முதலில் மெடோக்ராஃப்ட் (Meadowcraft) குகையிலும், கேக்டஸ் (Cactus) மலையிலும் கிடைத்துள்ளன. மெடோக்ராஃப்ட் பாறை ஓவியங்கள் 14 – 17 ஆயிரம் ஆண்டுகளுக்கு முற்பட்டவை.

சால்ட்வில் (Saltvile) எனுமிடத்தில் 14,000 ஆண்டுகளுக்கு முன்னர் கற்கால மனிதக் குடியிருப்பு இருந்ததும் இவர்கள் மாமதம் ஒன்றைக் கொன்று அதன் இறைச்சியை உண்டனர் என்பதும் தெரியவந்தது. 1782இல் ஜனாதிபதி தாமஸ் ஜெபர்ஸனுக்கு சால்ட்வில் பகுதியில் கிடைத்த மாமதத்தின் பல் ஒன்றை அன்பளிப்பாக ஒருவர் கொடுத்திருக்கிறார் என்றாலும், அண்மைக்கால ஆய்வுகளே இந்த அகழாய்வின் முக்கியத்துவத்தை அறிவியல் உலகுக்கு உணர்த்தின. தெற்கு கரோலினா (South Carolina) பல்கலைக்கழக மானிடவியலாளர் ஆல்பர்ட் குட்இயர் (Albert Goodyear), சவன்னா ஆற்றின் கரையில் 20,000 ஆண்டுகளுக்கு முற்பட்ட கல்லாயுதங்களை அண்மையில் கண்டுபிடித்தார். இந்த கண்டுபிடிப்புகள், குளோவிஸ் மனிதனுக்கு முன்னரே மனிதக் குடியேற்றங்கள் பல ஏற்பட்டிருக்க வேண்டும் என்பதை உணர்த்தியுள்ளன.

நியூ மெக்ஸிகோவில், 'ஆர்ச்'லேக் (Arch Lake) ஏரியின் கரையில் புதைக்கப்பட்டிருந்த பெண்ணின் எலும்புக் கூட்டுடன் மாவுக்கல்லில் செய்த மணிகளுடன், சாயம் பூசப்பட்ட எலும்புகள் காணப்பட்டன. இது குளோவிஸ் மனிதர்கள் இறந்தவர்களுக்கு ஈமச்சடங்கு செய்ததைக் காட்டுகிறது.

பிரேஸிலில் சுமிதாரோ (Sumidauro) குகையில் கிடைத்த 13 ஆயிரம் ஆண்டுகளுக்கு முற்பட்ட லூஸியா (Luzia) என்றறியப்படும் பெண்ணின் மண்டையோடு ஓர் அரிய கண்டுபிடிப்பு. அது போலவே சிலி (Chile)யில், மான்ட் வெர்தெ (Monte verde)யில் 1977ஆம் ஆண்டில் ஆய்வாளர் டாம் டில்ஹி (Tom Dilhey) அகழாய்வுகளை மேற்கொண்டார். அங்கு

ஆதிமனிதர்கள் வாழ்ந்ததற்கான தொல்லியல் தடயங்கள் நன்கு பாதுகாக்கப்பட்டிருந்தன. கூடாரம் போடவுதவிய தோல்விரிப்புகள், அவற்றைத் தாங்கிய மரக்கட்டைகள் போன்றவை காணப்பட்டன. டில்ஹி, புதிய கற்கால மனிதர்கள் வாழ்ந்த இடங்கள் பலவற்றை அறிந்து, வேட்டையாடியும், உணவு சேகரித்தும், தோல்விரித்த கூடாரங்களில் வாழ்ந்தவர்கள் பற்றி ஆய்வுகள் செய்து அவர்கள் வாழ்ந்த விதம் பற்றி விளக்கியுள்ளார். வெர்தெ மனிதர்கள் தாங்கள் வேட்டையாடிய விலங்குகளில் இறைச்சி மட்டுமல்லாது, மீன், சிப்பி, கனி, கொட்டை தவிரக் காட்டு உருளைக்கிழங்கையும் உண்டனர். இந்த மான்ட் வெர்தெ குடியிருப்பு குளோவிஸ் பண்பாட்டைவிட ஆயிரம் ஆண்டுகளுக்கு முற்பட்டது. வடஅமெரிக்காவில் மேற்கொள்ளப்பட்ட அகழாய்வுகளில் பல ஆதிமனிதயெலும்புகள் எடுக்கப்பட்டு, அருங்காட்சியகங்களிலும், தொல்மானிடவியல் ஆய்வுக் கூடங்களிலும் இருந்தன. சில கண்டுபிடிப்புகளுக்குப்பின் அமெரிக்கத் திணைக்குடியினர், தொல்லியலாளர்கள் தம் முன்னோர்களின் கல்லறைகளைத் தோண்டி அவற்றின் புனிதத் தன்மையைக் கெடுத்துவிட்டனர் என்றும், அகழ்ந்தெடுக்கப்பட்ட எலும்புகளை மரியாதையுடன் கையாடவில்லை என்றும் முறையிட்டனர். அவர்கள் புனிதமாகக் கருதிய சமாதிகளையும், இடங்களையும் அவர்களது நம்பிக்கைகளை மதியாமல் வெள்ளையர்கள் அழித்தனர் என்பதும், அமெரிக்கத் தொல் மானிடவியலாளர்கள் ஆதிமனிதயெலும்புகளை வெறும் தொல்லெச்சங்களாகப் பாவித்ததும் உண்மை. அவற்றிற்கு இறுதி மரியாதை செலுத்த, அமெரிந்தியர் வாழ்ந்த இடங் களில் அகழப்பட்ட எலும்புகளை, அவர்களுக்கே திருப்பிக் கொடுக்குமாறு அமெரிக்க அரசு 1990இல் ஒரு சட்டத்தை இயக்கியது. அவற்றைத் திருப்பிக்கொடுக்குமுன்னர், ஆராயப் பல தொல்மானிடவியலாளர் அழைக்கப்பட்டனர். சுமார் 2000 தொல்லெச்சங்கள், முக்கியமாக 90 மண்டையோடுகள் அவை எந்தெந்த இனங்களுடன் உறவுடையவை என்பதைப் பரிசீலிக்க எடுத்துக்கொள்ளப்பட்டன. அந்த தொல்மானிடவியல் ஆய்வுகளின் சில முக்கியமான கண்டுபிடிப்புகள் வருமாறு:

முதல் அமெரிக்கனுடையது என்று அப்போது கருதப்பட்ட மண்டையோட்டின் வயது 11,500 ஆண்டுகள். இது கிடைத்த இடம் மத்திய பிரேஸில். சான் பாவ்லோ பல்கலைக்கழக மானிடவியலியலாளர் வால்டர் நெவே (Walter Neves) 1998இல் எழுதிய ஆய்வு அறிக்கை, இது தெற்கு ஆசியா மற்றும் ஆஸ்திரேலிய இனத்தைச் சார்ந்தவரின் மண்டையோட்டின் அமைப்பை ஒத்திருக்கிறது என்கிறது.

நெப்ராஸ்கா மாநிலத்தில் லைம் கிரீக் (Lime Greek) எனுமிடத்தில் கிடைத்த மண்டையோடு ஒன்றும், மின்னசோட்டா வில் கண்டெடுக்கப்பட்ட மண்டையோடுகள் இரண்டும், 7,840 – 8,900 ஆண்டுகளுக்கு முன் வாழ்ந்த முன்னோர்களுடையவை. இவை தெற்கு ஆசியர் மற்றும் ஐரோப்பியர் இனங்களின் சாயல் கொண்டவை.

இடஹோ மாநிலத்தில் புல் (Bhul) எனுமிடத்தில் கிடைத்த எலும்புக்கூடு, 19 வயது பெண்ணினுடையது. டென்னஸி பல்கலைகழக மானிடவியல் அறிஞர் ரிச்சார்ட் யான்ட்ஸ் (Richard Jantz) கூற்றுப்படி 10,600 ஆண்டுகளுக்கு முற்பட்ட இப்பெண்ணின் தோற்றம், மேற்கூறிய எந்த இனத்தின் சாயலும் இல்லாமல் பாலினீஸிய இனங்களின் சாயலைக் கொண்டிருந்தது.

நெவாடா மாநிலத்தில் ஃபேலன் (Falon) என்னுமிடத்தில் கிடைத்த மனிதனின் மண்டையோடு 9,400 ஆண்டுகளுக்கு முந்தியதாகும். அம்மனிதன் ஜப்பானியப் பழங்குடியான 'அய்னு' இனச் சாயலைக் கொண்டிருந்தான் என்பது தெரியவந்தது.

வாஷிங்டன் மாநிலத்தில் 1996இல் இரு கல்லூரி மாணவர் களால் கண்டுபிடிக்கப்பட்ட எலும்புக்கூட்டை கென்னவிக் (Kennewick) மனிதர் என்று அழைத்தனர். ஏறத்தாழ 8,000 ஆண்டு களுக்கு முற்பட்ட இவன் 'அய்னு' மற்றும் 'பாலினீஸிய' இனங் களின் சாயலைக் கொண்டிருந்தான்.

அமெரிக்காவில் பரவலாக ஆதிமனிதர்கள் வாழ்ந்ததற் கான ஆதாரங்கள் கிடைத்துள்ளன. அவற்றில், தெற்கு கலிஃபோர்னியாவில் உள்ள சேனல் தீவுக் கூட்டத்தில் அறியப்பட்ட தொல்லெச்சங்கள் முக்கியமானவை. பனியுகத்தில் கடல்மட்டம் 100 மீ தாழ்வாக இருந்தபோது அவை நீண்ட ஒருங்கிணைந்த தீவாக இருந்தது. அத்தீவு தலைநிலத்திலிருந்து 8 கி.மீ தொலைவில் இருந்தது. அந்தக் குறுகிய கடலைத் தாண்டி ஆதிமனிதக் குடியேற்றங்கள் அத்தீவில் ஏற்பட்டன. அங்கு 1959ஆம் ஆண்டு, சான்டா ரோஸா (Santa Rosa) தீவிலிருந்த, அருங்காட்சியகக் காப்பாளர் ஃபில் ஓர் (Phill Orr) அத்தீவில் உள்ள ஆர்லிங்டன் சுனைகள் (Arlington Springs) அருகே ஆதிமனித யெலும்புகளை முதன் முறையாகக் கண்டறிந்தார். 'ஆர்லிங்டன் சுனை ஆதிமனிதர்கள்' என்று அவர் அழைத்த இனத்தவர் தோராயமாக 10 ஆயிரம் ஆண்டுகளுக்கு முன் வாழ்ந்திருக்க வேண்டும் என ஃபில் ஓர் தம் ஆய்வறிக்கையில் குறிப்பிட்டார். ஆனால் 40 ஆண்டுகளுக்குப் பிறகு அந்த எலும்புகளை நவீன

ஆய்வுகளுக்கு உட்படுத்தியபோது, அவை 13 ஆயிரம் ஆண்டுகளுக்கு முன் வாழ்ந்தவர்களின் எலும்புகள் என்றறியப் பட்டது. 'ஆர்லிங்டன் சுனை ஆதிமனிதர்கள்', தலைநிலத்திலிருந்து சேனல் தீவில் குடியேறியவர்கள் என்பதால் நீரின் மேல் மிதக்க தெப்பங்கள் கட்டிய காலம் அதுவாக இருந்திருக்கலாம். 25–30 ஆயிரம் ஆண்டுகளுக்கு முன் கொரிய தலைநிலத்திலிருந்து ஜப்பானியத் தீவுகளுக்கு ஆதிமனிதக் குடியேற்றங்கள் ஏற்பட்டதை இங்கு நினைவில் கொள்ள வேண்டும். சேனல் தீவுகளில் நடத்தப்பட்ட அகழாய்வுகளில் கோரை, நாணலால் செய்யப்பட்ட மீன்வலைகள் கண்டுபிடிக்கப்பட்டன. நிலத்தில் வேட்டையாடியோர் நீர் நிலைகளிலும் உணவு தேட ஆரம்பித்தனர் என்பது அக் கண்டுபிடிப்புகளால் தெரியவருகிறது.

ஆசியாவிலிருந்து பெரிஞ்ஜியா வழியாக அமெரிக்காவில் குடியேறியவர்களின் வழித் தோன்றல்களான 'ஆர்லிங்டன் சுனை ஆதிமனிதர்கள்' கடற்கரைகளை ஒட்டிய பகுதிகளில் வேட்டையாடியும், மீன் பிடித்தும் சேனல் தீவுகள் வரை சென்றனர். இன்றும் அமெரிக்காவின் பசிஃபிக் கடற்கரை யோரங்களில் 'யானை, சிங்க' வகை ஸீல்கள் வாழ்கின்றன. அவற்றை அன்று வேட்டையாடியவாறு, அவர்கள் தெற்கு நோக்கிக் குடியேறினர். கடற்கரையோரங்களில் பயணித்தவர்கள் ஆறுகளின் கழிமுகங்களை அடைந்தபோது, ஆற்றின் கரைகளை ஒட்டி உள்நிலம் வந்து, விலங்குகள் ஓடித்திரிந்தவையும் காய், கனிகள், கிழங்குகள் விளைந்தவையுமான வளமையான பகுதி களில் வாழ ஆரம்பித்தனர் என்பது அவர்கள் விட்டுச் சென்ற கற்கருவிகள், எலும்புகள், உண்டெறிந்த சிப்பிகள், சங்குகள், ஆமை ஓடுகள் ஆகியவற்றால் அறியப்பட்டன.

சேனல் தீவுகளில் காணப்பட்டவை போன்ற கற்கருவிகள் ஓரிகோன் (Oregon) மாநிலத்திலும் கண்டறியப்பட்டுள்ளன. அந்தக் கற்கருவிகள், ஜப்பான், கொரியத் தீபகற்பத்தில் அறியப்பட்ட கற்காலக் கருவிகள் போன்றவை என்பது குறிப்பிடத் தக்கது. 2008ஆம் ஆண்டு ஓரிகோன் மாநிலத் தொல்லியலாளர் டெனிஸ் ஜென்கின்ஸ் (Dennis Jenkings) ஆதிமனிதத் தடயங்களைத் தேடிக் கொண்டிருந்தபோது, பெய்ஸ்லி (Paiseley) என்ற இடத்திலிருந்த குகையில் அதில் வாழ்ந்தவர்கள் கழித்த காய்ந்த மலங்களைக் கண்டார். அவற்றை கரிமம் 14 முறையில் காலக் கணிப்பு செய்து அவை 15–14 ஆயிரம் ஆண்டுகளுக்கு முற்பட்டவை என்பதைக் கண்டறிந்தார்.

அமெரிக்காவில் ஏற்பட்ட ஆதிமனிதக் குடியேற்றங்கள் பற்றி அங்கு கிடைத்த எலும்புகள், கற்கருவிகள் இதர தொல்லியல்

தடயங்கள் ஆகியவற்றின் மீது நடத்தப்பட்ட ஆய்வுகளால் அக்காலம் பற்றியும் ஆதிமனிதர்கள் வாழ்க்கை பற்றியும் புரிதல் ஏற்பட்டுள்ளது. என்றாலும் இந்த நூற்றாண்டின் ஆரம்பத்தில் மேற்கொள்ளப்பட்ட மரபியல் ஆய்வுகளால் ஆதி அமெரிக்கர்கள் எந்த இனத்தவர், எப்போது எங்கிருந்து வந்தனர் பற்றியவை தெரியவந்துள்ளன. மரபணு ஆய்வுகள் நடத்தப்பட்ட முக்கியமான கண்டுபிடிப்புகள் இரண்டு.

i) ஒன்று, மெக்ஸிகோவில் நீர்நிரம்பிய குகையொன்றில் கண்டறியப்பட்ட 'நய்யா' (Naia) என்றழைக்கப்படும் இளம் பெண்ணின் எலும்புக்கூடு. ii) மற்றது 'அன்ஸிக்' (Anzick) குழந்தையின் எலும்புக்கூடு (பார்க்க: இணைப்பு – அமெரிந்தியர்களின் முன்னோர்கள் நய்யா மற்றும் அன்ஸிக் குழந்தை). அந்த எலும்புகள், இயற்கையால் நன்கு பாதுகாக்கப்பட்டிருந்ததால், அவற்றிலிருந்து மரபணுக்களை ஈர்த்து, மரபியல் ஆய்வுகள் செய்ய முடிந்தது. அந்த ஆய்வுகளால் அறியவந்தவை வருமாறு:

i) ஏறத்தாழ 12 ஆயிரம் ஆண்டுகளுக்கு முன் வாழ்ந்த நய்யா, அன்ஸிக் குழந்தை இருவரும் பெருவாரியான அமெரிக்கப் பூர்வ குடியினரின் முன்னோர்கள்.

ii) அவர்களது இனம் ஆசியாவிலிருந்து புறப்பட்டு, சுமார் 10 ஆயிரம் ஆண்டுகள் சைபீரியாவில் தனித்து வாழ்ந்த பின்.

iii) பெரிஞ்ஜியா தாண்டி அலாஸ்கா வழியாக வந்து அமெரிக்காவில் குடியேறியவர்களின் வழித் தோன்றல்கள்.

iv) நய்யாவும், அன்ஸிக் குழந்தையும் குளோவிஸ் ஆதிமனிதர்களின் மூதாதையர்கள். முன்பு கிடைத்த தொல்லியல் தடயங்களை வைத்து குளோவிஸ் மனிதர்களே முதலில் அமெரிக்காவில் குடியேறியவர்கள் என்று எண்ணியது சரியல்ல என்பதை இப்புதிய கண்டுபிடிப்புகள் காட்டுகின்றன.

ஆசியாவிலிருந்து புறப்பட்டு சைபீரிய, அலாஸ்காவை இணைத்த பெரிஞ்ஜியா தாண்டி கற்கால மனிதர்கள் புதிய வுலகு காண அமெரிக்காவில் குடியேறினர். மேற்கூறிய கண்டுபிடிப்புகளால் நாம் அறிய வருபவை:

i) குடியேற்றங்கள், நிலம் வழியாக மட்டுமன்றி, கடற்கரையை ஒட்டி கடல் வழியாகவும் ஏற்பட்டிருக்கலாம் என்பது.

ii) இரண்டாவதாக, கடல் மட்டம் இன்றிருப்பதைவிடத் தாழ்வாக இருந்தபோது, குறுகிய நீர்ப் பரப்புகளை ஆதிமனிதர் தெப்பங்கள் கட்டிக் கடந்தனர் என்பது. ஆதிமனிதக் குடியேற்றங்கள் அன்று ஏற்பட்டபோது

கடற்கரைப் பகுதிகள் தாழ்ந்திருந்தன. இந்தப் பின்புலத்தில் அமெரிக்கக் குடியற்றங்கள் ஏற்பட்ட காலகட்டத்திற்கும் பல ஆயிரம் ஆண்டுகளுக்கு முன் இந்தியத் துணைக் கண்டத்தில் ஏற்பட்ட குடியேற்றங்களை நோக்க வேண்டும்.

இந்தியா – இலங்கை

தமிழர்களின் தாயகம் பற்றி மானிடவியல் ஆய்வாளர்கள், வரலாறு சார்பற்ற எழுத்தாளர்கள், சில தமிழ்மொழி ஆய்வாளர்கள், ஆய்வாளர் அல்லாதோர் பல விளக்கங்களைத் தந்துள்ளனர். எனவே தமிழன் யார், தமிழனின் தாயகம் எது என்பது போன்ற கேள்விகள் கருத்து மோதல்களுக்குக் காரணங்களாகின்றன. அண்மைக்கால மரபியல் ஆய்வுகள், இரண்டு இலட்சம் ஆண்டுகளுக்குமுன் ஆப்பிரிக்காவில் வாழ்ந்த ஆதிமனிதயினத்தின் வழித் தோன்றல்களே ஒரு இலட்சம் ஆண்டுகட்கு முன் உலகெங்கிலும் பரவினர் என்பதைச் சுட்டிக்காட்டுகின்றன. இந்த ஆய்வுகளின்படி மனிதகுலம் எனும் வம்ச விருட்சத்தின் அடிமரம் ஆப்பிரிக்க இனம்; ஆப்பிரிக்கத் தாயிடம் உருவான மனிதகுலத்தின் மூதாதையர் அதன் மரபணுக்களை ஏந்தி உலகின் இதர பகுதிகளுக்குச் சென்றனர். இந்தியத் துணைக் கண்டத்திற்கு வந்தவர்கள் பற்றி அறிய, அந்தமான் நிக்கோபார் தீவுகளில் வாழும் ஆப்பிரிக்க இனங்களின் சாயல் கொண்ட திணைக் குடியினர் பற்றி அறிய வேண்டியது அவசியம்.

மியான்மாருக்குத் தெற்கே, வங்கக் கடலில் 700 கி.மீ. நீளத்திற்கும் 250 கி.மீ. அகலத்திற்கும் சிதறிக்கிடக்கும் இந்த 319 தீவுகளில், 50க்கும் குறைவான தீவுகளில் மனிதர்கள் வாழ்கின்றனர். (இத்தீவுக் கூட்டத்தின் தெற்குத்தீவான கிரேட் நிக்கோபார் தீவில் உள்ள இந்திரா பாயின்ட் என்றழைக்கப்படும் இடமே இந்தியக் குடியரசின் தெற்குக் கோடி, இது கன்னியாகுமரியைவிட மேலும் தெற்காக அமைந்துள்ளது.)

அந்தமான் நிக்கோபார் தீவுகளின் திணைக்குடியினர் ஆறுவகைப் படுவர்: ஓங்கே (98–100 பேர்), ஜாரவாக்கள் (266–270 பேர்), சென்டினல் தீவுக்காரர் (200–205 பேர்), கிரேட் அந்தமானிஸ் (40–45 பேர்), நிக்கோபார் தீவுக்காரர் (20000) மற்றும் ஷாம்பென் குடியினர் (200–250). கிரேட் அந்தமானிஸ் திணைக்குடியினரின் எண்ணிக்கை, தலைநிலத்திலிருந்து தமிழ், வங்காளி, மலையாள குடியேறிகள் கொண்டு வந்த, தீவுக்காரர்களை அன்று வரைப் பீடிக்காத தொற்று நோய்களால் ஏற்பட்ட மரணத்தால் குறைந்தது. மீன், உடும்பு, ஆமை ஆகியவற்றை வேட்டையாடியும், இரை தேடியும் வாழ்ந்தவர்களை இந்தியக் குடியரசு ஸ்டிரெயிட்

(Strait) தீவில் குடியேற்றியது. ஓங்கே குடியினர் டுகாங் கிரீக் (Dugong Creek) எனும் பகுதியில் குடியேற்றப்பட்டனர். மேற்கூறிய திணைக் குடியினரில் கிரேட் அந்தமானிஸ், ஓங்கே, ஜாரவாக்கள், அவர்களின் வழித் தோன்றல்களாகக் கருதப்படும் சென்டினல் தீவுக்காரர் ஆகியோர் ஆப்பிரிக்க இனத்தவரின் சாயல் கொண்டவர்கள்.

ஹைதராபாத்தில் உள்ள திசு மற்றும் மூலக்கூறு உயிரியல் மையம் இந்தத் திணைக்குடியினரின் மரபணுக்களை ஆய்வு செய்துள்ளது. மரபியல் ஆய்வாளர்களான ரங்கசாமி குமாரசாமியும் லால்ஜித் சிங்கும், ஓங்கே, நிக்கோபார் மற்றும் கிரேட் அந்தமானிஸ் என ஒவ்வொரு திணைக்குடியினரிலும் ஐந்து பேரின் 15,569 அடிப்படை மரபணு ஜோடிகளை சில ஆண்டுகளாக ஆய்வு செய்தனர். மேலும், இந்தியத் தலை நிலத்தில் உள்ள பழங்குடியினரின் 6500 மாதிரிகளுடன் ஒப்பாய்வு செய்யப்பட்டது. இந்த ஆய்வுகளின் முடிவு 2004ல் வெளியிடப்பட்டது. அதன்படி அந்தமான் நிக்கோபாரில் வாழும் ஆப்பிரிக்க இனச் சாயல் கொண்ட திணைக் குடியினர், ஏறத்தாழ ஐம்பதாயிரம் ஆண்டுகளுக்கு முன்னர் ஆப்பிரிக்காவிலிருந்து வந்தவர்களின் வழித்தோன்றல்கள் என்பது கண்டுபிடிக்கப்பட்டுள்ளது. கடல் மட்டம் தாழ்ந்திருந்த காலத்தே, அகன்றிருந்த கடற்கரையை ஒட்டி ஆப்பிரிக்காவை விட்டு வெளியேறிய ஆதிமனிதர், இன்றைய அரேபியா, பாகிஸ்தான், இந்திய தீபகற்பம், இலங்கை, இந்தோனேஷியா நோக்கிக் குடியேறினர் என்பது ஏற்கனவே நடத்தப்பட்ட தொல்லியல் மற்றும் தொல்லுயிரியல் ஆய்வுகளால் அறியப்பட்டது. அந்தமான் நிக்கோபார் திணைக்குடியினர் பற்றிய அண்மைக் கால ஆய்வுகள் இதை உறுதி செய்கின்றன என்றே கூறலாம். இன்று இந்தியக் குடியரசின் தென்கோடியில் வாழும் ஆப்பிரிக்க இனச் சாயல் கொண்ட ஓங்கே, ஜாரவா, கிரேட் அந்தமானிஸ் மற்றும் சென்டினல் தீவுக்குடியினர், ஆதிக் குடியேறிகளின் வழித்தோன்றல்கள்; மானுடத்தின் தொட்டிலான ஆப்பிரிக்காவை விட்டு வந்த ஆதித்தாயின் மக்களான இவர்களே இந்தியாவின் மூத்த குடியினர்.

குடியேற்றங்கள், ஆக்கிரமிப்புகள் பல வரலாற்று காலத்தில் நிகழ்ந்தன. வரலாற்றுக்கும் முற்பட்ட காலத்தில் தமிழகத்தில் குடியேறியவர்களின் வழித்தோன்றல்களை இருபெரும் பிரிவுகளாகப் பிரிக்கலாம். முதற்பிரிவு தமிழகத்தின் மலைக்காடுகளில் வாழும் இருளர், காடர், முதுவர், சோளிகர் போன்ற பழங்குடியினர். இவர்கள் குட்டையாகவும் கருத்த நிறத்துடன் (நீக்ராய்ட்) ஆப்பிரிக்காவிலிருந்து வந்த இனத்தின் அம்சங்களை கொண்டவர். அடுத்தது திராவிடமொழி

பேசுபவர்கள். (தோடர் போன்ற மலைக்குடியினரை இவர்களுடன் சேர்க்கலாம்.) திராவிட மொழி பேசுபவர் கிழக்கு மத்தியதரைக் கடற் பகுதியிலிருந்து அலை அலையாக கி.மு. 2000–1000 ஆண்டுகளுக்கு உட்பட்ட காலத்தில் தென்னிந்தியாவில் குடியேறினர். ஒரு குடியேற்ற அலை, காரகோரம் கணவாய் வழியாக வந்து சிந்து கங்கை சமவெளிகளிலும், பின்னர் விந்தியமலைதாண்டி தென்னிந்தியாவிலும் குடியேறியது. இவர்கள் குடியேற அவர்களுக்கு முன் வாழ்ந்த இனம் அருகிலுள்ள காடு, மலை பிரதேசங்களுக்கு சென்றனர். தவிர, மற்றொரு குடியேற்றம் பெர்ஸியா, பலூச்சிஸ்தான் பகுதி வழியாக, சிந்து நதிக்கரை வழியாக மேற்குக் கடற்கரையை ஒட்டியவாறு தென்னிந்தியா வந்து சேர்ந்தனர். இந்த திராவிட இனத்துடன் உறவான பிராஹுய் மொழிபேசுபவர் இன்றும் பலூச் பகுதியில் உள்ளதாக தொல்லியலாளர் கார்டன் சைல்ட் குறிப்பிடுகிறார். சுருங்கக் கூறினால் திராவிடர்கள் தென்மேற்கு ஆசியாவிலிருந்து வந்தவர்கள். நில வழியாக வந்தவர் சிந்து கங்கை சமவெளி தாண்டியும், கடல் வழி வந்தவர் வடமேற்கு, மேற்குக் கரையை ஒட்டியபடியும் வந்து தென்னிந்தியாவில் குடியேறி அவர்களுக்கும் முன் வாழ்ந்த இனத்தவருடன் கலந்து வாழ்ந்தனர்.

இந்தியா வழியாக இலங்கையில் ஆதிமனிதக் குடியேற்றங்கள்

பனியுகங்களின் போதும், கற்காலத்தவர் வாழ்ந்த காலத்திலேயும், ஏழாயிரம் ஆண்டுகளுக்கு முன் வரையிலும், இலங்கை இந்தியத் தீபகற்பத்தின் தென் எல்லையாக இருந்தது. சிறு, சிறு கூட்டங்களாக வாழ்ந்த ஆதிமனிதயினத்தவர், அன்றைய தென்னிந்திய – இலங்கை ஒன்றுபட்டிருந்த நிலப்பரப்பில் பரந்திருந்த சதுப்புநிலக்காடுகள், புல்வெளிகள், மணல்வெளிகள் எங்கும் திரிந்து, வேட்டையாடியும், உணவு தேடியும் அவ்வப்போது அங்கு தங்கியும் வாழ்ந்திருந்தனர். கடைசிப் பனியுகத்திற்குப் பின் கடல்மட்டம் உயர்ந்து, இலங்கை தலைநிலத்திலிருந்து அறுபட்டு தீவாக உருவாகியது. பல்லாயிரக்கணக்கான ஆண்டுகளாக, சிறுசிறு அலைகளாக, சிறுசிறு குழுக்களாக தரைவழியாக வந்துகொண்டிருந்த ஆதிமனிதக் குடியேற்றங்கள் அதன்பின் நின்றுபோயின. அதற்குமுன், அங்கு சென்ற ஆதிக்குடியேறிகள் இன்றிருப்பதைவிட அகன்றிருந்த கடற்கரைகளை ஒட்டிய பகுதிகளில் குடியேறி வாழ்ந்திருந்தாலும், படிப்படியாக ஏற்பட்ட கடல்மட்ட உயர்வால் அவர்கள் வாழ்ந்த பகுதிகளைக் கடல்கொள்ள, அவர்கள் உள்நிலம் நோக்கி நகர்ந்து ஆறுகளின் கரைகள் ஓரமும், தீவின் நடுவிலிருந்த மலைக்காடுகள் வரையும் குடியேறி வாழ்ந்தனர். ஒரு கணிப்பின்படி கடந்த ஏழு இலட்சம்

ஆண்டுகளில் ஏற்பட்ட கடல்மட்ட உயர்வால், இலங்கை பதினேழுமுறை தீவாகத் துண்டாக்கப்பட்டது. இலங்கை கடைசியில் ஒரு தீவாக உருவானது வரை ஏற்பட்ட கடல்மட்ட மாற்றங்கள் பற்றிய ஆய்வுகள் தொல்மானிடவியல் மற்றும் புவியியல் முக்கியத்துவம் வாய்ந்தவை. ஏனெனில் அவை இலங்கையின் கடற்கரையின் அமைப்பையும், ஆதிமனிதக் குடியேற்றங்களையும் வெகுவாகப் பாதித்தன. கடல்மட்டத்தின் ஏற்றமும் தாழ்வும் கடற்கரையின் பரப்பு, படிவங்களின் சேர்க்கை மற்றும் உருவாக்கம் போன்ற புவியியல் கூறுகளை நிர்ணயிக்கும்.

இலங்கை, இந்தியா ஒன்றிணைந்த நிலப்பரப்பின் தென் எல்லையில் ஆதியில் குடியேறிய பலாங்கொடை மனிதர்களின் வழித்தோன்றல்களான வேடர்கள், தீவின் வடக்கு, கிழக்கு, மத்தியப் பகுதிகளில் உள்ள மலைக்காடுகளில் வாழ்கின்றனர். இந்த இனத்தவரில் சிலர் கடற்கரையோரப் பகுதியில் வேளாண்மை செய்தும் வாழ்கின்றனர். “வேடர் இனத்தின் மூன்று பிரிவுகளில் ஒன்றான வன்னியர்கள், தமிழ் பேசுவோர். பன்றி, சேவல் போன்றவற்றைக் குலக்குறியீடுகளாகக் கொண்ட இவர்களின் முன்னோர்கள், ஆரியக் குடியேற்றங்களுக்கு முன்னால் குடியேறியவர்களின் வழித்தோன்றல்கள்” என்று மானிடவியலாளர் ருடால்ஃப் வீர்ச்சோ சுட்டிக்காட்டுகிறார். இலங்கை, தென்னிந்திய திணைக்குடியினர்களுக்கிடையே காணப்படும் ஒற்றுமை பற்றியும் வீர்ச்சோ விளக்கியுள்ளார். இன்று தமிழ்நாடு, கேரளாவில் மலைக்காடுகளில் வாழும் இருளர், காடர், குறும்பர் போன்ற திணைக்குடியினர் பலரும், இலங்கை வேடர்கள் பலரும் ஆதிக்குடியேறிகளின் வழித்தோன்றல்கள் ஆவர். இந்தியா–இலங்கையின் ஆதிக்குடியேறிகள் எங்கிருந்து வந்தனர் என்பது ஒரு சுவையான ஆய்வு.

இரண்டு இலட்சம் ஆண்டுகளுக்கு முன் ஆப்பிரிக்காவில் உருவான மனிதயினம் ஒரு லட்சம் ஆண்டுகளுக்கு முன்னர் ஆப்பிரிக்காவை விட்டு வெளியேறி உலகெங்கிலும் பரவியது என்பதை அண்மைக்கால மரபணு ஆய்வுகள் காட்டுகின்றன. இந்த ஆய்வுகளின்படி ஆப்பிரிக்கத் தாயிடம் உருவான மனிதயினத்தின் மூதாதையர்கள் அந்த மரபணுக்களையேந்தி இந்தியத் துணைக்கண்டம் தவிர தாய்லாந்து, இந்தோனேஷியா பாப்புவா நியூகினி, ஆஸ்திரேலியா வரை சென்றனர். அப்போது கடல்மட்டம் இன்றிருப்பதைவிட 100 மீக்கு மேல் தாழ்ந்திருந்தது. கண்டச்சரிவுகளையொட்டிய கடற்கரைகள் அகன்றிருந்தன. இந்தோனேசியாவுக்கருகில் உள்ள சாகுல் மட்டம் நிலப்பரப்பாக இருந்தது. பாப்புவா நியுகினியும், ஆஸ்திரேலியாவும் நிலப்பரப்பால் இணைந்திருந்தன. அதுபோலவே இலங்கை, இந்தியாவுடன்

இணைந்திருந்தது. இன்று இந்திய எல்லைக்குட்பட்ட அந்தமான் நிக்கோபார் தீவுகளில் வாழும் ஆப்பிரிக்க இனத்தின் அம்சங்களைக் கொண்ட திணைக்குடியினர், இனக்கலப்பின்றி வாழும் ஆதிக்குடியேறிகளின் வழித்தோன்றல்கள். மன்னார் வளைகுடா, நிலப்பரப்பாக இருந்த காலத்தில் இலங்கை இந்தியத் தீபகற்பத்தின் தென் எல்லையாக இருந்தபோது அங்கு சதுப்பு நிலங்கள், ஏரிகள் கொண்ட சோலைகளும், வனங்கள் ஊடாகப் பாய்ந்த ஆறுகளும், அதிக மழையற்ற பகுதிகளில் புதர்வெளிகளும் இருந்தன. அங்கு கிடைத்துள்ள விலங்குகளின் தொல்லுயிரெச்சங்களாலும், படிவங்களில் படிந்துள்ள தாவரத் தொல்லெச்சங்களாலும், மகரந்தத் துகள்களாலும் இவை தெரியவந்துள்ளன. தென்னிந்தியத் தீபகற்பத்தின் தென் எல்லையாக இலங்கை இருந்து, பின்னர் ஏற்பட்ட கடல்மட்ட உயர்வால் தலைநிலத்திலிருந்து துண்டிக்கப்பட்டுத் தீவாக உருவான காலம் வரை நடந்துகொண்டிருந்த விலங்குகளின், ஆதிமனிதர்களின் குடியேற்றங்களும் தாவரங்களின் வியாபித்தலும், இன்றைய இலங்கைத் தீவின் பல்லுயிரியத்தை (Biodiversity) நிர்ணயித்தன. ஆதிமனிதக் கூட்டங்களும் விலங்கு மந்தைகளும் இலங்கையில் குடியேறியன, இந்தியத் துணைக்கண்டத்தின் பிறபகுதிகளிலும், இலங்கைக்குக் கிழக்கிலும் ஏற்பட்ட ஆதிக்குடியேற்றங்கள் போலவே நடந்தேறின. ஆய்வாளர் நிமல் பெரேராவின் கணிப்பின்படி, தற்கால மனித இனமான ஹோமோ செபியன்கள் இலங்கையில் நாற்பது ஆயிரம் ஆண்டுகளுக்கு முன் குடியேறினர். வடக்கிலிருந்த தலைநிலத்திலிருந்து தெற்காக தென்னிலங்கை வரை சென்ற கற்காலத்தவர், அவ்வப்போது ஓரளவு தெற்கிலிருந்து வடக்காக வந்திருக்கவும் வாய்ப்புகள் இருந்திருக்க வேண்டும். இலங்கைத் தீவாக உருவாகியபோது ஆதிமனிதயினம் தீவின் மூலைமுடுக்குகளிலும் குடியேறி வாழ ஆரம்பித்தனர், அவர்களது வழித்தோன்றல்கள் ஒட்டன் (Horton) சமவெளிகள் வரை குடியேறி, காட்டுமாடுகளை இரையாக்கியும் காட்டுப் பயிர்களை உண்டும் வாழ்ந்தனர். சில ஆயிரம் ஆண்டுகள் கழித்து காட்டுமாடு, பன்றிகளை வளர்ப்புவிலங்குகளாக்கி புதர்களை எரித்து வேளாண்மை செய்திருப்பதற்கான சாத்தியக்கூறுகள் உள்ளன.

10

கலாசார வளர்ச்சி

அங்கக (organic) வளர்ச்சியும், கலாசார வளர்ச்சியும் பரிணாம வளர்ச்சியின் முக்கியமான கூறுகள். மனிதன் இயற்கையின் தேர்வுக்குட்பட்டு விளைந்த வளர்ச்சி அங்கக வளர்ச்சி. ஆனால் கலாசார வளர்ச்சியோ, பரம்பரையாக வாழ்ந்து கற்ற அனுபவங்களின் பாதிப்பு; முன்னோர் தம் அனுபவங்களில் கற்றவற்றை வழித்தோன்றல்களுக்குச் சொல்லிக்கொடுப்பதால் பெருகும் அறிவு, அந்தக் கூட்டத்தின் பொதுச் சொத்தாகி, அவர்கள் வாழும் வகையைப் பாதிக்கிறது. இவ்வாறு வம்ச வழியாக வந்த அறிவு, முன்சென்ற வம்சங்கள் சேகரித்த அறிவு, புதிய கண்டுபிடிப்புகளுக்கு அடித்தளமாக அமைகிறது. இது தொடர்ந்து நிகழும் ஒன்று. நெருப்பின் பயனைத் தற்செயலாக அறிந்துகொண்ட ஆதிமனிதன், வேகவைத்த உணவை உண்டதும், குகைகளில் தீ வளர்த்ததும் ஒரு தலைமுறையில் அல்ல, பல தலைமுறைகளில் கற்றுக்கொண்டு செய்த பண்படுத்தப்பட்ட செயல்களாகும். கலாசார வளர்ச்சியின் முக்கியமான நிகழ்ச்சிகளைப் பின்வருமாறு வரிசைப்படுத்தலாம்:

கருவி என்பது ஒரு செயலைச் செய்ய உதவும் சாதனமாகும். ஆதிமனிதர்கள் பற்றி விளக்கும்போது ‘கருவி’ என்ற சொல் ‘ஆயுதம்’ என்பதற்குப் பதிலாக பயன்படுத்தப்படுகிறது. சிறிய மிருகங்களைக் கொன்ற ஆஸ்ட்ரேலோபிதஸீன், எலும்பு அல்லது

இன்றைக்கு முன் (ஆண்டுகள்)	முக்கிய நிகழ்வு
2500	ஆதிச்சநல்லூர் நாகரிகம் (இரும்பு யுகம்)
3000	பிராமி தமிழ் எழுத்துக்கள் உருவாதல்
2800 – 3500	ரிக், யஜூர் வேதங்கள் எழுதப்பட்ட காலம். சிந்துவெளி நாகரிகத்தின் அழிவு
4000 – 5000	தமிழகத்தில் கொள்ளு, ராகி, பாசிப்பருப்பு பயிர் செய்தல். குகை ஓவியங்கள்
6000	மெசப்பெட்டோமிய நாகரிகம்
9000	சீனாவில் வேளாண்மை
8000 – 10000	இஸ்ரேல் மற்றும் துருக்கியில் வேளாண்மை ஆரம்பம்
12000 – 17000	வில், அம்பு, ஈட்டி செய்தல்
17000	லாஸ்கோ (பிரான்ஸ்) குகை ஓவியங்கள்
26000	எலும்பால் செய்த மனித உருவங்கள் – கிழக்கு ஐரோப்பா
29000	குகை ஓவியங்கள், குரோமேன்யோ
30000 – 35000	1,350 க.செ.மீ அளவு மூளை கொண்ட தற்கால மனித இனத்தின் (Homo sapiens) தோற்றம்

தடி போன்றவற்றை ஆயுதமாகப் பிரயோகித்திருக்கலாம். இதே காலகட்டத்தில் வாழ்ந்த பழைய கற்கால மனிதன் பயன்படுத்தியவை கல்லாயுதங்கள்.

எலும்பாயுதம் ஏந்திய ஆஸ்ட்ரேலோபிதஸீனைப் பழைய கற்கால மனிதர் கல்லாயுதம் கொண்டு அடித்துக் கொன்றதற்கான ஆதாரங்கள் உள்ளன. பரிணாம வளர்ச்சியில் முன்னேறிய

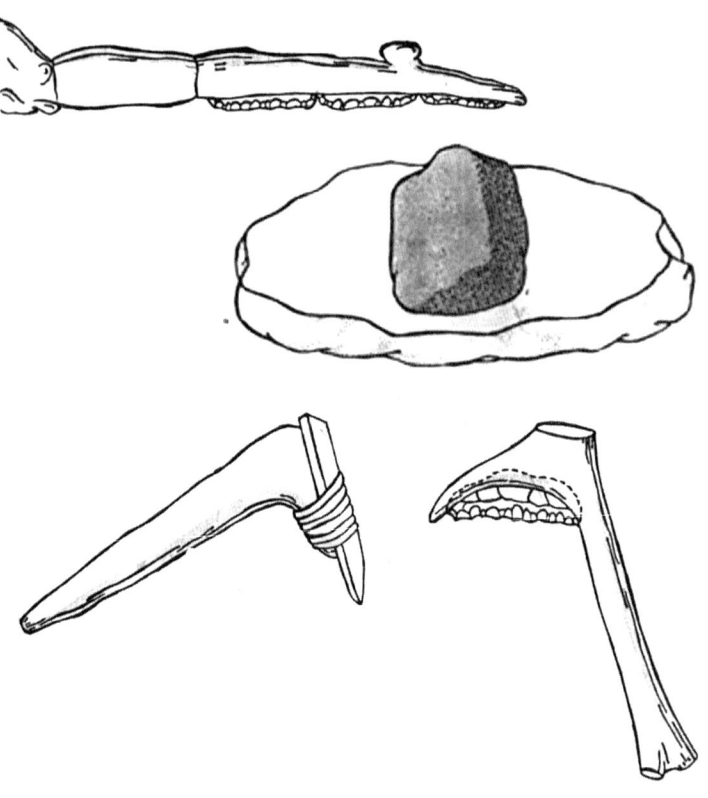

படம் 36 புதிய கற்காலக் கருவிகள்

ஓரினம் வளர்ச்சியடையாத மற்றோரினத்தைக் கொல்வதற்கு, அது உபயோகித்த ஆயுதங்களிலும், அதைப் பிரயோகித்த விதத்திலும் தன் பரிணாம வளர்ச்சியைக் காட்டியது. அந்த இனத்தின் புத்திசாலித்தனம் மேம்பட்டு வெளிப்பட்டது. கருவிகள் செய்வதில் தம் கைத்திறனைக் காட்டிய ஆதிமனிதரின் வளர்ச்சிப் படிகளை அக்கருவிகளை ஆராய்வதன் மூலம் அறிய இயலும். பொதுவாக, உலகெங்கிலும் கிடைத்த கல்லாயுதங்களை அடிப்படையாக வைத்துக் கற்காலத்தைப் பழைய கற்காலம், மத்திய கற்காலம், புதிய கற்காலம் எனும் முப்பெரும் பிரிவுகளாகப் பிரித்தாலும், கல்லாயுதங்கள் செய்த விதத்தை வைத்து, கைவேலை மெதுவாகப் பண்படுத்தப்பட்டு மேன்மையடைந்த கட்டங்களை வைத்து, பல உட்பிரிவுகளாகவும் பிரிக்கப்படுகிறது. ஐரோப்பா ஆப்பிரிக்கக் கல்லாயுதக் கலாசாரத்தைக் கீழ்க்கண்டவாறு பிரிக்கலாம்:

	அஸீலியன் இ.மு. 10,500 ஆண்டுகள்	புதிய கற்காலம்	
	மக்தலீனியன் இ.மு. 15,000 ஆண்டுகள்		
	சொலூட்டிரியன் இ.மு. 20,000 ஆண்டுகள்		
	பெரிகார்டியன் இ.மு. 30,000 ஆண்டுகள்	இறுதி	பழைய கற்காலம்
	அரினேஷியன் இ.மு. 40,000 ஆண்டுகள்		
	மூஷ்டிரியன் இ.மு. 45,000 ஆண்டுகள்	இடை	
	அஷூலியன் இ.மு. 75,000 – 150,000 ஆண்டுகள்		
	ஓல்டோவன் இ.மு. 500,000 ஆண்டுகள்	ஆரம்பம்	

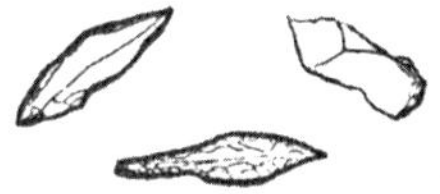

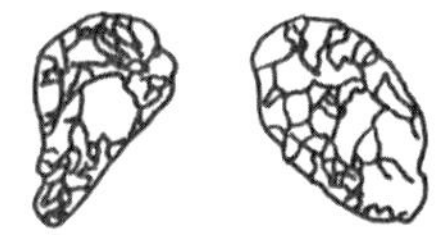

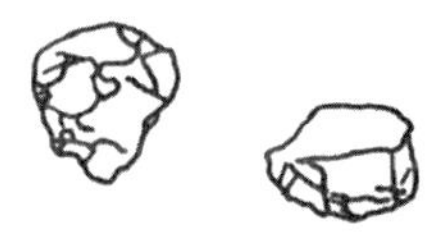

படம் 37 கல்லாயுதங்கள் – கால அட்டவணை

உலகின் முக்கிய நாகரிகங்களின் வளர்ச்சி மனித இனத்தின் வளர்ச்சியைப் பற்றிய நமது புரிதலை ஆழப்படுத்தும்.

மெசப்பெட்டோமிய நாகரிகம்

இன்றைய யூஃப்ரடீஸ், டைக்ரிஸ் ஆறுகளுக்கு இடைப்பட்ட பகுதியில் மெசப்பெட்டோமிய நாகரிகம் தழைத்தது. இங்கு

வாழ்ந்தவர்கள் வெள்ளம் அரித்து வந்து நிரப்பிய வண்டலில் விவசாயம் செய்தனர்; விளைச்சல் அதிகரித்ததும் நிலையாக வாழக் கற்றுக்கொள்ள ஆரம்பித்தனர். சிறு நகரங்களையும் உருவாக்கினர். இவர்கள் பின்னர் கி.மு. நாலாயிரம் ஆண்டுகளில் கோயில்களையும், அரண்மனைகளையும் கட்டினர் என்பதை அகழாய்வுகள் காட்டுகின்றன; ஊர் (Ur), ஊரக் (Urak), எரிடு (Eridu), சூசா (Susa) ஆகிய இடங்களில் சக்கரங்கள் உருவாக்கியதற்கான தொல்லியல் ஆதாரங்கள் கிடைத்துள்ளன. வரலாற்றுக்கும் முற்பட்ட காலத்தையும், வரலாற்றின் ஆரம்ப காலத்தையும் பிரிக்கும் கட்டத்தை எழுதும் திறன் உருவாகிய காலகட்டம் என்று கூறலாம். கி.மு. 3100 ஆண்டு வாக்கில் மெசப்பெட்டோமியாவில் சித்திர எழுத்துக்கள் உருவாகின.

பாபிலோனிய நாகரிகம்

ஓரிடத்தில் நிலைத்து வாழ முற்பட்ட சமுதாயங்களில் நெறிமுறைகள் உருவாவது இன்றியமையாதது. குடியிருப்புகளில் இணைந்து வாழும் எந்த ஒரு சமுதாயத்திலும் நெறி முறைகள் இல்லாமலிருந்தால் அது அழிவுக்கும் காரணமாகிவிடும். கி.மு. 3000 – 2000 இடைப்பட்ட காலத்தில் பாபிலோனில் முதலில் இத்தகைய நெறிமுறை உருவாகியது என்று கூறலாம். பாபிலோனிய மன்னன் ஹமுராபி (Hamurabi, கி.மு. 1792 – 1750) உருவாக்கிய நீதிமுறைகளில், நிலம் கொள்முதல், விவாகரத்து, குழந்தையைத் தத்து எடுத்தல் போன்றவற்றிற்கான விதிமுறைகளும் அடங்கியிருந்தன.

சீன நாகரிகம்

சீனாவில் கி.மு. ஏழாயிரம் முதல் விவசாயம் செய்யப் பட்டது. இங்கு மேற்கொள்ளப்பட்ட சாகுபடி முறை எகிப்து, மெசப்பெட்டோமியா, இந்தியா போன்ற நாடுகளில் உரு வானவற்றிலிருந்து வேறுபட்டது. சீனாவின் தென்பகுதியில் நெல்லும், வடபகுதியில் ராகி போன்ற சிறு தானியங்களும் சோயா, அவரை மற்றும் கிழங்கு வகைகளும் ஆகியவையும் பயிரிடப்பட்டன. வேளாண்மை செய்ய ஆரம்பித்த மக்கள் சிறு குடியிருப்புகள் அமைத்து வாழ்ந்தனர். சுமார் கி.மு. 2000 வாக்கில், மத்திய ஆசிய நாகரிகங்களுடன் தொடர்பு ஏற்பட, நகரங்கள் உருவாக ஆரம்பித்தன. 'மஞ்சள் ஆறு' எனப்படும் ஹுவாங் ஹோ ஆற்றின் கரையில் செழித்த வேளாண்மை நாகரிகத்தை உருவாக்கியவர்கள், தாமிரம், பித்தளை ஆகியவற்றின் கனிமங்களை உருக்கி வெண்கலம் செய்யவும் அறிந்திருந்தனர். கி.மு. 18–17ஆம் நூற்றாண்டுகளில் ஷேங் வம்சம் (Shang dynasty)

ஆண்ட காலத்தை, சீன நாகரிகம் உயர்வுபெற்ற காலம் என்றே கூறலாம். முக்கிய நகரமான அன் யேங் (An Yang)கில் குதிரை பூட்டிய வண்டிகள் ஓடிய காலம் அது. சீன மத குருக்கள், வருங்காலம் அறியக் குறி சொல்லுவதற்காக எலும்பாலான தாயக் கட்டைகளில் கீறிய குறிகளே சீன சித்திர எழுத்துக்களின் ஆரம்பமாகும்.

எகிப்திய நாகரிகம்

கி.மு. 3100 துவக்கம் மெனஸ் எனும் ஃபேரோ வம்ச மன்னனின் ஆட்சியின் கீழ் நைல்நதியின் தீரத்தில் எகிப்திய நாகரிகம் தழைத்தது. மக்கள் மன்னனைக் கடவுளின் பிரதிநிதியாகவும், பாதுகாக்கும் காவலனாகவும் கருதினர். கடவுள் – மன்னன், அவனுக்குக் கீழ்ப்படிந்த அமைச்சர், மத குருக்கள், அவர்கள் கட்டிக்காத்த எகிப்தின் சாதாரண குடிமக்கள், ஏராளமான அடிமைகள் என படிநிலை அமைப்பாக அந்தச் சமுதாயம் இருந்தது. மருத்துவம், கணிதம், கோள்களின் நிலை, பெயர்ச்சி போன்றவற்றை அறிந்திருந்தனர் அம்மக்கள்.

மினோவன் நாகரிகம்

ஐரோப்பாவிலேயே பழமையான இந்நாகரிகம், மத்தியத் தரைக்கடல் பகுதியிலுள்ள ஏஜியன் (Aegean) கடற்பகுதியில் தோன்றி, கி.மு. 2000 – 1450இல் உச்சநிலையை அடைந்தது. கிரீட் தீவில் செய்யப்பட்ட ஜாடிகள், மோதிரங்கள், முத்திரைகள் போன்றவை சைப்ரஸ், எகிப்து நாடுகளுக்கு ஏற்றுமதி செய்யப்பட்டு, கடல் வாணிகம் பெருகிய காலம் அது. நோஸோஸ் (Knossos), மைலா (Maila), ஃபெயிஸ்டோஸ் (Phaistos), சாக்ரோஸ் (Zakros) ஆகிய இடங்களிலுள்ள மாளிகைகளில் காணப்படும் சுவரோவியங்கள் அங்கு வாழ்ந்த மக்கள் அமைதியாக வணிகச் செழிப்பில், மகிழ்வுடன் வாழ்ந்தனர் என்ற கருத்தை உருவாக்குகின்றன. பின்னர் மயோஸீனியர், கிரேக்கர் ஆகியோர் படையெடுத்து கிரீட் தீவுக் கலாச்சாரத்தை அழித்தனர். இத்தீவின் பெரும்பகுதி எரிமலைவெடிப்பில் அழிந்தது.

சிந்துவெளி நாகரிகம்

சிந்துநதிப் பள்ளத்தாக்கில் உருவான நாகரிகம் இந்தியத் துணைக்கண்டத்தின் சிறப்பு. கி.மு. 3000 வாக்கில், சிந்து சமவெளிகளில் பல குடியிருப்புகள், ஊர்கள் உருவாகின. அந்த நாகரிகத்தின் உச்சகட்டத்தில், மொகஞ்சதாரோ, ஹரப்பா நகரங்கள் ஒவ்வொன்றிலும் சுமார் இருபதாயிரம் அல்லது முப்பதாயிரம் மக்கள் வாழ்ந்திருக்கலாம் எனக் கருதப்படுகிறது.

கோதுமை, பார்லி, கடலை, எள், பருத்தி ஆகியவற்றை அங்கிருந்த மக்கள் பயிரிட்டனர். பருத்தி நெய்யப்பட்டு மெசப்பெட்டோமியா வரை ஏற்றுமதி செய்யப்பட்டதற்கான ஆதாரங்கள் உள்ளன. சுட்ட செங்கற்கள் அதிக அளவில் தயாரிக்கப்பட்டு உபயோகிக்கப்பட்டன. கோபுரங்கள் போன்ற பிரமிக்கத்தக்க அமைப்புகள் இல்லாவிட்டாலும், மெச்சத் தகுந்த முறையில் அங்கு நகரங்கள் அமைக்கப்பட்டுள்ளன. நேராகவும் வரிசையாகவும் அமைந்த வீதிகள், மழை நீர் வழிந்து ஓடுவதற்கான வடிகால்கள், கழிவுநீரை வெளியேற்றுவதற்கான சாக்கடைகள் இங்கு அமைக்கப்பட்டுள்ளன. தானியக் களஞ் சியங்களும், வயல்களில் பயிர் செய்து தானியங்களை அறுவடை செய்த உழைப்பாளிகளுக்கான குடியிருப்புகளும் தனியாக அமைக்கப் பட்டிருந்தன.

ஹரப்பாவில் 19ஆம் நூற்றாண்டின் இறுதியில் மேற் கொண்ட அகழாய்வுகள், அங்கு தழைத்தது ஒரு நகர்ப்புறக் கலாச்சாரம் என்பதைக் காட்டுகின்றன. இந்த நகரம் கி.மு. 2600 முதல் கி.மு. 1900 வரை இயங்கியது. நானூறு ஏக்கர் பரப்புகொண்ட இந்த நகரில் சுமார் இருபதாயிரம் பேர் வாழ்ந்தனர். இங்கு கீறல்கள், சின்னங்கள், சிறு வாசகங்கள் பொறிக்கப்பட்ட மட்பாண்டங்களும், முத்திரைகளும் கிடைத்திருக்கின்றன. சுட்ட மண்ணில் செய்யப்பட்ட ஆயிரக்கணக்கான முத்திரைகள் சுமார் அறுபது இடங்களில் கண்டெடுக்கப்பட்டுள்ளன. இவற்றில் எழுத்துக்கள் போன்ற குறியீடுகள் பல உள்ளன. சராசரியாக ஐந்து எழுத்துக்கள் கொண்ட இவை தமிழ் போன்ற திராவிட மொழிகளுடன் தொடர்புடையவை என ஆய்வாளர் பலர் கருதுகின்றனர். கல், எலும்பு, மண், செம்பு, வெள்ளி, தந்தம் ஆகியவற்றிலிருந்து உருவாக்கப் பட்ட முத்திரைகளில் காண்டாமிருகம், யானை, முதலை போன்ற மிருகங்கள் செதுக்கப்பட்டுள்ளன. கைவினைஞர்கள் தங்கம், வெள்ளி ஆபரணங்கள் செய்தனர்.

ஹரப்பாவிற்குத் தெற்கே 650 கி.மீ. தொலைவில் இருந்த நகரம் மொகஞ்சதாரோ. இங்கும் சுட்ட செங்கற்களால் ஆன சிறந்த நகரமைப்பு இருந்தது. ஏறத்தாழ 2.5 சதுர கி.மீ. பரப்புடைய இந்நகரில் முந்நூறு வீடுகளின் சிதைவுகள் காணப்பட்டன. இவற்றில் சில குடித் தலைவர்கள் வாழ்ந்த பெரிய வீடுகள். சிந்துவெளி நாகரிகத்தின் மனைத் திட்டம் தனிச்சிறப்புடையது. சிறிய வீடுகள், இரண்டு மூன்று அறைகள் கொண்டவை; குளியலறை, கழிப்பிடங்கள் போன்ற வசதிகளுமிருந்தன. இந்நாகரிகம் கி.மு. 1750 வாக்கில் அழிந்துபட்டது. திசை மாறிய ஆற்றுப்போக்கு, வறட்சி, கடல்மட்ட உயர்வு மற்றும் ஆரியர்

குடியேற்றம் ஆகியவை இந்த அழிவுக்குக் காரணங்களாகக் கருதப்படுகின்றன.

தென்னிந்தியாவில் கலாசார வளர்ச்சி:

கற்காலக் கலாசாரத்திலிருந்து சங்ககாலம் வரை மனித இனம் வளர்ந்த நிலையைத் தென்னிந்தியாவில், முக்கியமாகத் தமிழ்நாட்டில் கிடைத்த தடயங்களின் மூலமாக அறியலாம். இந்த வளர்ச்சியை ஆறு கட்டங்களாகப் (சங்காலியாவின் பகுப்பு) பிரிக்கலாம்.

முதல் கட்டம் : சென்னைக்கு அருகிலுள்ள பல்லாவரம், வடமதுரை, செங்கல்பட்டில் பழைய கற்கால மனிதன் செய்த கரடுமுரடான கைக்கோடாரி, கிழிப்பான் போன்றவை கிடைத்துள்ளன. இவற்றை 'ஒல்டோவன்' கல்லாயுதங்களுடன் ஒப்பிடலாம். இறைச்சியை வெட்டவும், எலும்புகளைப் பின்னபப்படுத்தவும், கிழங்குகளைத் தோண்டவும் இந்த உடைத்த கூழாங்கல்லால் செய்த ஆயுதங்களைக் கற்கால மனிதன் உபயோகித்தான். இவன் ஆற்றங்கரை, குளக்கரைகளின் அருகே கூடி வாழ்ந்தவன். இவன் வாழ்ந்த காலத்தில் இந்தியாவின் மற்ற பகுதிகளில் வாழ்ந்த மாடு, யானை, ஆடு போன்ற விலங்கினங்கள் தமிழகத்திலும் வாழ்ந்தன.

முதல் கட்டத்தின் இறுதியில் வாழ்ந்த ஆதிமனிதர் செய்த கல்லாயுதங்கள் தமிழ்நாட்டில் அத்திரம்பாக்கத்தில் கோர்த் தலையார் நதிப் படுகையில் கிடைத்தன. இவை உறுதியான கற்களால் கவனத்துடன் செய்யப்பட்ட கல்லாயுதங்கள். அத்திரம்பாக்கத்து ஆதிமனிதன் வேட்டையாடியும், மீன் பிடித்தும், காய்கனிகளைச் சேகரித்தும் உண்டு வாழ்ந்தான் என்றாலும், இவன் செய்த கல்லாயுதங்கள் பல்லாவரத்தில் கண்டெடுக்கப்பட்ட கல்லாயுதங்களைவிடப் பண்பட்டவை. பூண்டி நீர்த் தேக்கத்திலிருந்து 10 கி.மீ. தொலைவில் அமைந்துள்ள அல்லிக்குழி மலைக்குன்றுகளில், பழங்கற்கால மனிதர்கள் வாழ்ந்த 16 குகைகள் உள்ளன. அவற்றுள் மனத் தச்சம்மன் குகையில் அறுபதுகளில் அகழாய்வு மேற்கொள்ளப்பட்டது. அங்கு கிடைத்த கைக்கோடாரிகள், கிழிப்பான்கள் ஆகியவைஅவற்றைச் செய்த கற்கால மனிதர்களின் கைத் திறன் படிப்படியாக மெருகுபெற்றதைக் காட்டுகின்றன. சென்னையிலுள்ள சர்மா பாரம்பரியக் கல்வி ஆய்வு மையம் (Sharma Centre For Heritage Educations) அங்கு ஏறத்தாழ 2½ லட்சம் ஆண்டுகளுக்கு முன் பழங்கற்காலத்தவர் வாழ்ந்த தரைப் பகுதியை அதில் பதிந்திருந்த அஷூலியன் மரபு கற்கருவிகளுடன் கண்டு பிடித்தது. அக்கால கட்டத்தில் அப்பகுதியில் நிலவிய தட்ப வெப்ப நிலைகள் பற்றியும்

கண்டறிந்தது. அத்திரம்பாக்கத்துக் கல்லாயுதங்கள் போன்ற அமைப்பைக் கொண்ட கல்லாயுதங்கள், ஆந்திராவிலுள்ள கிட்டாளூரிலும் கர்நாடகத்திலுள்ள அங்கவாடியிலும் கண்டெடுக்கப் பட்டன.

இரண்டாவது கட்டம்: அத்திரம்பாக்கத்தில் வாழ்ந்த ஆதிமனிதன் ஆயுதங்கள் செய்ய இறுகிய மணல்கற்களை (Quartzite) உபயோகித்தான். கடினமான கற்களை மெல்லிய தாகவும் கூராகவும் உடைக்கமுடியுமென்பதால், இவனுக்குப் பின் வந்தவர்கள் கடினமான கற்களில் ஆயுதங்கள் செய்ய ஆரம்பித்தனர். இரண்டாவது கட்டத்தில் ஏற்பட்ட முன்னேற்ற மாகும் இது. கடினமான கற்களில், கூர்மையாகவும் சிறியதாகவும் உடைக்கப்பட்ட ஆயுதங்கள் ஈட்டி முனையாகவும், அம்பு முனையாகவும் உபயோகிக்கப்பட்டன. கனமான கல்லாயுதங்களைத் தவிர்த்து, லகுவான, ஆனால் இரையைத் தூரத்திலிருந்து கொல்லக்கூடிய ஆயுதங்களைப் பயன்படுத்தி அவனால் தன் மூதாதையர்களைவிடத் திறமையாக வேட்டையாட முடிந்தது. வேட்டையாடி உணவு சேகரித்த ஆதிமனிதருள் உயர்ந்த நிலை இது. கோர்த்தலையார் படிவங்களில் கிடைத்த கைக்கோடாரிகள் மற்றும் பலவகைக் கிழிப்பான்களை, ஐரோப்பிய – ஆப்பிரிக்க அஷூலியன் வகைக் கல்லாயுதங்களுடன் ஒப்பிடலாம். நர்மதை மனிதன் உபயோகித்த கல்லாயுதங்களும் அஷூலியன் வகையைச் சார்ந்தவையாகும்.

மூன்றாவது கட்டம்: அத்திரம்பாக்கம் மற்றும் ஆந்திர மாநிலம் கர்நூல் மாவட்டத்திலுள்ள ராலக்காவில் ஆதிமனிதர் வாழ்ந்த இடங்களில் உளி போன்ற மெல்லிய, கூர்மையான கற்தகடுகளும், அலகுகளும் கிடைத்துள்ளன. ஆங்கிலேயப் புவியியலாளர் புரூஸ் ஃபுட் (Bruce Foote) இத்தகைய கற்தகடு களையும், இவற்றால் செதுக்கப்பட்ட எலும்புகளையும் பல்லாவரத்தில் கண்டுபிடித்தார். செதுக்கப்பட்ட எலும்புகள் பழைய கற்காலத்தின் இறுதியில் செய்யப்பட்டவையாகும். ஆனால் புரூஸ் ஃபுட்டின் மேற்கூறிய கண்டுபிடிப்பு காணாமல் போய்விட்டதால் இது பற்றி அதிகம் கூறவியலாது.

நான்காவது கட்டம்: தென்னிந்தியாவில் வாழ்ந்த ஆதி மனிதர் உபயோகித்த கல்லாயுதங்கள் சிறுக்க ஆரம்பித்தது அடுத்த கட்டம். இதை சிறு கல்லாயுதங்களின் (microlith) காலம் என்று குறிக்கலாம். எலும்பு அல்லது மரத்தில் சிறு கல்லாயுதங்களைப் பற்கள் போலப் பதித்து, அரிவாள் போலச் செய்து, காட்டுத் தானியங்களை அறுவடை செய்திருக்கலாம் என்பது ஒரு ஊகம். பெல்லாரிக்கு அருகில் சங்கங்கல் என்னுமிடத்தில்

இந்தச் சிறு கல்லாயுதங்கள் கொண்ட படிவம், பழைய கற்காலப் படிவங்களுக்கும், விவசாயம் செய்யத் தெரிந்த புதிய கற்கால மனிதன் செய்த கல்லாயுதங்களைக் கொண்டிருந்த படிவத்திற்கும் இடையில் கண்டுபிடிக்கப்பட்டன. சிறுத்த கல்லாயுதம் செய்தவன் திட்ட வட்டமாக விவசாயம் செய்த தலைமுறைக்கு முந்தியவன். எனவே இவன் விவசாயம் செய்ய ஆரம்பித்தவனாக இருந்திருக்கலாம். இந்தக் காலத்தை (இ.மு. 9,000) மத்திய பழைய கற்காலம் என்று குறிக்கலாம். திருநெல்வேலி மாவட்டத்திலுள்ள தேரிமேடுகளில் இக்காலத்தில் வாழ்ந்தவர்கள் உபயோகித்த கல்லாயுதங்கள் பல கிடைத்துள்ளன. என்றாலும் துரதிர்ஷ்டவசமாக அதைச் செய்து உபயோகித்தவர்களின் எலும்புகள் ஏதும் கிடைக்காதது ஒரு பெரிய குறை.

பழைய கற்கால மனிதன் கானகங்களில் திரிந்து கிழங்கு, காய், கனி போன்றவற்றைச் சேகரித்தும், வேட்டையாடி இறைச்சியை உண்டும் வாழ்ந்தான். பருவமழை பொய்த்து, நீர்நிலைகள் வற்றி, விலங்கினங்கள் வேற்றிடம்போக, அவற்றைச் சார்ந்து வாழ்ந்த ஆதிமனிதனும் நாடோடியாக இடம்பெயர வேண்டியிருந்தது. மானினம் போன்றவை ஆற்றுப்படுகை, குளக்கரை போன்ற நீர்நிலைகளுக்கு அருகாமையிலுள்ள புல்தரைகளில் இடம்பெயர்ந்து விட்டதால் அவற்றை வேட்டையாடிய ஆதிமனிதனும் பசுமையான பகுதிகளில் வாழ முற்பட்டான். தான் தின்று துப்பிய பழக்கொட்டை, சிதறிய விதைகள் ஈரமண்ணில் விழுந்து செடியாகவோ, கொடியாகவோ, மரமாகவோ துளிர்த்து, வளர்ந்து பழங்களைக் கொடுத்தபோது, இவற்றைச் சாகுபடி செய்ய முடியும் என்பது அவனுக்கு விளங்கியது. இது விவசாயத்தின் ஆரம்பம். வேளாண்மை செய்ய ஆரம்பித்த ஆதிமனிதன் கூட்டமாக வாழக் கற்றுக் கொண்டான். பல ஆதிமனிதக் கூட்டங்கள் ஒன்றாக வாழ கிராமங்கள் உருவாகின. இவ்வாறு உணவு சேகரித்தவன் தன்னால் உணவை உற்பத்தி செய்ய முடியும் என்பதை உணர்ந்தபின், விவசாயம் எனும் நங்கூரம் நாடோடிகளாகத் திரிந்தவர்களை ஓரிடத்தில் நிலைத்து வாழச் செய்தது, கலாசார வளர்ச்சியின் முக்கியமான ஓர் அத்தியாயமாகும்.

ஐந்தாவது கட்டம்: கி.மு. 2000 – 4000: டெக்கல்கோட்டா (பெல்லாரி மாவட்டம்), ஹல்லூர் (தார்வார் மாவட்டம்), பலவாய் (ஆனந்தபூர் மாவட்டம்) ஆகிய இடங்களில் ஐந்தாவது கட்டத்தில் வாழ்ந்த கற்கால மனிதனின் குடியிருப்புகள் கண்டுபிடிக்கப்பட்டுள்ளன. டெக்கல்கோட்டாவில் சுமார்

10–15 குடில்கள் அகழ்வாய்வாளர் கவனத்திற்கு வந்திருக்கின்றன. இக்குடியிருப்புகள் பாறையின் மறைவுகளிலும், பிளவுகளிலும், குகைகளின் முகப்பிலும் அமைக்கப்பட்டிருந்தன. அங்கு அடுப்புகளும் இருந்தன. வட்டமாக மரத் தூண்களை நட்டு, பிளக்கப்பட்ட மூங்கிலால் மறைக்கப்பட்ட இந்தக் குடில்கள் சிலவற்றில் சாணம்–மண் கலந்த சாந்து பூசப்பட்டிருந்தது. நம் பழங்குடிகளான இருளர்கள், குறும்பர்கள் இன்னும் இத்தகைய குடில்களை அமைக்கின்றனர் என்பதைக் கருத்தில் கொள்ள வேண்டும்.

இந்தக் குடியிருப்புகளில் புதையுண்ட பானைகளில் கொள்ளு, ராகி போன்ற தானியங்கள் மக்கிய நிலையில் காணப்பட்டன. சேலத்துக்கு அருகிலுள்ள பொய்யம்பள்ளியில், பிற்காலத்தில் வாழ்ந்த பழங்காலக் குடியிருப்பில் மேற்கூறிய இரு வகைத் தானியங்கள் தவிர பச்சைப் பருப்பும் கிடைத்தது குறிப்பிடத்தக்கது. இவர்கள் பானைகள், ஜாடிகள் போன்ற மண்பாண்டங்களைச் செய்தனர் என்றாலும், கல்லாயுதங்களையும் உபயோகித்தவர்கள். இவர்கள் பயன்படுத்திய கல்லாயுதங்கள் நன்கு தேய்த்து, வழுவழுப்பாக்கிக் கூராக்கப்பட்டவை. கல்லாயுதங்களைத் தீட்ட அம்மி போன்ற கல்லொன்றையும் உபயோகித்தனர்.

இங்கு வாழ்ந்தவர்கள், இறந்தவர்களைப் படுக்கவைத்த நிலையில் புதைத்தனர். பின் வந்தவர்கள், தாழிகளில் இட்டுப் புதைக்கும் பழக்கத்தை மேற்கொண்டனர். பிரம்மகிரி, டெக்கல்கோட்டா போன்ற இடங்களில் இறந்தவர்களின் எலும்புகளைப் பானைகளில் இட்டுப் புதைத்தது தெரியவருகிறது. இந்தப் புதிய கற்கால மனிதனின் பல தடயங்கள் கரிமம்14 முறையில் கால நிர்ணயம் செய்யப்பட்டன. இந்த ஆய்வால் மேற்கூறிய கலாசாரம் கி.மு. 2500 ஆண்டு முதல் 900 ஆண்டுவரை தழைத்தது என்பது தெளிவானது. இந்தக் காலகட்டத்தின் இறுதியில் தென்னிந்தியாவில் வாழ்ந்தவர்கள் சுண்ணாம்புச் சாந்து பூசிய வீடுகளைக் கட்டினர்; கோலமிட்ட மண்பாண்டங்களைச் செய்தனர்.

ஆறாவது கட்டம்: இக்காலத்தே கர்நாடகத்தில் பிஜப்பூர் மாவட்டத்திலுள்ள டெர்தாலில் வாழ்ந்தவர் தாமிர ஆயுதங்கள் செய்தனர். பிரம்மகிரியில் வாழ்ந்தவர்கள் சிவப்பு–கறுப்பு நிறத்தில் மண்பாண்டங்கள் செய்தவர்கள், இரும்பின் பயனை அறிந்தவர்கள். இறந்தவர்களைச் செவ்வகமான கற்களாலான அமைப்பில் (கல்லறை என்ற சொல் இதற்கே பொருந்தும்) புதைத்தனர். இக்கல்லறைகளைத் தமிழ்நாட்டில் பல இடங்களில், தர்மபுரி,

சேலம், கோவை, செங்கற்பட்டு மாவட்டங்களில் காணலாம். கோவை மாவட்டத்தில் இவற்றைப் 'பாண்டியன் குழிகள்' என அழைக்கின்றனர். இந்தக் கலாசாரத்தைப் பெருங்கல் (Megalith) கலாசாரம் என்று குறிக்கலாம். சுமார் 4000 ஆண்டுகளுக்கு முன்னர் (கி.மு. 2000) இந்தக் கலாசாரத்தை உண்டாக்கியவர்கள் ஆற்றங்கரை, குளக்கரைகளில் வாழ்ந்தவர்கள். செங்கல்பட்டு மாவட்டத்தில் சில இடங்களில் இவர்கள் ஓடைகளை மறித்ததற்கான, குளங்கள் தோண்டியதற்கான அடையாளங்கள் காணப்படுகின்றன. தமிழ்நாட்டில் இவர்கள் வாழ்ந்த இடங்கள் முழுவதுமாக அகழப்படவில்லை. கோவை மாவட்டத்திலுள்ள பெருங்கல் கலாசாரத்தைக் கொண்ட பழங்குடியினர் வாழ்ந்த இடங்களில் செந்நிற இரும்புத் தாது பூசிச் சுட்ட மட்பாண்டங்கள் கிடைத்துள்ளன.

இக்காலத்திற்குப் பின்வந்த சங்ககால இலக்கியங்கள், மேற்கூறிய கலாசாரத்தை, தாழிகளிலடைப்பது போன்ற பழக்கங்களை, மூதாதையர்களின் பழக்கங்களாகக் குறிப்பிடு கின்றன. இக்கட்டத்தில் சங்ககாலத் தமிழகம் சேர, சோழ, பாண்டிய, தொண்டை, கொங்குநாடுகள் என்று அமைந்திருந்தது. அப்போது வாழ்ந்தவர்கள் செங்கற்களால் கட்டிய வீடுகளையும், கல்லாலமைந்த அரண்களையும், கோயில்களையும் கட்டியவர்கள்; கோயில்களில் சுதை உருவங்களையும், வீரக்கல்லையும் வணக்கம் செய்யும் பழக்கம் உடையவர்கள். இவர்களது கலாசாரம் பற்றி சங்க இலக்கியங்களான பரிபாடல், அகநானூறு, புறநானூறு, பெரும்பாணாற்றுப்படை, நெடுநல்வாடை, மலைபடுகடாம், சிலப்பதிகாரம், மணிமேகலை போன்ற நூல்களிலிருந்து ஓரளவு அறியலாம். தொல்காப்பியம் ஏறத்தாழ 2000 ஆண்டுகளுக்குமுன் இயற்றப்பட்ட இலக்கணநூல். இலக்கண நூலென்பது எழுத்தை விளக்க எழுந்ததால், தொல்காப்பியத்திற்கு முற்பட்ட இலக்கியங்கள் இருந்திருக்க வேண்டும். தொல்காப்பியத்திற்கு முன் இலக்கியங்கள் இருந்ததால் எழுத்து நீண்ட காலத்திற்கு முன் உருவாகியிருக்க வேண்டும். சில ஆய்வாளர்கள் கருத்துப்படி சுமார் கி.மு. 1000இல் பிராமி போன்ற தமிழ் எழுத்துக்கள் உருவாயின.

தமிழ்நாட்டில் மேற்கொள்ளப்பட்ட அகழாய்வுகளில் முக்கியமானது ஆதிச்சநல்லூர் அகழாய்வு (பார்க்க இணைப்பு). தமிழ்நாட்டில் இரும்பு யுகம் பற்றிய தெளிவான செய்திகள் பலவற்றை இந்த அகழாய்வு தந்திருக்கிறது.

சென்ற நூற்றாண்டின் பிற்பாதியில், தமிழக அரசு தொல் பொருள் ஆய்வுத்துறையும், சென்னைப் பல்கலைக்கழகமும்

பல அகழ்வாராய்ச்சிகளை மேற்கொண்டு, மறைந்து கிடந்த தொல்பொருட்களையும், சின்னங்களையும், அரிய பல வரலாற்று விவரங்களையும் வெளியுலகுக்குத் தெரியப்படுத்தின. இவை அக்கால தமிழர் வாழ்வு முறையை அறிய உதவுகின்றன. புதிய கற்காலத்திற்குப் பிறகு கி.மு. 1000 முதல் கி.பி. 500 வரை வாழ்ந்த பெருங்கல் நாகரிகத்தை உருவாக்கியவர்கள் பற்றி சங்க இலக்கியக் குறிப்புகள் உள்ளன. ஆறுகள், குளங்கள் போன்ற நீர்நிலைகளில் வாழத் தலைப்பட்ட, புதிய கற்கால மனிதரை விட நாகரிகத்தில் மேம்பட்ட இவர்கள் வாழ்ந்த இடங்களில் ஈமத் தாழிகள் அகழ்ந்தெடுக்கப் பட்டுள்ளன. இந்தியாவில் மட்டுமின்றி, உலகில் இதர பாகங்களிலும், குறிப்பாக, மத்தியத் தரைக்கடல் பகுதியிலும், அந்நாகரிகத்தின் தொல்லெச்சங்கள் கிட்டியுள்ளன. சிலப்பதிகாரம், மணிமேகலை ஆகிய காப்பியங்களில் அரசமைப்பு, சமுதாய அமைப்பு, சமய வழிபாட்டுமுறை, உள்நாட்டு அயல்நாட்டு வாணிகம் ஆகியன பற்றி குறிப்புகள் உள்ளன. பெருங்கல் நாகரிகத்தவர் வேளாண்மை செய்யத் தெரிந்தவர்கள் என்பது திருக்காம்புலியூர் அகழ்வாய்வில் கண்டெடுக்கப்பட்ட தானியங்களாலும், ஏர்கொழு போன்ற விவசாயக் கருவிகளாலும், தானியம் சேமித்து வைத்த இடத்தாலும் அறியமுடிகிறது. உறையூர், அரிக்கமேடு ஆகிய இடங்களில் செங்கற்களாலான சாயத்தொட்டிகள் அகழ்ந்தெடுக்கப்பட்டதால் அவர்கள் நெசவுத் தொழிலும் சாயமேற்றும் தொழிலும் தெரிந்தவர்கள் என்பது தெரிகிறது. திருக்காம்புலியூரில் கி.பி. 4ஆம் அல்லது 5ஆம் நூற்றாண்டைச் சேர்ந்த பட்டுநூல் கட்டு ஒன்றும் கிடைத்துள்ளது. தக்களி போன்ற நூல் நூற்கும் கருவிகளும் கிடைத்துள்ளன. இங்கு கிடைத்த சுடுமண் உருவங்கள் பலவிதமான ஆடைகள் உடுத்தியவாறு உருவாக்கப்பட்டிருப்பதால் அங்கு வாழ்ந்தோர் நெசவுத் தொழில் தெரிந்தவர்கள் என்பது அறியப்படுகிறது. கனிமங்களிலிருந்து உலோகங்களை உருக்கவும, அவற்றைக் கொண்டு ஆபரணங்கள், பாத்திரங்கள் மற்றும் ஆயுதங்கள் செய்யவும் அறிந்திருந்தனர். இரும்பு உருக்கியதற்கான தடயங்கள் பெருமளவில் கிடைத்துள்ளன. செப்பு, வெள்ளி, பொன் ஆகியவற்றால் செய்யப்பட்ட ஆபரணங்களும், காசுகள் சிலவும் கிடைத்துள்ளன.

புதிய கற்காலத்து மனிதர், களிமண்ணால் பாத்திரங்கள், பொம்மைகள் செய்யவும் அவற்றைச் சூளையிலிட்டுச் சுடவும் அறிந்திருந்தனர் என்பதை பய்யம்பள்ளி அகழ்வாராய்ச்சி காட்டுகிறது. என்றாலும், சுடுமண்கலை கி.பி. 2ஆம் அல்லது 3ஆம் நூற்றாண்டில்தான் முழு வளர்ச்சியடைந்தது எனலாம். அக்காலத்திய சுடுமண் உருவங்கள் அணிகலன்களும், ஆடைகளும்

அணிந்ததுபோல உருவாக்கப்பட்டிருக்கின்றன. அரிக்கமேடு, திருக்காம்புலியூர், உறையூர் மற்றும் காஞ்சிபுரம் அகழாய்வுகளிலும் சுடுமண் உருவங்கள் பெருமளவில் கிட்டியுள்ளன. சமயச் சடங்குகளுக்கும், முக்கியமாக ஈமச்சடங்குகளுக்கும் மற்றும் அன்றாடத் தேவைக்கும் பயன்படுத்தப்பட்ட மட்பாண்டங்கள் தமிழகத்தில் பல இடங்களில் கிடைத்துள்ளன. சில மட்பாண்டங்கள்மீது சித்திர வேலைப்பாடுகளும் கீறல் குறியீடு களும் காணப்படுகின்றன. பிராமி எழுத்துக்கள் கொண்ட பானை ஓடுகள் சிலவும் இந்த அகழாய்வுகளில் கிடைத்துள்ளன.

ஈரோடு அருகே, அண்மையில் அகழ்வாராய்ச்சி செய்யப் பட்ட கொடுமணல் பகுதியில் 3மீ நீளமும் 4மீ அகலமுடைய கல்லறை அமைக்கப் பயன்படுத்தப்பட்ட செவ்வகக் கற்கள் கண்டெடுக்கப்பட்டுள்ளன. கிழக்கு முகத்தில் இடப்பட்ட ஒரு துளை, நீத்தாரின் ஆவி வெளியில் சென்று வரும் என்று நம்பிக்கையின் பேரில் அமைக்கப்பட்டுள்ளது. இறந்தவருடன், ஈமச்சடங்குக்குப் பயன்படுத்தப்பட்ட பொருட்களும், அவர்கள் உபயோகித்த ஆபரணங்கள், மட் பாண்டங்கள் சிலவும் வைக்கப்பட்டிருந்தன. இவ்வகைச் சடங்குபற்றி மணிமேகலையில் (6, 11, 66–67) வரும் "சுடுவோர், இடுவோர், தொடுகுழிப் படுவோர், தாழ்வயினடைப்போர், தாழியிற் கவிப்போர்" எனும் குறிப்பால் அறிகிறோம். புலியுடன் போரிட்டு மாண்ட வீரன் போல தீரச் செயல் செய்து மாண்டவர்களுக்கும், மக்களின் துயர்துடைத்த நல்லோர் சிலருக்கும் நடுகற்கள் எழுப்பி வழிபடும் வழக்கம் இருந்தது. அகநானூறு, புறநானூறு, சிலப்பதிகாரம் போன்ற இலக்கியங்களில் இவ்வழக்கம் பற்றிய குறிப்புகள் உள்ளன.

மேற்கூறிய அகழாய்வுகளிலிருந்து தமிழ்நாட்டில் மனித குலத்தின் வரலாறு பழங்கற்காலத்துடன் துவங்கியது என்பது தெரிகிறது. புதிய கற்காலத்தின் ஆரம்பத்தில் வேட்டை யாடி நாடோடிகளாய் வாழ்ந்த மனிதர் பயிரிடத் தெரிந்து கொண்டனர். புதிய கற்காலத்தை அடுத்து இரும்பை உருக்கிப் பயன்படுத்தியவர்களின் இரும்புயுகம் உருவானது. ஆதிச்சநல்லூரில் கண்டெடுக்கப்பட்ட இரும்பு ஆயுதங்கள் சிறு தொழில் வளர்ச்சியைக் காண்பிக்கின்றன. குட்டூர் அகழாய்வில் இரும்புக் கனிமங்களை உருக்க பயன்படுத்தப்பட்ட சூளைகள் கண்டறியப்பட்டன.

அக்காலத்தே கொடுமணல் பகுதியில் வாழ்ந்தவர்கள் அரிய கல்மணிகள் செய்வதில் தேர்ந்தவர்கள் என்பதும் ஆதிச்சநல்லூர் பகுதியில் வாழ்ந்தவர்கள் இரும்பு, செம்பு, வெண்கலத்தில் கருவிகள் செய்வதில் தேர்ந்தவர்கள் என்பதும் தெரியவருகிறது. இரும்புயுக நாகரித்தவர் எழுத்தறிவு பெற்றவர்

தமிழ்நாட்டில் கலாசார வளர்ச்சி

இன்றைக்கு முன் ஆண்டுகள்	இடம்	கண்டுபிடிப்புகள்/நிகழ்ச்சிகள்
2200 – 2800	பய்யம்பள்ளி, சானூர் ஆதித்தநல்லூர்	சேர, சோழ, பாண்டிய நாடுகள்–இரும்பு, தாமிரம் தங்கம் உபயோகிக்கப்படுதல்
2800 – 4000	பய்யம்பள்ளி	கூர்மையான கல்லாயுதம், தாழியில் இட்டுப் புதைத்தது, குடில்கள் அமைத்தல், ராகி, கொள்ளு, பச்சைப் பயிர் செய்தல், வீட்டு விலங்குகள் வளர்ப்பு
10,000 – 40,000	திருநெல்வேலி தேரிமேடுகள்	சிறுகல்லாயுதங்கள், காட்டுத் தானியங்களை அறுவடை செய்தல்
20,000 – 40,000	அத்திரம்பாக்கம்	மெல்லிய தகடு போன்ற கல்லாயுதங்கள், ஈட்டி, அலகு, துளை போட உதவும் கல்லாலான குத்தூசி
50,000 – 75,000	அத்திரம்பாக்கம்	கைக்கோடாரி, கிழிப்பான்
200,000	வடமதுரை	கரடுமுரடான கல்லாயுதங்கள், வேட்டையாடி, உணவு சேகரித்து ஆற்றின் கரைகளிலும், மலையடிவாரத்திலும் வாழ்தல்.

என்பதற்கு கொடுமணல், கொற்கை, கரூர், வல்லம், அழகரை, உறையூர் போன்ற கள ஆய்வுகளில் எடுக்கப்பட்ட தமிழ்–பிராமி எழுத்துக்கள் கொண்ட மட்கலங்கள் சாட்சி பகர்கின்றன. இரும்புயுக நாகரித்தவர் மறுமையில் நம்பிக்கை கொண்டிருந்தவர் என்பதை அவர்கள் இறந்தவர்களைப் புதைத்த முறை மூலம் அறிய முடிந்தது.

தமிழ் இலக்கியங்களில் குறிப்பிடப்பட்டுள்ள அழகன் குளம், அரிக்கமேடு, உறையூர், கொற்கை, புகார், காஞ்சிபுரம் போன்ற சிலவிடங்களில் அகழாய்வுகள் மேற்கொள்ளப்பட்டுள்ளன. இந்த அகழாய்வுகள் பூம்புகாரில் கடற்கோள், அரிக்கமேடுப் பகுதியில் ரோமாபுரியுடன் கொண்டிருந்த வணிகத் தொடர்பு, காஞ்சியிலும் பூம்புகாரிலும் இருந்த புத்த விகாரங்கள் இவை பற்றிய விவரங்களைத் தருகின்றன. மேற்கூறிய விவரங்கள் தமிழகத்தின் நாகரிக வளர்ச்சியின் பின்புலமாக அமைகின்றன.

❖ ❖

சு.கி. ஜெயகரன்

தொல்பழங்கால பாறை ஓவியங்கள்

வேட்டையாடியும் உணவு சேகரித்தும் வாழ்ந்த ஆதிமனித குலம் பாறைகளில் ஓவியங்களை வரைய ஆரம்பித்தது, பண்பாட்டு வளர்ச்சியின் ஒரு முக்கியமான கட்டம். அவர்கள் எந்தக் காலக்கட்டத்தில் ஒருவருடன் ஒருவர் பேச முற்பட்டனர் என்பது தெரியவில்லை. ஆனால் குறியீடுகளையும், தாம் வேட்டையாடிய விலங்குகளையும், கனவு அல்லது மயக்கநிலையில் கண்ட உருவங்களையும் ஓவியங்களாக வரைய முற்பட்ட அவர்கள் ஒருவிதமான சங்கேத மொழியைப் பயன்படுத்தியவர்களாக இருந்திருக்க வேண்டும். ஏனெனில் குறியீடுகள், ஓவியங்கள், சின்னங்கள் வரைவதும், மொழி பேசியதும் ஒருங்கிணைந்த செயல்பாடுகளாகும். அவர்கள் ஒருவருடன் ஒருவர் பேச உருவாகியது மொழி. எண்ணங்களை வெளிப்படுத்த ஓசைகளும், சைகைகளும், குறியீடுகளும் பயன்படுத்தப்பட்டன. ஓவியங்கள் வரைய முற்பட்டது ஆதிமனிதனைப் பரிணாம வளர்ச்சியில் ஒருபடியேற்றி விட்டது என்றும் அவன் திட்டவட்டமாக மனிதன் என்ற நிலையை அடைந்துவிட்டான் என்றும் கூறலாம்.

பனியுகத்தில் வாழ்ந்த மனிதர் பாறைகளில் வரைந்த விலங்குகளின் ஓவியங்களும், பாறைகளில் செதுக்கிய உருவங்களும் ஐரோப்பாவில் ஆயிரக்கணக்கில் கண்டுபிடிக்கப்பட்டுள்ளன. அக்காலகட்டத்தில் வாழ்ந்தோரும் அவர்களின்

வழித் தோன்றல்களும் எலும்பாலான புல்லாங்குழல் மற்றும் எலும்பு தந்தத்திலான மணிகளையும், சிறிய சிலைகளையும் செய்ய ஆரம்பித்தனர். அவர்களது கைவேலைப்பாடுகளில் முக்கியமானவை 'வீனஸ்' (Venus) உருவங்கள் என அழைக்கப்படும் பெண் உருவச்சிலைகள். பெருத்த முலைகள், தொடைகள், வயிறு, புட்டம் ஆகியவற்றுடன் படைக்கப்பட்ட அறுபதுக்கும் மேற்பட்ட எலும்புச்சிலைகள் ஐரோப்பாவில் கண்டெடுக்கப்பட்டுள்ளன. இவற்றில் விலன் டோர்ஃப் (Wilen Dorf) எனுமிடத்தில் கண்டுபிடிக்கப்பட்ட வீனஸ் உருவம் முக்கியமானது. இவை இனவிருத்தி மற்றும் வளமைக்குரிய சின்னமான தாய்க்கடவுளர் சிலைகளாகயிருக்கலாம். ஐரோப்பாவில் இத்தகைய பண்பாட்டுவளர்வின் ஆரம்பப் படியை அடைந்தவர் மேல்கற்காலத்தைச் சார்ந்தவர்.

1837இல் ஆய்வாளர் ஜியார்ஜ் கிரே (George Grey) ஆஸ்திரேலியப் பாறை ஓவியம் பற்றிக் குறிப்பிட்டதே பாறை ஓவியங்கள் பற்றிய ஆய்வின் ஆரம்பம் என்று கூறலாம். ஐரோப்பாவில் குகைகளில் காணப்பட்ட ஓவியங்கள், செதுக்கல்கள் மற்றும் கீறல்கள் பற்றி 19ஆம் நூற்றாண்டில் தெரியவந்தது. 1880இல் ஸ்பானிய தொல்லியலாளர் மார்செலினோ தொன் சான்டுலா (Marcelino Don Sauntula), அல்டமிரா (Altamira) குகைகளில் பழங்கற்காலத்தவர் வரைந்த ஓவியங்கள் பற்றித் தெரிவிக்க, பாறை ஓவியங்களின் ஆய்வில் ஆர்வம் வளர்ந்தது. ஐரோப்பாவில் பாறை ஓவியங்கள், முக்கியமாக ஃப்ரான்ஸிலுள்ள கான்டாபிரியன் பகுதியிலும், மத்தியதரைக் கடற் பகுதியிலும், கிழக்கு ஐரோப்பிய நாடுகளிலும் காணப்படுகின்றன. பின்னர் பாலஸ்தீனத்திலும், ஜோர்டானிலும், மத்திய கற்காலப் பாறை ஓவியங்கள் கண்டுபிடிக்கப்பட்டன. ஒரு காலத்தில் பாறை ஓவியங்கள் என்றாலே ஐரோப்பிய ஓவியங்கள் பற்றியே குறிப்பிடும் நிலையிருந்தது. பின்னரே ஆசிய, ஆப்பிரிக்க மற்றும் ஆஸ்திரேலிய பாறை ஓவியங்கள் பற்றி அறிந்துகொள்ள ஆரம்பித்தனர். இப்பகுதிகளில் ஐரோப்பா போல ஓவியங்கள் பல்லாண்டுகளாகப் பாதுகாக்கப்படுவதற்கான தட்பவெப்பநிலை இல்லாதிருந்ததால், குறைவான ஓவியங்களே எஞ்சியுள்ளன என்பதை நினைவில் கொள்ள வேண்டும்.

பாறை ஓவியங்கள் வரையப்பட்ட குகைகள் இருவகைப்படும். ஆதிமனிதர் அவ்வப்போது தங்கிய குகைகள் ஒருவகை. இவை பொதுவாக அகன்றவை, உட்கவிந்த பாறையின் கீழே அமைந்தவை. சூரிய ஒளி படுமாறு அமைந்திருந்த, ஆதிமனிதர் வாழ்ந்த இக்குகைகள் பள்ளத்தாக்கு மற்றும் அதில் உள்ள நீர்நிலைகளை நோக்கியவாறு இருந்தன. உணவு சேகரித்தும், வேட்டையாடியும் வாழ்ந்த ஆதிமனிதர் தாம் நீர் அருந்தவும்,

வேட்டையாடும் பெண் சிங்கங்களின் சித்தரிப்பு: ஷாவே குகைப் பாறை ஓவியம்

தென்கிழக்கு பிரான்ஸில் உள்ள ஆர்டெஷ் (Ardeche) பள்ளத்தாக்கில் 1994இல், குகை ஆய்வாளர் ழான் மரி ஷாவே (Jean Marie Chauvet) கண்டுபிடித்த பாறை ஓவியங்கள் மிகுந்த குகைக்கு அவரது பெயரே சூட்டப்பட்டுள்ளது. அங்கு 35–32 ஆயிரம் ஆண்டுகட்கு முன் வாழ்ந்தவர்கள் வரைந்த காண்டாமிருகம், கரடி, குதிரை, பைசன், மாமதம் போன்ற விலங்குகளின் 400 தத்ரூபமான சித்தரிப்புகள் உள்ளன.

அங்கு வரும் விலங்குகளை இனங்கண்டு வேட்டையாடவும் வசதியாக தம் பெண்டிர் குழந்தைகளுக்கு ஊறுவிளைவிக்கக்கூடிய விலங்குகள் குகைகளில் எளிதாக நுழைந்துவிட முடியாத அவ்வப்போது தங்கி வாழ்ந்தனர். அவ்வாறு குடியிருந்த குகைகளில் குறியீடுகளும், கிறுக்கல்களும் இருக்கும். மற்றொரு வகை, ஆதிமனிதர் பிணி அகற்றவும் வேட்டை வெற்றிகரமாக அமைய சடங்குகள் செய்யவும் பயன்படுத்திய ஒடுக்கமான, இருண்ட, சில சமயங்களில் ஆழமான குகைகள்.

ஐரோப்பாவில் மட்டும் நூற்றுக்கும் மேற்பட்ட இத்தகைய ஓவியங்கள் கொண்ட குகைகள் கண்டுபிடிக்கப்பட்டுள்ளன. இவற்றில் முக்கியமானவை ஸ்பெயினில் கண்டுபிடிக்கப்பட்ட அல்டமிரா குகை, ஃப்ரான்ஸில் கண்டுபிடிக்கப்பட்ட லாஸ்கோ (Lascaux), ஷாவே (Chauvet) மற்றும் டோர்டோன் (Dordogne) குகைகள். 1994 டிசம்பர் மாதம் ஃப்ரான்ஸின் தென் கிழக்குப்பகுதியில் குகைகளை ஆராய்ந்து கொண்டிருந்த மூவர், ஒன்றுடன் ஒன்று இணைந்துள்ள சுண்ணாம்புப் பாறைகளில் நிலத்தடி நீர் கரைந்ததால் உருவான குகைகளைக் கண்டுபிடித்தனர். அவர்கள் கயிறு கட்டி ஆழத்தில் இறங்கியபோது, அங்கு கரிபடர்ந்த அடுப்புகளையும், சுண்ணாம்புச் சாரம் பூசப்பட்ட கரடி மண்டையோடுகளையும், மாமதங்கள், கரடிகள், குதிரை, பைஸன் மற்றும் ஐரோப்பாவில் வாழ்ந்து அழிந்துபட்ட சிங்கங்கள் போன்ற விலங்குகளின் உருவங்களையும் பாறைப்பரப்புகளில் கண்டனர். அந்த ஓவியங்கள் முப்பதாயிரம் ஆண்டுகளுக்கு முற்பட்டவை என்பது, கரிமம் 14 காலக்கணிப்பு மூலம் கண்டுபிடிக்கப்பட்டது.

அந்தக் குகைகளின் ஆழத்தில் ஆதிமனிதர், விலங்குகளின் கொழுப்பை எரித்து விளக்குகளை ஏற்றி, பாறையின் முகப்புகளில் வரைந்தனர். சில குகைகளின் உயரமான கூரைகளில் கூட, சாரங்கள் கட்டி சித்திரங்கள் வரைந்ததற்கான ஆதாரங்கள் கிட்டியுள்ளன. உடைந்த மண்டையோடு, பெரிய கடற் சிப்பி அல்லது குடைந்தெடுக்கப்பட்ட மாவுக்கல் ஆகியவற்றை விளக்குகள் போல ஆக்கி, காய்ந்த பாசிகளை திரிகளாக்கி அந்த விளக்குகளிலிட்டு எரித்தனர் அ ந்த ஆதிகால ஓவியர்கள்.

தொல் பழங்கால ஓவியங்கள், பாறைகளின் மீது தளம் ஏதும் தயாரிக்கப்படாமல், நேராக வரையப்பட்டன. சுரண்டியெடுக்கப்பட்ட கனிமப் பொடிகளும், தோண்டியெடுத்த வண்ணங்கள் கொண்ட களிமண்ணும் சாயங்களாகப் பயன்படுத்தப்பட்டன. சிவப்பு, மஞ்சள், காவி நிறங்கள் லிமோனைட், சிவப்பு ஆக்கர் (Ochre) இவற்றாலும், வெள்ளை,

இளஞ்சிவப்பு நிறங்கள் கயோலின் (Kaolin) எனும் களிமண்ணாலும், கருப்பு நிறம் மங்கனீஸ் டை ஆக்ஸைடு மற்றும் எரிந்த மரத்தின் கரியாலும் உண்டாக்கப்பட்டன. பாறை ஓவியங்களில் நீலம், பச்சை நிறங்களைக் காண்பது அரிது. தாதுப் பொடி, களிமண்ணை வண்ணக் குழவையாக்க விலங்கினங்களின் குருதி, கொழுப்பு, முட்டையின் வெள்ளைப் பகுதி சில சமயங்களில் உமிழ் நீர் கலக்கப்பட்டதை, குழைவைகளின் மீது நடத்தப்பட்ட வேதியல் ஆய்வுகள் காட்டுகின்றன. வல்லமை படைத்தவை என அன்று அவர்கள் கருதிய விலங்குகளின் குருதியால், வேட்டையைச் சித்தரிக்கும் ஓவியங்கள் வரையப்பட்டன. வண்ணக் குழவையை வாயிலிட்டுக் குதப்பி, உள்ளங்கையைப் பாறை மீது பரப்பி, அதன் மீது வெற்றிலைபோட்டுக் குதப்பி, சிவந்த உமிழ்நீரைப் பீச்சித் துப்புவது போலத் துப்பி உருவாக்கிய ஓவியங்கள் உள்ளன. வண்ணக் குழவைகளால் வெறும் விரல்களாலும், குச்சி, இறகுகளாலும் எடுத்து பாறை ஓவியங்கள் வரையப்பட்டுள்ளன.

பாறை ஓவியங்கள் பலரால் பல்வேறாக விளக்கப்பட்டுள்ளன. அதிர்ஷ்டவசமாக ஆஸ்திரேலியாவிலும், தெற்கு ஆப்பிரிக்காவிலும் கண்டுபிடிக்கப்பட்ட பல பாறை, ஓவியங்களும் குகை ஓவியங்களும் எத்தகைய காரணங்களுக்காக அல்லது சடங்குகளுக்காக எவ்வாறு வரையப்பட்டன என்பது, அவற்றை இன்றும் ஆதிமனிதர்களின் வழித்தோன்றல்களான ஆஸ்திரேலிய அபாரிஜினிகளும், தெற்காப்பிரிக்க 'புஷ்மென்'களும் வரைவதால் ஓரளவு தெரிய வந்துள்ளது. ஆனால் ஐரோப்பிய குகை ஓவியங்களுக்கு அத்தகைய பின்புலம் இல்லாததால், தொல்லியலாளரின் அறிவார்ந்த ஊகங்கள் மட்டும்தான் உள்ளன.

தென் ஆப்பிரிக்காவின் மத்திய பகுதியிலிருந்து தென்பகுதி வரைப் பரவலாக வாழ்ந்த 'புஷ்மென்' என அழைக்கப்பட்ட வேட்டையாடியும், உணவு சேகரித்தும் வாழ்ந்த இந்த நாடோடியினத்தவர் இன்று எண்ணிக்கையில் சிறுத்து, சில கூட்டங்களாகச் சிதறி வாழ்கின்றனர். இன்று தெற்காப்பிரிக்கா, நமீபியா, போட்ஸ்வானா போன்ற நாடுகளில் ஆங்காங்கே வாழும் இவர்களை 'சான்' திணைக்குடியினர் என்று மானிடவியலாய்வாளர் குறிப்பிடுவர். ஒரு காலத்தில் வடகிழக்கே, ஆப்பிரிக்காவின் பிளவுப் பள்ளத்தாக்குப் பகுதியிலிருந்து மத்திய ஆப்பிரிக்கா வரைப் பரவலாக வாழ்ந்த இவர்கள், பின்னர் ஏற்பட்ட குடியேற்றங்களாலும், காலனி ஆதிக்கங்களின்போது ஏற்பட்ட நில ஆக்கிரமிப்புகளாலும், அவர்கள் வாழ்ந்த பகுதிகளை 'நாகரிகம்' என்ற பெயரில் நவீனப்படுத்தியதாலும் இன்று அழிவுறும் நிலையிலுள்ளனர். இவர்கள் இன்றும் பாறை ஓவியங்களை வரைகின்றனர். இவர்களது பூசாரிகள் போன்ற

‘ஷாமன்’கள் அருள் வந்த நிலையில் தம் மனக்கண்ணில் கண்டவற்றை ஓவியங்களாக வரைந்தனர், வரைகின்றனர். இதனால் நோய்வாய்ப்பட்ட சான் திணைக்குடியினரின் பிணிகள் அகற்றப்படும் என்றும் வறண்ட நிலத்தில் மழை பொழிந்து செழிப்புறும் என்றும் நம்புகின்றனர். ஷாமன்கள் மெய்மறக்கும் நிலையை அடைய, சிலவகை போதை தரும் மூலிகைகளை உட்கொள்கின்றனர். பொதுவாக, இந்த ஓவியங்களில் காணப்படும் இருகாலில் நிற்கும் மான்வகைகளை, முக்கியமாக ஈலன்ட் எனும் மாடு உயரத்திற்கு வளர்ந்த மான்களை, ஷாமன்கள் என்று கொள்ள வேண்டும் என்று சான் பாறை ஓவியங்களை ஆராய்ந்த பெட்ரிஷியா வினிகோம்ப் (Patricia Winnicombe) என்றஆய்வாளர் கூறுகிறார். இறைச்சி தவிர இலை, காய்கள், தானியங்கள் மற்றும் கிழங்குகளையும் உண்ணும் சான் திணைக்குடியினரை, பாறை ஓவியங்கள் பொதுவாக வேட்டையாடுபவர்களாகவே சித்தரிக்கின்றன. ஓவியங்கள் பொதுவாக வேட்டையாடுதலைச் சித்தரித்தாலும் அவற்றிற்கு வேறு பல உள்ளர்த்தங்கள் உள்ளன. நோய்வாய்ப்பட்டவர்களின் பிணிகள் கெட்ட ஆவிகளால் ஏற்படுவதாகவும் அதனால் ஷாமன்கள் அந்த ஆவிகளின் உலகில் புகுந்து பிணிகளின் காரணமான கெட்ட ஆவிகளை அம்புகள் எய்து துரத்திவிடுவர் என்றும் நம்பப்பட்டது. இதனால் அம்புகள் எய்வது போன்ற உருவங்களும் கண்ணுக்குத் தெரியாத அம்புகளை எய்வது போலப் பாவிக்கும் உருவங்களும் இந்தப் பாறை ஓவியங்களில் உள்ளன. சான் மக்கள், புறவுலகும் இறந்துபட்டோரின் ஆன்மாக்கள் உள்ள உலகும் ஒரே தளத்தில் இயங்குவதாக நம்புகின்றனர்.

படம் 38
சாம்பியாவில், நச்சிக்குஃபு குகையில் உள்ள கோலம் போன்ற வடிவம்

ஐரோப்பியர் மற்றும் இதர ஆப்பிரிக்கர்களின் குடியேற்றங்களுக்கு முன் புஷ்மென்கள் குழுக்கள், மலையடிவாரங்களிலும், பள்ளத்தாக்குகளிலும் சிலர் கடற்கரையோரங்களிலும் வாழ்ந்தனர். அவர்கள் கி.மு. 120,000 ஆண்டுகளுக்கு முன் வாழ்ந்த ஆதிமனிதகுலத்தின் வழித்தோன்றல்கள். தென் ஆப்பிரிக்காவில் உள்ள நமீபியாவில் காணப்படும் பாறை ஓவியங்கள் 27,000 ஆண்டுகளுக்கு முற்பட்டவை. ஆப்பிரிக்காவில் புதிய கற்கால மனிதர்களும் அவர்கள் வம்சா

வழியினரும் பிணியகற்றல், மழைக்காக வேண்டல், ஆவியுலகத் தொடர்பு, இனவிருத்திக்கான சடங்குகளை குகைளில் செய்தனர். சடங்குகளின் ஒரு கூறாக அங்கிருந்த பாறைகளில் ஓவியங்கள் வரையப்பட்டன.

ஆஸ்திரேலியப் பாறை ஓவியங்கள் வெகுவான எண்ணிக்கையில் கண்டுபிடிக்கப்பட்டு ஆராயப்பட்டவை. ஆஸ்திரேலியாவின் வடமாகாணத்திலுள்ள, திணைக்குடியினர் வாழ்ந்த ககாடு (Kakadu) வனக்காப்பிலுள்ள ஆர்னம் (Arnhem) மலைப் பகுதிகளில் ஏறத்தாழ 5000 பாறை ஓவியங்கள் உள்ளன. இவற்றில் காலத்தால் முற்பட்ட ஓவியங்கள், 35,000 ஆண்டுகளுக்கு முன் வரையப்பட்டவை. வேட்டையாடப்பட்ட விலங்குகளின் உள்ளுறுப்புகளையும் சித்தரிக்கும் எக்ஸ்ரே படம் போன்ற ஓவியங்கள், 6000 ஆண்டுகளுக்கு முன் வரையப் பட்டவை. இவை தென்கிழக்கு ஆசியா வழியாக, கடல்மட்டம் தாழ்ந்திருந்த காலத்தே வந்த பழங்கற்கால மனிதர்களும், அவர்களது வழித்தோன்றல்களும், வரைந்த ஓவியங்களாகும். பெரும்பான்மையான ஓவியங்கள் புள்ளிகளாலும், கோடுகளாலும் ஆனவை. மந்திரச் சடங்குகளுக்காகச் செய்யப்பட்டவற்றில், ஆழ்ந்த உள்ளர்த்தங்களும் நம்பிக்கைகளும் உள்ளன.

ஆஸ்திரேலியப் பாறை ஓவியங்களில் சிறப்பானவை, கிம்பர்லி பகுதியிலுள்ள பிரேட்ஷா (Bradshaw)விலுள்ள ஓவியங்கள். உயர்ந்த பாறை முகப்பில் சிகப்பு நிறத்தில் வரையப்பட்ட இந்த ஓவியங்கள் பற்றி அங்கு வாழும் ஆஸ்திரேலிய அபாரிஜினி திணைக்குடியினரிடையே ஒரு நம்பிக்கை நிலவுகிறது. அந்த ஓவியங்களை குஜோன் என்ற பறவை, தன்னையே தன் அலகால் குத்தி, வழிந்த ரத்தத்தை எடுத்து அதை வண்ணமாக உபயோகித்து பாறைகளில் வரைந்தது என்று நம்புகின்றனர். ஏறத்தாழ பதினாறு மனித உருவங்கள் போன்று வரையப்பட்ட ஓவியங்கள், ஆஸ்திரேலியாவில் காணப்படும் பாறை ஓவியங்களில் சிறப்புடையவை. ஆஸ்திரேலியத் திணைக்குடியினரின், ஆவியுலகான கனவு நேரம் (Dream Time) பற்றிய சித்தரிப்புகள் சிறப்பானவை. இன்றும் ஆஸ்திரேலியத் திணைக்குடியினர் தம் மூதாதையர் பாறைகளில் வரைந்தவைப் போன்ற ஓவியங்களை, மரப்பட்டைகளில் வரைகின்றனர்.

இந்தியாவில், 1880இல் ஆர்ச்சிபால்ட் கார்லைல் (Archibald Carlyle) மற்றும் ஜான் கோபர்ன் (John Cockburn) இருவரும் கைமூர் மலைத்தொடரில் வரையப்பட்ட பாறை ஓவியங்களை ஆராயமுற்பட்டனர். இவர்களைத் தொடர்ந்து ஆன்டர்ஸன், பஞ்சான்மித்ரா, மனோரஞ்சன் கோஷ் போன்ற ஆய்வாளர்கள்

இருபதாம் நூற்றாண்டின் ஆரம்பத்தில் பாறை ஓவியங்களை ஆராய்ந்தனர். சென்ற நூற்றாண்டில் பிரிஜ்ஜட் (Bridget), ரேமண்ட் ஆல்கின் (Raymond Allchin) மற்றும் இந்திய ஆய்வாளர்களான நாதாகாந்த் வர்மா, கோவர்தன் சர்மா, சங்கர் திவாரி, வகாங்கர் போன்றோர் பல ஆய்வுகளை நடத்தியுள்ளனர். வகாங்கர், மத்திய பிரதேசத்திலுள்ள பிம்பெட்கா பாறை ஓவியங்கள் பற்றிய ஆய்வுகளை நடத்தியவர். இவை ஒருகாலத்தில் 5000 ஆண்டுகளுக்கு முற்பட்டவை என்று கருதப்பட்டாலும், அண்மைக்கால ஆய்வுகள் அவை 2500 ஆண்டுகளுக்கு முற்பட்டவை என்கின்றன. இந்த ஓவியங்களில் சிலவற்றில் வேட்டையாடப்படும் விலங்கின் உள் உறுப்புகளைச் சித்தரிக்கும் ஓவியங்கள் சில உள்ளன.

தமிழகத்தில் கண்டறியப்பட்ட பாறை ஓவியங்களில் முக்கியமானவை: தென்னாற்காடு மாவட்டத்தில் உள்ள கீழ்வாலை, கொள்ளூர், செத்தவரை, கிருஷ்ணகிரி மாவட்டத்தில் மல்லபாடி, மகாராஜா கடை, மல்லசமுத்திரம், கோயம்புத்தூர் மாவட்டத்தில், குமிட்டிப்பதி, வெள்ளருக்கம்பாளையம், மதுரை மாவட்டத்தில் முத்துப்பட்டி, திண்டுக்கல் மாவட்டத்தில் சிறுமலை, நீலகிரி மாவட்டத்தில், கொணவக்கரை, மோயார் சீகூர், வட ஆற்காட்டு மாவட்டத்தில் சென்னராயன் பள்ளிபாறை, சந்திராபுரம், கலியாண குகை ஓவியங்கள்.

1970களில் பிரிவுபடாத தர்மபுரி மாவட்டத்தில், ஆசிரியர்களாகப் பணியாற்றி வந்த தொல்லியல் ஆர்வலர்களான துரைசாமி, ராமானுஜம், நிசாதுதீன் ஆகியோர் கிருஷ்ணகிரிக்கு அருகில் பல பாறை ஓவியங்களைக் கண்டறிந்தனர். அவர்களின் கண்டுபிடிப்புகளின் தகவல்கள் தந்த அடிப்படையில், சென்னைப் பல்கலைக்கழக வரலாறு, தொல்லியல் துறையினர் ஆய்வுகள் மேற்கொண்டனர். துரைசாமியால் கண்டுபிடிக்கப்பட்ட மயிலாடும் பாறை மற்றும் தொகரப்பள்ளி சாணாரப்பன் மலையடிவாரத்திலுள்ள தண்ணீர் நிழல் குண்டுப் பாறை ஓவியத் தொகுதி சிறப்பானது. அதுபோலவே, காவேரிப்பட்டினம் சுகவன முருகன் கண்டுபிடித்த ஐகுந்தம் போளுபாறை ஓவியங்கள் முக்கியமானவை. அவர் தன் சக தொல்லியல் ஆர்வலர் சதானந்தம் கிருஷ்ணகுமாருடன் சேர்ந்து 2010லிருந்து நூற்றுக்கணக்கானப் பாறை ஓவியங்களைக் கண்டறிந்து, அவற்றை முறையாக ஆவணப்படுத்தும் முயற்சியில் ஈடுபட்டுள்ளார். அன்றைய தர்மபுரி மாவட்டத்தில் கண்டறியப்பட்ட இடங்களில் பெரும்பாலானவை, 2009இல் பிரிக்கப்பட்ட கிருஷ்ணகிரி மாவட்டத்தில் உள்ளன இன்று.

எழுபதுகளின் பின் பகுதியில், தமிழ்நாடு அரசு தொல்லியல் ஆய்வுத்துறையைச் சேர்ந்த மூத்த தொல்லியலாளர்கள்

பூங்குன்றன், செல்வராஜ் இருவரும் கோயம்புத்தூருக்கு அருகே உள்ள குமிட்டிபதி மற்றும் வேட்டைக்காரன் மலையில், பாறை ஓவியங்களைக் கண்டுபிடித்து, அந்தப் பாறை ஓவியங்களின் அமைதியை வைத்து அவை வரையப்பட்ட காலகட்டங்களையும், ஓவியங்களுக்கான விளக்கங்களையும் கொடுத்தனர். 1984இல் நீலகிரி மாவட்டத்தில் வெள்ளரிக் கோம்பை, கொணவாக்கரை, இதுபட்டி, கரிக்கியூர் ஆகிய இடங்களில், பூங்குன்றன் மேலும் பல அரிய பாறை ஓவியங்களைக் கண்டறிந்து விளக்கியுள்ளார்.

அதற்குப்பின் மதுரை, விழுப்புரம், தென்னாற்காடு மாவட்டங்களிலும் பாறை ஓவியங்கள் கண்டறியப்பட்டன. நீலகிரிமலைத் தொடரின் அடிவாரத்தில், தெங்குமாராஹடாவுக் கருகில் உள்ள வணங்காப்பழம், மோயார் பள்ளத்தாக்கில் உள்ள பாறை ஓவியங்களைப் பேராசிரியர் பசவலிங்கம் கண்டுபிடித்து ஆய்வுகள் செய்துள்ளார். வெள்ளை, காவி வண்ணங்களில் வரையப்பட்ட ஓவியங்கள் மலைவாழ் பழங்குடியினரின் முன்னோர்களால் வரையக்கப்பட்டவை என்பது இராசு பவுன்துரையின் கருத்து.

மிக்சிகன் பல்கலைக்கழகத்தைச் சார்ந்த ஹாலன் ஜெகரி (Hallen Zegere) 1984முதல் நீலகிரி மாவட்டத்தில் கிழக்கு மற்றும் வடகிழக்குப் பகுதிகளில் உள்ள மோயார், பவானி சாகர் அணைக்கட்டு வரையிலான மலைப் பகுதிகளில் தொல்

படம் 39 சிறுமலை பாறை ஓவியம்

பழங்காலப் பாறை ஓவியங்களைக் கண்டுபிடித்துள்ளார். வனவிலங்குகள், அவற்றை வேட்டையாடுதல் போன்றவற்றைச் சித்தரிக்கும் பாறை ஓவியங்கள் வெள்ளை மற்றும் காவி நிறத்தால் தீட்டப்பட்டவை. மழை மற்றும் சூரிய ஒளிபடாத மலைக்குகைகளை நோக்கிக் கவிந்துள்ள பாறைப் பரப்பில் வரையப்பட்ட ஓவியங்களுக்கிடையே காணப்படும் குதிரை வீரர் உருவங்கள் காலத்தால் பிற்பட்டவை.

திண்டுக்கல் மாவட்டத்தில் உள்ள சிறுமலையின் ஒரு பகுதியான அருவி மலையில் அமைந்துள்ளன பெருங்கற்கால இறுதியில் வரையப்பட்ட ஓவியம் குறிப்பிடத்தக்கது (படம் 39). இந்த ஓவியத்தில் சித்தரிக்கப்பட்டுள்ள மனித, விலங்கு ஓவியங்கள் வெள்ளை, வண்ணப் பூச்சுகளால் நிரப்பப்பட்டும், ஆங்காங்கே காவி நிறக் கோடுகளாலும் வரையப்பட்டுள்ளன. அதில் காணப்படும் மூன்று மனிதர்களின் தலைக்கு மேலே, இன்றைய ஓவியர்கள் கடவுளரின் தலைக்குமேல் வரையும் ஒளி வட்டங்கள் போல, வட்டங்கள் வரையப்பட்டுள்ளன. அவை குடித் தலைவன் அல்லது பூசாரியின் சமூக அந்தஸ்தைக் காட்டுமுகமாக அணியப்பட்ட தலைப்பாகைகளாகயிருக்கலாம். இரு மனித உருவங்களில் மார்புக்குக் குறுக்காகக் கட்டப்பட்ட வார்கள், அவர்கள் கைகளில் நீண்ட கத்தி, கருக்கரிவாள் காணப்படுகின்றன. விலங்கு ஒன்றின் வாலில் உள்ள ரோமங்கள் கூட வரையப்பட்டுள்ன. இந்தப் பாறை ஓவியம் விலங்குகளைப் பலியாகக் கொடுக்கப்படுவதையோ அல்லது வேட்டைச் சடங்கு ஒன்று நடப்பதையோ சித்தரிக்கிறது என சிறுமலைப் பாறை ஓவியங்களை ஆராய்ந்த விஜய வேணுகோபால் குறிப்பிடுகிறார்.

தமிழ்நாட்டில் பெருங்கற்காலத்தினர் வரைந்த ஓவியங்களுக்கு அடுத்தபடியாக புதிய கற்காலத்தவர் வரைந்த ஓவியங்கள் எண்ணிக்கையில் அதிகமாக உள்ளன. பாறை ஓவியங்களை, அவற்றின் வடிவமைப்பு, அங்கு கண்டுபிடிக்கப்பட்ட தொல் பொருட்களின் காலம், அரிதாகக் கிடைக்கும் வண்ணக் குழம்புகளின் மீது நடத்தப்படும் கரிமம் 14 காலக்கணிப்பு ஆகியவற்றைப் பொறுத்து, கால நிர்ணயங்கள் செய்யப்படுகிறது. ஓவியங்களுக்கிடையே காணப்படும் குறியீடுகளும் வரிவடிவங் களும் கூடக் காலக்கணிப்பிற்கு உதவுகின்றன. குறியீடுகளில் பல, குலக்குறியீடுகளாக (Totemic) அமைந்தவை. இவையே எழுத்துக்கள் உருவாகத் தூண்டியவை. தமிழகப் பாறை ஓவியங்கள் பற்றிய ஆய்வு நூலை எழுதிய இராசு பவுன் துரை, பாறை ஓவியங்களை அதன் வரைதல் முறை மற்றும் உருவங்களைப் பொறுத்து, கோட்டுருவங்கள், வண்ண

உருவங்கள் என்றும், வடிவங்களை விலங்கு, மனிதர், இதர வடிவங்கள் என்றும் பகுக்கிறார். அவர் கருத்துப்படி கைகளால் வண்ணங்களை எடுத்து அச்சாகப் பூசப்பட்ட வண்ண உருவ ஓவியங்கள் மிகவும் பழமையானவை. இவற்றில் செந்நிறமும், அடுத்தபடியாக வெள்ளை நிறமும் பயன்படுத்தப்பட்டுள்ளன. ஆற்றல் மிகு விலங்குகள் செந்நிறத்திலும் வேட்டையாடும் காட்சிகள் வெள்ளை நிறத்திலும் தீட்டப்பட்டுள்ளன. கோட்டு ஓவியங்களும், புள்ளிகளிட்டு வரையப்பட்ட ஓவியங்களும் காலத்தால் பிற்பட்டவை.

அக்காலத்துப் பாறை ஓவியங்களில் ஆயுதங்கள், ஆடை, அணிகலன்கள் ஆகியவற்றுடன் சித்தரிக்கப்பட்ட மனிதர்கள் மற்றும் வேட்டையாடுதல், வளமைச் சடங்குகளைக் காட்டும் ஓவியங்கள், அன்று வாழ்ந்த விலங்குகள் பற்றியும் அக்காலத்தவர் வாழ்ந்த முறை பற்றியும் அறியவுதவுகின்றன. அந்தப் பாறை ஓவியங்கள் வரையப்பட்ட குகைகளின் தளத்தில் அவர்கள் உபயோகித்த இரும்பு ஆயுதங்களும், உருக்கிய இரும்புக் கட்டிகளின் சிதறல்களும், குகைகளை ஒட்டிய சமவெளிகளில் பெருங்கற்கால ஈமச் சின்னங்களான கல் பதுக்கைகளும் காணப்படுகின்றன.

எடுத்துக்காட்டாக கிருஷ்ணகிரி மாவட்டத்தில் மல்ல சமுத்திரத்தில் காணப்படும் பெருங்கல் திட்டைகளில் வெண்ணிறத்தில் துல்லியமாக வரையப்பட்ட ஓவியங்கள் கண்டறியப்பட்டன. அவை கல் பதுக்கைகளின் உள்ளே வரையப்பட்டிருந்ததால் அழியாமல், தெளிவாக இருந்தன. மல்ல சமுத்திரம், கல் பதுக்கையில் வரையப்பட்ட ஓவியங்கள் கி.மு 5 – கி.பி 2ஆம் நூற்றாண்டு வரை நிலவிய பெருங்கற் காலத்தைச் சேர்ந்தவை என்பது தொல்லியலாளர் பொன் அரசுவின் கணிப்பு. இறந்தவர்களை மறுவாழ்வுக்கு அனுப்புமாறு சடங்காக வரையப்பட்ட குறியீடுகள், உருவங்கள் அன்று வாழ்ந்தவர்களின் நம்பிக்கைகளின் வெளிப்பாடுகள். இவை எளிதில் விளக்க முடியாதவை என்றே கூறலாம். அவற்றை, இன்றைய நம் நம்பிக்கைகள், அவற்றையொட்டிய சடங்குகள், பழக்கவழக்கங்கள் ஆகியவற்றின் அடிப்படையில் விளக்க முயல்வது உகந்த அணுகுமுறையன்று.

முடிவுரை

நேராக நின்று, இரு காலால் நடந்த ஆதி மனிதன் கைகளை உபயோகிக்க ஆரம்பித்தபின் அவன் பரிணாம வளர்ச்சி வேறொரு திசையில் மேலோங்கியது. அன்றைய வாழ்வின் சவால்களுக்கு ஈடுகொடுத்து முன்னேற வேண்டிய, நிர்பந்தந்தத்தால் உருவாகிய உந்துதலால், அவன் மூளையின் அளவு அதிகரிக்க ஆரம்பித்தது. சூழ்நிலைகளுக்கு அடிமையாகாமல், அவற்றிற்கேற்பத் தம் வாழ்க்கை நிலையை மாற்றியமைத்து வாழக் கற்றுக்கொண்டான் அவன். உலகெங்கிலும் பரவிய பனியாட்சியின்போது பல விலங்கினங்கள் அழிந்தன. ஆனால் அப்போது வாழ்ந்த ஆதிமனிதன், தீயின் வெம்மையிலும், தோலாடைகளின் கதகதப்பிலும், குகைகளின் பாதுகாப்பிலும் தன்னைக் காப்பாற்றிக் கொண்டான். இவ்வாறு இயற்கையின் சோதனைகளில் தேறி, உடல் பலத்தால் சாதிக்க வேண்டியதை அறிவினால் சாதித்தான். சமூகச் சூழலை உருவாக்கிக் கூட்ட மாக வாழ முற்பட்டான். வாழத்தகுந்த சூழல் தேடி உலகின் பல பகுதிகளுக்கும் சென்றான். காலப்போக்கில் நாகரிகங்களை உருவாக்கினான். கற்கால மனிதனுக்கும் தற்கால மனிதனுக்கும் இடைப்பட்ட வரலாற்றை இவ்வாறு சுருக்கமாகக் குறிக்கலாம்.

பூகோள ரீதியாகத் தனிமைப்படுத்தப்பட்ட, தீவு அல்லது மலை அரண் சூழ்ந்த பள்ளத்தாக்கு போன்ற இடத்தில் வாழ்ந்த இனங்களில், தீவிரமான இயற்கையின் தேர்வுகள் நடந்தன. பனியுகத்தின் ஆரம்பத்தில் நியாண்டர்தால் இனமும், ஹோமேசெபியன் இனமும் சிறு கூட்டங்களாகத்

தனித்து வாழ்ந்தன. பனியுகத்தின் இறுதியில் நியாண்டர்தால் இனம் அழிந்துபட்டது. ஆனால் ஹோமோசெபியன் பனியுகத்தின் இடர்ப்பாடுகளைச் சமாளித்து, பரிணாம உயர்வடைந்தது. இன்று இந்தியாவின் அந்தமான் நிக்கோபர் தீவுக்கூட்டங்களில் ஒன்றான சென்டினல் தீவு, பாப்புவா நியூகினி, இந்தோனேஷியா, ஆஸ்திரேலியா மற்றும் ஆப்பிரிக்க பழங்குடியினரில் சிலர் தவிர, பூகோள ரீதியாகவோ இன ரீதியாகவோ தனித்து வாழும் இனம் எனக் குறிப்பிட முடியாதபடி நவீன உலகில் இனக்கலப்பு ஏற்பட்டுள்ளது. இயற்கையோடு இயைந்து வாழும் மேற்கூறிய பழங்குடியினரில் இயற்கைத் தேர்வுகளின் இறுக்கங்கள், நெருக்கடிகள் அதிகரிக்கும்போது பரிணாம வளர்ச்சியின் வேகம் கூடலாம்.

வரலாற்றுக்கும் முற்பட்ட காலத்தில் இயற்கையின் தேர்வுகளான கொள்ளை நோய், பிணிகள், உணவுப் பற்றாக்குறை போன்றவற்றை எதிர்கொள்ளவியலாத இனத்தவர் அழிந்து பட்டனர். வலுவான சிலர் அந்தத் தடைகளையும், இடர்பாடுகளையும் தாண்டி வந்தனர். இன்று மருத்துவத்தின் உதவியால் பிணிகளை ஓரளவு எதிர்க்க முடியும் என்பதால் பலவீனமானவர்கள்கூட அதிக காலம் வாழமுடிகிறது. கற்காலத்தைவிட தற்காலத்தில் வயோதிகர் பேணப்பட்டு அவர்களது ஆயுட் காலம் நீடிக்கப்படுகிறது. ஒரு வழியில் இயற்கையின் தேர்வுகள் உண்டாக்கும் இடர்ப்பாடுகளை தற்கால மனிதன் தன் அறிவியல் மேம்பாட்டால் எதிர்கொள்ள முடிகிறது என்றே கூறலாம். இதனால் பரிணாம வளர்ச்சியின் வேகம் தற்கால மனிதரிடையே, தனித்து வாழும் இனங்களைவிட, குறைவாகவே செயல்படுகிறது என்பது சில மானிடவியலாரின் கருத்து.

புவியியலின் வரலாற்றில் குறுகிய காலத்தில் உத்வேகத்துடன் இவ்வாறு செயல்பட்ட பரிணாம வளர்ச்சி இன்றும் நம்மிடையே இயங்கிக்கொண்டிருக்கிறது. பரிணாம வளர்ச்சி இதே திசையில், இதே போக்கில் சென்றால் வருங்கால மனிதன் எப்படியிருப்பான்? அவன் தோற்றத்தில், உருவ அமைப்பில் அதிக மாற்றங்கள் இருக்காது. மூளையளவு அதிகரித்துத் தலை பெருக்கலாம். உடலிலுள்ள ரோமம் குறையலாம், பற்கள் வலுவிழந்து பற்களின் எண்ணிக்கை குறையலாம், அதனால் கீழ்த்தாடையெலும்பும் மெல்லியதாகி, முகஅமைப்பு மாறலாம் என்பவை சில ஊகங்கள்.

ஆனால் வருங்காலத்தில் அவன் எப்படி வாழ்வான் என்பதை அறிய, தற்கால மனிதன் இன்று எப்படி வாழ்கிறான், அவன் வளர்ச்சி எத்திசையில் அவனை இட்டுச்செல்கிறது, இன்றையப்

பிரச்சினைகளை அவன் எவ்வாறு சமாளிக்கிறான் என்பதை அறிவது அவசியம். மக்கள்தொகைப் பெருக்கம், உணவுப் பஞ்சம் போன்ற பிரச்சினைகளை எடுத்துக்காட்டுகளாகப் பார்க்கலாம். மக்கள்தொகைப் பெருக்கம், இதே வேகத்தில் அதிகரித்தால் ஆட்கள் நடமாடக்கூட முடியாத, நெருக்கம் மிக்க ஒரு சமுதாயம்தான் எதிர்காலத்தில் இருக்கும். கடற்கோள், வெள்ளப்பெருக்கு, புயல், எரிமலை வெடிப்பு, கொள்ளை நோய் போன்ற இயற்கைச் சீற்றங்கள் மட்டுமின்றி போர் மற்றும் அணுஉலைகள் போன்ற நவீன மனிதனின் நடவடிக்கைகளினாலும் மனிதகுலம் அழிவின் அச்சுறுத்தலுக்குத் தொடர்ந்து ஆட்பட்டு வருகிறது. போர் கருவிகளின் பெருக்கம் மனிதகுலம் உண்மையிலேயே வளர்ச்சிப் பாதையில்தான் சென்றுகொண்டிருக்கிறது என்ற ஐயப்பாட்டையும், இது எங்குபோய் முடியுமோ என்ற அச்சத்தையும் உருவாக்குகிறது. இன்றைய உணவுப் பற்றாக் குறையைப் பார்த்து வருங்காலத்தில் நிலைமை இன்னும் மோசமாகும் என அழிவுகாலத் தீர்க்கத்தரிசனம் கூறாமல், இந்நிலை வரக் காரணங்களைப் பார்க்க வேண்டும். ஒருபுறம் பஞ்சத்தால் வாடும் எத்தியோப்பியா, மோசோம்பிக் போன்ற நாடுகள்; மறுபுறம், தேவைக்கு அதிகமாக வெண்ணெய், பாலாடை போன்றவற்றை உற்பத்தி செய்து விற்க இயலாமல் தவிக்கும் ஹாலந்து, பெல்ஜியம் மற்றும் உபரி உற்பத்தியான கோதுமையை கடலில் கொட்டும் அமெரிக்கா போன்ற நாடுகள். பூனைகள், நாய்களுக்கென்று உணவு தயாரிக்கும் மேல்நாட்டு நிறுவனங்கள். உலகில் உணவுக்குப் பஞ்சமில்லை, ஏழைநாடுகளுடன் பகிர்ந்து கொள்ள வேண்டும் என்ற எண்ணத்தில்தான் பஞ்சம். உணவைப் பெருக்கத் தெரிந்த இவை தொழில்நுட்பத்தில் வளர்ந்தவை. ஆனால் உபரி உணவை ஏழை நாடுகளுக்கு அளிக்கலாம் என்ற சமுதாய உணர்வில் வளரவில்லை. மனிதகுலத்தின் பரிணாம வளர்ச்சியில் தொழில்நுட்ப வளர்ச்சியும், சமுதாய உணர்வின் வளர்ச்சியும் இரு கூறுகளாகும்.

சமுதாய உணர்வின் வளர்ச்சி பற்றிச் சிந்திக்கையில், வளர்ச்சியைத் தடுக்கும் சில முட்டுக்கட்டைகளைத் தற்கால மனிதனே உருவாக்கியிருக்கிறான் என்பது ஒரு கருத்து. எடுத்துக்காட்டாக, மனிதகுலத்திலுள்ள பாகுபாடுகளைக் குறிக்கலாம். விலங்கினங்களிலும் பாகுபாடுகள் உள்ளன. குரங்குகளில், ஆண்குரங்கு தன் வலிமையினால் ஒரு குரங்குக் கூட்டத்திற்குத் தன்னைத் தலைவனாக்கிக்கொள்கிறது. மற்றொரு குரங்கு, தலைமைக்கு ஆசைப்பட்டால், ஏற்கனவேயுள்ள தலைவனிடம் போரிட்டுத் தன் வலிமையை நிரூபிக்க வேண்டும்; இல்லையென்றால் தோல்வியுற்ற குரங்கு வெற்றி

பெற்ற குரங்கின் தலைமைக்குக் கட்டுப்பட்டிருக்க வேண்டும். அல்லது அந்தக் கூட்டத்தை விட்டே ஓடிவிட வேண்டும். இதை விலங்கின ஆய்வாளர்கள் 'கொத்தும் சீர்' (peck order) என்று குறிப்பிடுவார்கள். பறவைகளில் வலிமையான பறவை தன் அலகால் மற்ற பறவைகளைக் கொத்தித் தன் அலகின் வலிமையால் தனது தலைமையை நிலைநாட்டுவதால் ஏற்பட்ட பெயர் இது. இதற்குத் தற்கால மனிதனும் விலக்கல்ல. சமூகத்தில் தராதரம் பிரிப்பது ஒரு வகையான கொத்தும் சீரே. நம் சமுதாயம் சாதிகளின் அடிப்படையிலும், பொருளாதாரத்தின் அடிப்படையிலும் நம்மால் பிரிக்கப்பட்டது. இவ்வாறு தரம் பிரிப்பது கற்கால மனிதன் முதல் தற்கால மனிதன் ஈறாக மாறுபடவில்லை. தரம் பிரிக்கப்பட்ட நாடுகள், இனங்கள், சமூகங்கள் மேலும், மேலும் தரம் பிரிக்கப்படுகின்றனவே ஒழிய தரம் பிரிக்கப்படாத சமத்துவ சமுதாயங்களாக வளரவில்லை என்பது வருந்தத்தக்கது.

இத்தகைய சமுதாயங்கள் மனிதனின் நடைமுறை விதிகளையும், அவன் எவ்வாறு செயல்பட வேண்டும் என்ற கோட்பாடுகளையும், நிபந்தனைகளையும் அவன்மீது விதிக் கின்றன. இங்குதான் பரிணாம வளர்ச்சியில் ஒரு பாடம் நாம் கற்றுக்கொள்ள வேண்டும். தன் சுற்றுப்புறச் சூழ்நிலைகளுக்கேற்ப தன்னை மாற்றிக் கொண்டு வாழக் கற்றுக்கொண்ட இனம் வெற்றிகரமாக வாழக் கற்றுக்கொண்ட இனம் போல முதலில் தெரிந்தாலும், காலப்போக்கில் மாறும் சூழ்நிலைகளால் அழிந்துபட்டது. இந்தக் கூற்று ராட்சதப் பல்லிகளுக்கும் பொருந்தும், பனியுக மனிதனுக்கும் பொருந்தும். ஆழ்கடல் மீன், அடிக்கடலின் அழுத்தத்தில் வாழக் கற்றுக்கொண்ட ஒரு உயிரினம். இதைக் கடலின் மேல்மட்டத்திற்குக் கொண்டுவந்தால் அழிந்துவிடும். இது ஒரு குறிப்பிட்ட சூழலுக்குத் தன்னை மாற்றி, பிறகு அந்தச் சூழலில் மட்டுமே வாழவியலும் என்ற நிலையை உருவாக்கிக் கொண்டதால் ஏற்பட்ட அழிவாகும்.

மனித வாழ்க்கை இயங்கும் சக்திகளால் ஆனது; மாறிக் கொண்டேயிருப்பது. இதில் சோதனைகளுக்கும் சவால்களுக்கும் பஞ்சமில்லை. இவை குறைந்துவிட்டாலோ ஒருவித மெத்தனம் ஏற்பட்டுவிடும். இது மனிதகுல வளர்ச்சிக்கு எதிர்மறை போலாகும். ஒரு சமூகம், தன் பொருளாதாரம், அறிவியல், கலாசாரம் இவற்றில் மெத்தனம் அடைவது, அதன் அழிவுக்குக் காரணமாகும் என்பதை வரலாறு நிரூபிக்கிறது. இன்றைய போக்கிலேயே போனால், பல்லாயிரம் ஆண்டுகளுக்குப்பின், மனிதன் எப்படி வாழ்வான் என்பது பற்றி நர்சல் (Nursall) என்ற சமூகவியலறிஞர் கூறுகிறார்.

“அவன் சமூகக் கோட்பாடுகளைச் சார்ந்தவனாகவும், புதுமைகளை விரும்பாதவனாகவும் இருப்பான். அவனுடைய சுக துக்கங்களில் செயற்கைத் தன்மையிருக்கும். நம்மை நாகரிகமற்றவர்களாக எண்ணி நமக்காகப் பரிதாபப்படுவான்—நாம் அவனுக்காகப் பரிதாபப்படுவதுபோல...” இவர் கருத்துப்படி மாற்றங்கள், புதுமைகள், புரட்சிகள்—இது கலாசாரப் புரட்சியாகவிருக்கலாம், தொழிற்புரட்சியாகவிருக்கலாம், அரசியல் புரட்சியாக இருக்கலாம் – நிகழாத சமுதாயம் வளர்ச்சியடையாது; நாளாவட்டத்தில் அழிந்துபடும். இங்குதான் நம் பண்டைய நாகரிகங்களான எகிப்திய, மொசப்பட்டோமிய, சிந்து சமவெளி நாகரிகங்களையும் ரோம, கிரேக்க, சீன கலாசாரங்களையும் அவை அழிந்து பட்டதையும் நினைவில் கொள்ள வேண்டும். இங்குதான் புவியியலில் ஒரு பாடம் கற்றுக்கொள்ள வேண்டும். “தொல்லுயிர் எச்சங்களால் பரிணாம வளர்ச்சி பற்றிக் கண்டறியும் உண்மை என்னவெனில், முன்னேறிய ஓரினம் மேலும் அதைவிட முன்னேறிய இனத்தை உருவாக்குவதில்லை. முன்னேறிய ஓரினம் தம் முன்னேற்றத்தால் ஏற்படும் மெத்தனத்தால் தம்மை முன்னேற வைக்கும் சக்தியை, வலுவை இழந்துவிடுகிறது.”

மனிதன் மற்ற விலங்குகளைவிட வேகமாகப் பரிணாம வளர்ச்சியடைந்ததற்கு முக்கியக் காரணம் அவனது சிந்திக்கும் திறன். மற்றொரு காரணம், முந்திய தலைமுறைகள் அனுபவங்களால் தாங்கள் கற்றுக்கொண்டவற்றைத் தமக்குப் பின் வந்த தலைமுறைகளுக்கு வழிவழிச் சொத்தாக வழங்கியது. இயற்கையின் இன்னல்கள் பலவற்றை எதிர்கொண்டு, இடர்ப்பாடுகள் பலவற்றைத் தாண்டி வந்ததன்மூலம் கற்றுக்கொண்ட அறிவைத் தற்கால மனிதயினத்திற்குத் தந்ததால், அது அந்தயினத்தின் மூலதனமாகவும், மேலும் முன்னேறுவதற்குத் தூண்டிய உந்துதலாகவும் ஆனது. இயற்கையோடு இயைந்து வாழ்ந்த நம் முன்னோர்கள், இயற்கை புகட்டிய பாடங்களைக் கற்று மேம்பாடு கண்டனர். ஆனால் அந்த அறிவைச் சுவீகரித்துக் கொண்ட நாம், இயற்கையோடு இணைந்து வாழாமல், நம் தேவைகளுக்கேற்ப இயற்கைச் சூழலையே மாற்றிவிடும் அளவுக்கு ‘முன்னேறியுள்ளோம்’. இதனால் இயற்கை கற்றுத் தரும் பாடங்களைக் கற்றுக்கொள்ள வேண்டிய நிர்ப்பந்தம் இல்லாமலேயே தன்னிச்சையாக வாழலாம் என்பது போன்ற மனோநிலை உருவாகியுள்ளது. இது ஒருவகையில் பரிணாம வளர்ச்சியின் வேகத்தைக் குறைத்துவிடுகிறது. இயற்கைச் சூழலை மாற்றியமைக்கும் செயல்களாக கானகங்களைக் கவர்ந்து விளைநிலங்களாக்கியது, சோலைகளை அழித்துத் தேயிலைத் தோட்டங்களை உருவாக்கியது, புல்வெளிகளை

மேய்ச்சல் நிலமாக்கியது என அடுக்கிக்கொண்டே போகலாம். இதனால் நுண்மையான பல்லுயிரியத்தின் சமநிலையைச் சீர்குலைத்துவிட்டோம். நம் பேராசையால் நிலங்களும், நீர்நிலைகளும், திரைகடலும், வளிமண்டலமும் மாசடைந்து விட்டன.

வேட்டையாடிக் குகைகளில் வாழ்ந்தவனை விண்வெளியில் பாயுமளவிற்கு முன்னேற்றிய பரிணாம சக்தி இன்றும் மனிதனை அறிவொளி மிக்க ஜீவனாகவும், ஆற்றல் மிக்கவனாகவும் ஆக்கும் முகமாய் இயக்கிக்கொண்டிருக்கிறது. தற்கால மனிதன், தன் அறிவின் முதிர்ச்சியால் விண்வெளியில் ஆய்வுக்கூடங்களையும், ஆழ்கடலில் ஆராய்ச்சிக் கூடங்களையும், பனிப்பரப்புகளில் நீராவியால் வெப்பமூட்டப்பட்ட நகரங்களையும் உண்டாக்கி எல்லாவித சூழ்நிலைகளிலும் இயற்கையின் சக்திகளைக் கட்டுப்படுத்தி வாழக் கற்றுக்கொண்டான். அறிவியல் வளர இம்மாதிரி சாதனைகள் வருங்காலத்தில் பெருகலாம்; ஆனால் இதுமட்டுமே போதுமானதல்ல. முத்தாய்ப்பாக, சேவேஜ் என்ற மானிடவியலாளரின் கருத்தை மேற்கோளாகக் காட்ட விரும்புகிறேன்.

"நாம் மனிதகுல வரலாற்றின் ஒளிமயமான எதிர்காலத்தின் தலைவாசலில் நிற்கிறோம். நாம் எதிர்கொள்ளும் தலையாயப் பிரச்சினை சுற்றுப்புறச் சூழ்நிலைக்கேற்ப வாழக் கற்றுக்கொள்வ தல்ல. நாம் ஒருவரோடு ஒருவர் பேதமின்றி – ஓரினமாக, ஒரு சமுதாயமாக, ஓர் உலகமாக – வாழக் கற்றுக்கொள்வதேயாகும்."

❖ ❖

இணைப்புகள்

இணைப்பு 1

கண்டங்களின் பெயர்ச்சி

1620இல் ஃப்ரான்ஸிஸ் பேகன் (Francis Bacon), ஐரோப்பா, ஆப்பிரிக்கா கண்டங்கள் ஒரு காலத்தில் இணைந்திருந்திருக்கலாம் என்று தெரிவித்த ஊகத்தை, 1820இல் அந்தோனியோ ஸ்னைடர் (Antonio Snider) உறுதிப்படுத்தினார். இன்றைக்கு 30 கோடி ஆண்டுகளுக்கு முற்பட்ட கார்பானி ஃபரஸ் காலத்தில் ஒரே வகையான தாவரங்கள், இன்று வெகுவாக வேறுபட்டிருக்கும் ஐரோப்பாவிலும் அமெரிக்காவிலும் அன்று காணப்பட்டன என்பதும் அக்காலத்தில் கண்டங்கள் இணைந்தே இருந்தன என்பதும் ஸ்னைடரின் கண்டுபிடிப்புகள். 19ஆம் நூற்றாண்டின் இறுதியில், எட்வார்ட் சூயஸ் (Eduard Suess), பூமத்திய ரேகையின் தெற்குப் பகுதியிலுள்ள கண்டங்களிலிருந்த படிவங்கள், பாறைகள் இவற்றில் காணப்படும் ஒற்றுமைகளைப் பார்த்து இவை ஒரு காலத்தில் பிளவுபடாத ஒரே கண்டமாக இருந்திருக்க வேண்டும் என்றார். இந்தப் பெருங்கண்டத்திற்கு (Super Continent) கோண்ட்வானாக் கண்டம் எனப் பெயரிட்டார். (மத்திய இந்தியாவிலுள்ள 'கோண்ட்' எனும் பழங்குடியினரின் பெயரே இந்தக் கண்டத்திற்குக் கொடுக்கப்பட்டது.) 1908இல் அமெரிக்க ஆய்வாளர் டெய்லரும் (F.B. Taylor), 1910இல் ஜெர்மானிய வானியல் ஆய்வாளர் ஆல்ஃபிரட் வெக்கனரும் (Alfred Wegener) ஒரு காலத்தில் ஒன்றாக இருந்த கண்டங்கள் பின்னர் எவ்வாறு பிளவுபட்டுப் பெயர்ச்சி அடைந்தன என்பதைத் தனித்தனியான ஆராய்ச்சிகளின் மூலம் அறிவித்தனர். வெக்கனர் புவியியல், தொல்லுயிர் எச்சங்களின் ஒற்றுமைகளைக் காட்டி, அட்லாண்டிக் கடலின் இருபுறமுள்ள தெற்கு அமெரிக்காவும் ஆப்பிரிக்காவும் ஒரு காலத்தில் ஒன்றாக இருந்திருக்க வேண்டும் என்றார்.

எல்லாக் கண்டங்களும் ஒருங்கிணைந்திருந்த பெருங் கண்டத்தை 'பாங்கி' (Pangae) என வெக்கனர் அழைத்தார். அப்போது தொடங்கிய ஆய்வுகளின் அடிப்படையில் வடக்கே

லாரேஷியா (Laurasia), தெற்கே கோண்ட்வானா ஆகிய பெருங்கண்டங்கள் இருந்தன என்பது இன்று அனைத்து ஆய்வாளர்களாலும் அங்கீகரிக்கப்பட்ட கருத்து.

பெர்மோ–கார்பானிஃபரஸ் காலத்தில் இருந்த கோண்ட்வானக் கண்டத்தில், இன்றைய தெற்கு அமெரிக்கா, ஆப்பிரிக்கா, மடகாஸ்கர், இந்தியா, ஆஸ்திரேலியா, தென் துருவம் அனைத்தும் அடங்கியிருந்தன. பனிப்பரப்பு, தென்துருவத்தில் மட்டுமல்லாது, தென் அமெரிக்காவின் பெரும்பகுதியிலும், ஆப்பிரிக்காவின் தென்பகுதியிலும் மடகாஸ்கர், இந்தியா, ஆஸ்திரேலியாவின் பெரும்பகுதியிலும் பரவியது. இன்று மேற்கூறிய எல்லாவிடங்களிலும் பனியாற்றுப் படிவங்களையும், பனியாறுகள் பாறைகளில் உரசி நகர்ந்ததால் ஏற்பட்ட சிராய்ப்புகளையும் காணலாம். பெர்மோ–கார்பானிஃபரஸ் காலத்தில் குளோசோடெரிஸ் (Glossopteris), கங்கமோடெரிஸ் (Gangamopteris) என்ற தாவரங்கள் கோண்ட்வானாக் கண்டம் முழுவதும் பரவலாக வளர்ந்தன. இந்தத் தாவரங்களின் எச்சங்கள் பிரேசில், அர்ஜென்டீனா, தெற்கு ஆப்பிரிக்கா, ஆஸ்திரேலியா, இந்தியா, தென்துருவம் ஆகிய பகுதிகளில் கண்டுபிடிக்கப்பட்டுள்ளன. இன்று இந்தியாவில் வெட்டியெடுக்கப்படும் நிலக்கரிப் படிவங்கள், கோண்ட்வானாப் படிவங்கள்.

(கண்டங்களின் பெயர்ச்சிக்கு மற்றுமொரு சுவாரசியமான ஆதாரம் உள்ளது. உலகப்படத்திலுள்ள கண்டங்களை, கடல் பகுதிகளை விடுத்து, அதிகமான நெளிவு சுளிவில்லாமல் மழுங்கலாகக் கத்தரித்தால், ஓரளவு ஒன்றுடன் ஒன்றைப் பொருத்தலாம். இதை 1858இல் முதலில் செய்தவர் ஸ்னைடர். பின்னர் கேம்பிரிட்ஜ் பல்கலைக் கழகத்தைச் சேர்ந்த எட்வர்ட் புல்லர்ட் (Sir Edward Bullard), கம்ப்யூட்டரின் உதவியுடன் கண்டங்களின் கடற்கரைப் பகுதிகளை வடிவாகப் பொருத்திக் காட்டினார்.)

கண்டங்கள் பிளவுபட்டு நகர்ந்தன என்பதில் ஐயப்பாடு ஏதுமில்லை இன்று. கண்டங்கள் ஏன், எப்படி நகர்ந்தன என்பது அடுத்ததாக எழும் பெரும் கேள்வி. முதலில் ஐசக் நியூட்டன், உருகிய நிலையிலிருந்த உலகம், வெப்பத்தை இழந்து, இறுக ஆரம்பிக்க, இறுக்கத்தால் மலைகளும், பள்ளத் தாக்குகளும் உருவாயின, என்ற கருத்தைத் தெரிவித்தார். இந்தச் செயலை உலரும் ஆரஞ்சுப் பழத்திற்கு ஒப்பிடலாம். பழம் உலர, தோலின் மேல் பள்ளங்களும், மேடுகளும், விரிசல்களும் ஏற்படும். வெக்கனர், கண்டங்கள் பக்கவாட்டில் நகருகின்றன என்பதைக் கண்டுபிடித்தார். இதற்கு முக்கிய காரணம் பூமிக்குள்ளே

ஏற்படும் வெப்பச்சலனமாகும். கண்டத் தட்டுகளுக்குக் கீழே பாறைகள் சற்றே இளகிய நிலையிலுள்ளன. பூமியின் மையம் நோக்கிச் செல்கையில், வெப்பம் அதிகமாகும். மேலும் ரேடியோக்கதிர் வீசும் கனிமப்பொருட்களும், இந்த வெப்பத்தை அதிகரிக்கச் செய்கின்றன. வெப்பச் சலனத்தினாலும், பூமியின் சுழற்சியினாலும் கண்டங்கள் அவற்றின் அடியில் இளகிய நிலையிலுள்ள பாறைகளின் மீது நகர்வதைப் பனிச்சறுக்குதலுடன் ஒப்பிடலாம். பனியில் ஒருவன் சறுக்கும் போது, சறுக்குக்கும் பனிக்கட்டிப் பரப்புக்கும் இடையில் உள்ள பகுதியிலுள்ள (அதாவது சறுக்கு பனிக்கட்டிப் பரப்புடன் உராயும் பகுதி) பனிக்கட்டி சறுக்குபவனின் எடையால் இளகி, நீராக மாறுகிறது. இந்த உருகிய நீர் மீது சறுக்கி வழுக்க, சறுக்கு முன்னேறுகிறது. சறுக்கு நகர, உருகிய நீர் மறுபடியும் பனிக்கட்டியாக இறுகுகிறது. இப்போது சறுக்கு முன்னேறிய பகுதியில் பனிக்கட்டி இளகி, நீராக மாற, சறுக்கு மேலும் வழுக்கி முன்னேறுகிறது. இது போலவே கண்டங்களும் நகர்ந்தன, நகர்ந்து கொண்டிருக்கின்றன. கண்டங்களின் பெயர்ச்சியை வருடத்திற்கு சென்டிமீட்டர்களில் அளக்கலாம். அதையே பல லட்சம் ஆண்டுகளில் கிலோமீட்டர்கள் கணக்கில் அளக்கலாம். இன்றும் அரேபியா வடகிழக்காக நகர்வதால் செங்கடலின் அகலம் அதிகரித்து வருகிறது. தென்துருவத்துடன் இணைந்திருந்த இந்தியா, இன்று பூமத்திய ரேகைக்கு வடக்காக வந்துவிட்டது.

இணைப்பு 2

பனியுகங்கள்

இன்று வட, தென்துருவங்களில் உள்ள பனிப்பரப்பு, பூமியின் சுமார் 10 சதவீத நிலப்பரப்பை ஆக்கிரமிக்கிறது. பூமியின் வரலாற்றில் பனிப்பரப்புகள் இன்றுள்ள எல்லைகளை மீறி, பூமியின் 30 சதவீத நிலப்பரப்பைப் பலமுறை ஆக்கிரமித்துள்ளன. இவ்வாறு துருவங்களில் அடங்கிய பனிப் பரப்புகள், பூமத்திய ரேகையை நோக்கி முன்னேறிய காலங்கள் பனியுகங்கள் ஆகும். கேம்பிரியனுக்கு முற்பட்ட காலத்தில் மட்டும் மூன்று முறை (இ.மு. 94 கோடி ஆண்டுகள், இ.மு. 77 கோடி ஆண்டுகள், இ.மு. 62 கோடி ஆண்டுகள்) பனியுகங்கள் தோன்றின. மேலும் 40 கோடி ஆண்டுகள் முற்பட்ட டெவோனியன் காலத்திலும், 30 கோடி ஆண்டுகள் முற்பட்ட பெர்மோ-கார்பானிஃபரஸ் காலத்திலும் பனியுகங்கள் ஏற்பட்டன.

மேற்கூறிய கடைசிக் காலத்தில், இந்தியா தென்துருவத்துடன் அன்று இணைந்திருந்த கோண்ட்வானாக் கண்டத்தின் (பார்க்க: கண்டங்களின் பெயர்ச்சி) வடபகுதியில் இருந்தது. அப்போது வடக்கில் பரவ ஆரம்பித்த பனிப்பரப்பு இந்தியாவின் தென்பகுதியை வெகுவாக ஆக்கிரமித்தது. இதற்கு முக்கியமான ஆதாரம் ஒரிஸ்ஸாவிலுள்ள 'டால்ச்சிர்' (Talchir) படிவங்கள். பனியாறுகள் (glaciers) உருகும்போது, இறுகியிருந்த நிலையில் அவை தாங்கி வந்த பாறைகள், கற்கள் போன்ற சுமைகளை இறக்குவதால் ஏற்பட்டவை பாறையும் களிமண்ணும் கலந்த 'டால்ச்சிர்' படிவங்கள். மேலும் இந்தப் படிவங்களின் கீழேயுள்ள பாறைகளில், பனியாறுகள் மெதுவாக நகருகையில் ஏற்பட்ட தேய்மானம் மற்றும் உரசலைக் காட்டும் கோடுகளையும், பள்ளங்களையும் ஆய்வாளர்கள் கண்டுபிடித்தனர். பெர்மோ-கார்பானிஃபரஸ் காலத்துப் பனிப்பரப்புகள் ராஜஸ்தான், மத்தியப் பிரதேசம், இமயத்தின் அடிவாரம் வரையிலும் பரவியிருந்தன. சிம்லாவிலும், அஸ்ஸாமிலும், கோசி ஆற்றின் படுகையிலும் 'டால்ச்சிர்' படிவங்கள் கண்டுபிடிக்கப்பட்டன. தமிழ்நாட்டில் பனியாறுகள் இருந்ததற்கான தடயங்கள் இயற்கையினால் அழிந்துவிட்டன. இதற்கு முக்கிய காரணம், பெர்மோ-கார்பானிஃபரஸ் காலத்திலிருந்த தென்னிந்தியா பிற்காலத்தே பரவலாக

வெம்மையடைய, பாறைப்பரப்புகள் மக்கி மண்ணாயின. மேற்கூறிய பனியுகங்கள் அல்லாது, கடந்த இருபது லட்சம் ஆண்டுகளில் ஐந்துமுறை தோன்றிய பனியுகங்களே நம் மூதாதையர்களை இன்னல்படுத்தியவை. கடைசியாக ஏற்பட்ட பனியுகம் 12,000 ஆண்டுகளுக்கு முன் ஏற்பட்டது. அப்போது வடக்கே பனிப்பரப்பு கிரீன்லாந்து மட்டுமன்றி, இன்றைய பிரிட்டிஷ் தீவுகள், வடக்குக் கடல், ஹாலந்து, ஜெர்மனி, ரஷியா, பால்டிக்கடல், நார்வே, ஸ்வீடன், ஃபின்லாந்து, வடஅமெரிக்காவின் பெரும்பகுதி, தெற்கே தென்துருவத்திலிருந்து அர்ஜென்டீனா, நியூசிலாந்து வரை எனப் பரவியிருந்தது. இன்று கிரீன்லாந்து மற்றும் தென் துருவத்திலுள்ள பனிப்பரப்புகள், இவற்றின் எஞ்சிய பகுதிகளாகும். இன்றைய அமெரிக்காவின் வடபகுதியான அலாஸ்கா பனிப்பிரதேசத்தையும் சோவியத் யூனியனைச் சேர்ந்த சைபீரியாவையும் பிரிப்பது, சுமார் 90 கி.மீ. அகலமுள்ள பெர்ரிங் நீரிணையாகும் (Berring Strait). பனியுகத்தின்போது கடல்மட்டம் 60 மீட்டர் தாழ்ந்துபோனதால், இந்த இரண்டு பனிபடர்ந்த நிலப்பரப்புக்கிடையே பெர்ரிஞ்சியா (Beringia) என்ற ஒரு நீண்ட பாலம் போன்ற அமைப்பிருந்தது. அப்போது ஆசியாக் கண்டத்திலிருந்து பழைய கற்கால மனிதர்கள், வேட்டையாடி உணவு தேடும் பொருட்டு இந்த நிலப்பாலத்தின் மீது வந்தனர். பின்னர் பனியுக முடிவில் பனிப்பாறைகள் உருகி நீரளவு அதிகரிக்க, கடல் மட்டம் உயர்ந்து, இந்தப் பாலம் கடற்கோளால் மறைய, அலாஸ்காவிற்கும், சைபீரியாவிற்குமிடையே ஒரு கடற்பகுதி, பெர்ரிங் நீரிணை உருவானது. இது நடந்தது சுமார் 30,000 ஆண்டுகளுக்கு முன்னர்.

பனியுகங்கள் ஏன் ஏற்பட்டன என்பதற்கு சுமார் ஐம்பது விளக்கங்கள் கூறப்பட்டுள்ளன. இவற்றில் முக்கியமானவை இரண்டு. சூரியமண்டலம் விண்–துகள்கள் (Celestial Dust) நிரம்பிய பிரபஞ்சத்தின் ஒரு பகுதியில் நகர்ந்தபோது, சூரியமண்டலம் முழுவதும் வெப்பம் குறைந்து, பூமி குளிர்ந்து பனிப்பரப்புகள் பெருகின என்பது ஒரு விளக்கம். மற்றொன்று, ஏதோ ஒரு காரணத்தால் பூமியின் வாயு மண்டலத்தில் கரியமிலவாயு குறைந்து, பூமி தன் வெப்பத்தை வெகுவாக இழந்ததால், பனியுகம் தோன்றியது என்பது. இந்த இரு வாதங்களுக்கும் ஆதாரங்கள் உண்டு. பூமி இப்போது மற்றொரு பனியுகம் நோக்கிச் சென்றுகொண்டிருக்கிறது என்ற வாதம், இன்று மாறிவரும் தட்பவெப்பநிலையையும், முன்பு மீண்டும் மீண்டும் ஏற்பட்ட பனியுகங்களின் போக்கையும் அடிப்படையாகக் கொண்டு முன்வைக்கப்படும் வாதமாகும்.

❖

இணைப்பு 3

ஓட்ஸி (Otzi): பனியில் உறைந்தவன்

ஆஸ்ட்ரியாவுக்கும், இத்தாலிக்கும் இடையேயுள்ள ஆல்ப்ஸ் பகுதியில் மலையேறிக் கொண்டிருந்த ஹெல்முட், எரிகா சைமன் தம்பதியினர் பனியில் உறைந்து கிடந்த ஒரு மனித உடலைப் பார்த்தனர். அந்த உடல் அண்மைக்காலத்தைச் சேர்ந்ததா அல்லது பழமையானதா, ஆஸ்ட்ரியாவைச் சேர்ந்ததா, இத்தாலியைச் சேர்ந்ததா என்ற கேள்விகள் எழுந்தன. கரிமம் 14 முறையின் மூலம் அவ்வுடல் 5300 – 5200 ஆண்டுகளுக்கு முற்பட்டது என்பதும், அது ஒரு ஐரோப்பிய புதியகற்கால மனிதனின் உடல் என்பதும் அறியப்பட்டது.

'ஓட்ஸி' எனப்பொதுவாக அழைக்கப்பட்ட பனியில் உறைந்து கிடந்த மனிதனின் கையில், தாமிரத்தால் செய்த

உறைந்த நிலையில் ஓட்ஸி 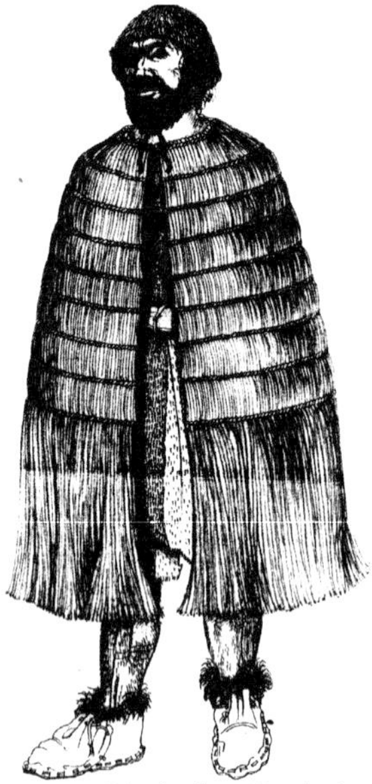   உருவகிக்கப்பட்ட தோற்றம்

படம் 40 ஓட்ஸி

சு.கி. ஜெயகரன்

கோடாலி போன்ற ஆயுதமும், 'யூ'மரத்துக் குச்சிகளால் செய்யப் பட்ட அம்பு முனைகளும் அவன் வாழ்ந்த காலத்தைக் காட்டின. இந்தக் கண்டுபிடிப்பு பற்றி விரிவாக எழுதிய கோன்ராட் ஸ்பின்ட்லர் (Konarad Spindler) ஓட்ஸி இறப்பதற்குச் சில நாட்கள் முன்பு சண்டையில் ஈடுபட்டுக் காயமுற்று இறந்திருக்கலாம் என்று குறிப்பிட்டார். 2001இல் நடத்தப்பட்ட ஆய்வுகளின் முடிவுகள் இவரது கூற்றை உறுதிப்படுத்தின. எக்ஸ்ரே படங்கள், அவன் தோள்பட்டையின் கீழ் பின்புறமிருந்து இடது நுரையீரல் அருகே ஓர் அம்பு தைத்ததால் இடது கை செயலிழந்திருந்ததைக் காட்டின. இந்தக் காயத்தால் ஏற்பட்ட இரத்த இழப்பாலும் காயம் சீழ்பிடிக்க ஆரம்பித்ததாலும் ஓட்ஸி, சில நாட்களில் மரணமடைந்திருக்கக்கூடும் என்று அறியப்பட்டது.

பற்கள் மற்றும் எலும்புகளில் படிந்துள்ள கனிமக் கூறுகளை வைத்து, ஒருவர் எந்த மாதிரியான நிலத்தில் வளர்ந்த தானியங் களையும், நீரையும் உட்கொண்டனர் என்பதைக் கண்டுபிடிக்க இயலும். ஓட்ஸியின் பற்கள், எலும்புகள், அவன் வயிற்றில் காணப்பட்ட செரிக்காத உணவு ஆகியவற்றிலிருந்த கனிமக் கூறுகளை, டைரோலியன் (Tyrolian) ஆல்ப்ஸ் மலைப்பகுதிகளில் காணப்படும் மண், நீர் மற்றும் தாவரங்களில் உள்ள கனிமக் கூறுகளுடன் ஒப்பாய்வு செய்தனர். முடிவில் ஓட்ஸி, ஏறத்தாழ 60.கி.மீ தூரத்திலுள்ள ஒரு பள்ளத்தாக்கிலிருந்து வந்தவன் என்பது கண்டறியப்பட்டது.

மூலக்கூறு ஆய்வாளர் தாமஸ் லாய் (Thomas Loy) ஓட்ஸியின் கடைசிப் பயணம் பற்றி பின்வருமாறு விளக்கம் தந்துள்ளார்: ஓட்ஸி, ஆல்பைன் காடுகளில் வாழ்ந்த வரையாடுகளை வேட்டையாடியவாறு மற்றொரு இனக்குழு வேட்டையாடும் பகுதிக்கு வழி தவறி வந்திருக்க வேண்டும். அக்காலத்தில் வேட்டையாடும் குறிப்பிட்ட எல்லைகளை மீறும் இனக்குழுக் களிடையே சண்டைகள் நிகழ்வது வழக்கம். அப்படிப்பட்ட சண்டையொன்றில் ஓட்ஸி இறப்பதற்கு 24 அல்லது 48 மணி நேரத்திற்கு முன் காயப்பட்டிருக்க வேண்டும். வில், அம்பு, கத்திகளுடன் நடந்த சண்டையில் அவன் கை, மணிக்கட்டு மற்றும் நெஞ்சுக் கூட்டில் காயங்கள் ஏற்பட்டிருக்க வேண்டும். பின்னால் தைத்த அம்பை ஓட்ஸியின் கூட்டாளி உருவி எடுத்திருக்க வேண்டும். இந்தச் சண்டைக்குப்பின் தப்பி ஓடிய ஓட்ஸி, தன் இறுதி நேரம் வந்துவிட்டதை உணர்ந்து தன் ஆயுதங்களை ஒரு பாறையின் சரிவில் வைத்துவிட்டு, கீழே படுத்து உயிர் விட்டிருக்க வேண்டும். ஆட்டுத் தோலில் செய்யப்பட்ட உடையில், அவனுடைய இரத்தம் தவிர மேலும் நான்குபேரின் இரத்தத்துளிகள் காணப்பட்டன. இவை ஓட்ஸியின்

சண்டையின்போது காயப்படுத்தியவர்களின் இரத்தமாகவும், ஒட்ஸிக்கு உதவிய காயமுற்ற கூட்டாளியின் இரத்தமாகவும் இருக்கவேண்டும்.

ஒட்ஸி இந்தச் சண்டைக்கு முன் கடைசியாக வரையாட்டின் இறைச்சியையும், பார்லி ரொட்டியையும் உண்டான் என்பது அவன் குடலிலிருந்து எடுக்கப்பட்ட செரிக்காத உணவால் அறியப்பட்டது. அவன் குடித்த நீரில் உள்ள மகரந்தத் துகள்களை ஆராய்ந்ததில், அவன் ஊசியிலைக்காடுகள் வளர்ந்த பகுதியில், அவை பூப்பூத்த இளவேனில் காலத்தில், அங்கிருந்த ஓடையில் உள்ள நீரைக் குடித்தான் என்பது தெரிய வந்தது.

மான், கரடித் தோல்களிலான காலணியும், ஆட்டுத் தோல் கம்பளிச் சட்டை, மற்றும் கால்சட்டையின் மேல் பனி ஒட்டாமாலிருக்க வைக்கோலால் பின்னப்பட்ட பாய் போன்ற அமைப்புடைய மேலாடையையும் அணிந்திருப்பவனாக அவன் சித்தரிக்கப்பட்டுள்ளான். ஒட்ஸியின் உடல் இன்று ஆஸ்ட்ரியாவிலுள்ள செளத் டைரோல் (South Tyrol) அருங்காப்பகத்தில் பாதுகாக்கப்படுகிறது.

❖

இணைப்பு 4

டோபா எரிமலை வெடிப்பும், ஆதி மக்கட்தொகையின் மீது அதன் பாதிப்பும்

மலேய தீபகற்பத்தில் சுமத்ராவில் கோட்டா டம்பான் பகுதியில் உள்ள 100 கி.மீ நீளமும் 30 கி.மீ அகலமும் 450மீ. ஆழமும் கொண்ட டோபா ஏரி, சுற்றுலாப் பயணிகள் செல்லும் புகழ்மிக்க ஏரி. உலகிலேயே பெரிய எரிமலையின்வாயில் இந்த ஏரி அமைந்துள்ளது. அங்குதான் 2 மில்லியன் ஆண்டுகால வரலாற்றிலேயே பெரும் எரிமலை வெடிப்பு 74,000 ஆண்டுகட்கு முன் ஏற்பட்டது. இரண்டு வாரங்களுக்குக் குமுறிய அந்த எரிமலை, எரிமலைச் சாம்பலை வானவெளியில் 30 கி.மீ உயரத்திற்கு 11,000 கி.மீ தொலைவிலுள்ள கிரீன்லாந்து வரையும் பரப்பியது. அணுகுண்டு வெடிப்பால் எழும் புகை மண்டலத்தைவிடப் பெரிய எரிமலைச் சாம்பல் மேகங்கள், பூமியின் மீது குடை விரித்தாற்போல் படிய, சூரிய ஒளி குறைந்து பூமி ஆறு வருட காலம் குளிரடைந்தது. இக்காலத்தை எரிமலை வெடிப்பால் ஏற்பட்ட குளிர் காலம் (Volcanic Winter) என்பர். அதைத் தொடர்ந்து ஆயிரம் ஆண்டுகளுக்குப் பனியுகம் ஏற்பட்டது. அக்கால கட்டத்தில் பூமியின் மேற்பரப்பில் வெப்பநிலை 12°c ஆக இருந்தது. டோபா எரிமலைச் சாம்பல் படிவங்கள் இந்தியத் துணைக்கண்டத்தில் மட்டும் சில இடங்களில் ஒன்றிலிருந்து இரண்டு மீட்டர் கனத்திற்குப் படிந்துள்ளது. இந்த எரிமலை வெடிப்பால் வளிமண்டலத்தில் உமிழப்பட்ட சாம்பல், இந்தியா உட்பட தெற்கு ஆசியா முழுவதும் பரவிப் படிந்தது.

ஜ்வாலாபுரத்தில் காணப்பட்ட டோபா எரிமலைச் சாம்பல் படிவத்திற்குக் கீழும், மேலும் ஆதிமனிதயினத்தவர் செய்த கற்கருவிகள் அகழ்ந்தெடுக்கப்பட்டுள்ளன. இக்கண்டுபிடிப்பால் 75 ஆயிரம் ஆண்டுகளுக்கு முன்னர் இந்தியாவில் ஆதிமனிதக் குடியேற்றங்கள் ஏற்பட்டுவிட்டன என்பது அறியப்பட்டது. எனவே டோபா எரிமலைச் சாம்பல் ஒரு முக்கியமான புவியியல் காலங்காட்டியாக கருதப்படுகிறது.

இந்த எரிமலையின் வெடிப்பு, ஆதிமனிதர் எண்ணிக்கையின் மீதும், ஆதிமனிதக் குடியேற்றங்களின் மீதும் ஏற்படுத்திய

பாதிப்புகள் பற்றி அண்மைக்கால மரபியல் ஆய்வுகள் விளக்குகின்றன. மேற்கூறிய ஆய்வுகளின்படி, ஏறத்தாழ எழுபதாயிரம் ஆண்டுகளுக்கு முன்னர் உலகின் மக்கட்தொகை பத்தாயிரத்திற்கும் குறைவாகயிருந்தது என்றும் அதில் பெண்கள் ஐநூறு மட்டுமே என்றும் தெரியவந்துள்ளது. எண்ணிக்கை இவ்வாறு குறைந்ததற்கான காரணத்தை டோபா எரிமலை வெடிப்பு பற்றி நடத்தப்பட்ட ஆய்வுகள் விளக்கின.

ஆப்பிரிக்கரல்லாத இனங்களாகப் பரிணமித்தவர்களின் மூதாதையர் ஆப்பிரிக்காவை விட்டு, ஏடன் வழியாக வெளியேறி இந்துமாக்கடலின் கடற்கரையை ஒட்டிய பகுதிகளில் 80,000 ஆண்டுகளுக்கு முன் குடியேறினர். அவர்களில் பலர் டோபா எரிமலை வெடிப்பாலும், அதனால் ஏற்பட்ட குளிராலும் மாண்டனர். நிலப்பரப்புகள் குளிர்ந்ததால், பெரும்பகுதிகள் மழையற்று வறண்டு தாவரங்கள் வளர்வதும் குன்றியது. அதனால் தாவரங்களை உண்டு வாழ்ந்த விலங்கினங்கள் நலிந்தன. அவற்றை வேட்டையாடி இரைகளாக்கிய ஆதிமனிதருக்கும் இதனால் உணவுப்பஞ்சம் ஏற்பட்டது. அந்தப் பஞ்சநிலையில் முதலில் சிறுவர்களும், அடுத்தபடியாக வயதானவர்களும், பெண்டிர் பலரும் மாண்டிருக்க வேண்டும். இந்தியத் துணைக்கண்டத்தில் முதலில் குடியேறிய தற்கால மனிதயினத்தின் மூதாதையர் பலர் அழிந்திருக்க வேண்டும். டோபா எரிமலை வெடிப்பிற்கு முன் எத்தனைபேர் இருந்தனர் என்று தெரியாவிட்டாலும், எரிமலை வெடிப்பிற்குப் பின் ஆதி மனிதகுலம் அழிவின் விளிம்பிற்கே சென்றுவிட்டது எனலாம். முதலாவதாக இந்தியத் துணைக்கண்டத்திற்கு வந்த குடியேறிகளில் பெரும்பான்மை யானவர் அழிந்தனர்.

இணைப்பு 5

மறைந்த இணைப்பு (Missing Link)

டார்வின் கூறிய பரிணாம வளர்ச்சி பற்றி அறிய முற்பட்டவர்களில் சிலர், வாலில்லாக் குரங்கிலிருந்து மனிதன் உருவானான் என்ற தவறானக் கருத்தைக் கொண்டிருந்தனர். மேலும் இவர்கள், வாலில்லாக் குரங்கு மனிதனாகப் பரிணமித்தது என்றால் குரங்குக்கும் மனிதனுக்கும் இடைப்பட்ட நிலை ஒன்று கட்டாயமாக இருந்திருக்க வேண்டும் என்றும், என்றாவது ஒருநாள் அது கண்டுபிடிக்கப்படும் என்றும் நம்பினர். இவ்வாறு கற்பனையில் உதித்த விலங்கை – இடைப்பட்ட நிலையை – மறைந்த இணைப்பு என்று குறிப்பிட்டனர். பரிணாம வளர்ச்சியில் கீழ்மட்ட விலங்கிலிருந்து மேல்மட்ட விலங்குகள், ஒன்றிலிருந்து ஒன்றாக, ஒரு சங்கிலித் தொடர்போல, இடைவிடாமல் தோன்றின எனப் பொதுவாக எண்ணியதால் ஏற்பட்ட குழப்பம் இது. முதன் முறையாக ஹோமோ எரக்டஸ் எச்சங்கள் கண்டுபிடிக்கப்பட்டபோது அதையே மறைந்த இணைப்பாகக் கருதி பித்தகேந்த்ரோபஸ் (Pithecanthropus) எனக் குறிப்பிட்டனர். பின்னர் இந்தக் கண்டுபிடிப்புப் பற்றித் தெளிவு ஏற்பட்டது. பொதுவாக, மறைந்த இணைப்பு என்ற பதம் குரங்கு–மனிதத் தொடர்பைக் குறித்தாலும், விலங்கியலில் வேறு சில உதாரணங்கள் உள்ளன. அவற்றில் இரண்டு: ஒன்று, ஊர்வனவற்றின் அம்சங்களையும் பறவையின் அம்சங்களையும் கொண்ட 'ஆர்கியோடெரிக்ஸ்' (பார்க்க: தொல்லுயிரெச்சங்கள்); இரண்டாவது, ஊர்வனபோல முட்டையிட்டு, முட்டையிலிருந்து வெளிவரும் குட்டிகளுக்குப் பாலூட்டிகள் போலப் பால் கொடுத்துக் குட்டிகளைப் பேணும் ஆஸ்திரேலியாவில் வாழும் பிளாட்டிபஸ் (Platypus) எனும் சிறிய விலங்கு.

இணைப்பு 6

'பில்ட்டௌன் (Piltdown) ஆதிமனிதன்' – அறிவியல் புரட்டு

1910இல் இங்கிலாந்தில் ஸஸெக்ஸுக்கருகிலுள்ள, பில்ட்டௌன் என்னும் சரளைப் படிவங்களிலிருந்து தற்கால மனித மண்டையோடு போன்ற மண்டையோட்டின் பகுதியையும் வாலில்லாக் குரங்கின் தாடை ஒன்றையும் கண்டுபிடித்ததாக சார்லஸ்தாசன் என்பவர் அறிவித்தார். 'பில்ட்டௌன் மனிதன்' எனக்குறிக்கப்பட்ட இந்தக் கண்டுபிடிப்பிற்கு 'இயோந்த்ரோபஸ் தாசனி' என்ற அறிவியற் பெயரும் கொடுக்கப்பட்டது. மறுபடியும் 1913இல் சார்லஸ்தாசன் கோஷ்டி, பில்ட்டௌன் சரளைப் படிவத்தில் வாலில்லாக் குரங்கின் கோரைப்பல் போலிருந்த பல், உடைந்த மண்டையோடு, கடைவாய்ப்பற்கள் போன்றவற்றை தோண்டியெடுத்தாக அறிவித்தது. பரிணாம வளர்ச்சியில் குரங்குக்கும் மனிதனுக்கும் இடைப்பட்ட, மறைந்த இணைப்பாக 'பில்ட்டௌன்' ஆதிமனிதன் இருக்கக்கூடும் என்று வாதிடப்பட்டது.

ஐரோப்பாவில் நியாண்டர்தால், குரோமேன்யோ ஆதி மனிதர்கள் கண்டுபிடிக்கப் பட்டபோது, தற்கால மனிதர்களுக்கும் அவர்களுக்கும் அதிக வேற்றுமையில்லை என்பது தெரியவரவே, பில்ட்டௌன் ஆதிமனிதன் பற்றிய சந்தேகம் எழும்பியது. மேலும் ஜாவா மனிதன் பற்றியும் ஆப்பிரிக்காவில் கண்டுபிடிக்கப்பட்ட ஆதி மனிதயெலும்புகள் பற்றியும் கூடுதல் தெளிவு கிடைக்கவே, இந்தச் சந்தேகம் மேலும் வலுத்தது.

1950இல் வெய்னர், கென்னத் ஒக்லி போன்ற ஆய்வாளர்கள் சார்லஸ்தாசனின் கண்டுபிடிப்புகளை நேரடியாகப் பரிசீலித்தனர். இவர்களது ஆய்வின் முடிவில் 'பில்ட்டௌன்' மண்டையோடு தற்கால மனிதனின் மண்டையோடு என்பதும் தாடை இன்றைய வாலில்லாக் குரங்கினுடையது என்பதும் தெளிவாயின. பல்லில் மெல்லிய துளையிட்டபோது பல்லின் நிறம், பழைய பல்

போலல்லாமல் வெண்மையாக இருந்ததால், அது போலியெனக் கண்டுபிடித்தனர். கண்டெடுக்கப்பட்ட அனைத்து எலும்புகளும் பழைய காலத்து எலும்புகள் போலத் தோற்றமளிக்க, ஒருவிதச் சாயத்தில் தோய்த்து மண்ணில் புதைக்கப்பட்டிருந்ததும் தாடையிலிருந்த பற்களை வாலில்லாக் குரங்கின் பற்கள் என அடையாளம் தெரியாமலிருக்க அரத்தால் ராவியிருந்ததும் தெரிய வந்தது. இது பித்தலாட்டம் என்று கண்டுபிடிக்கப்பட்ட போது இதற்கு விளக்கம் அளிக்க இந்தப் பித்தலாட்டத்தின் மூலகர்த்தாவான சார்லஸ்தாசன் உயிரோடில்லை. எலும்புகளைக் கதிரியக்க முறையில் இன்று காலநிர்ணயம் செய்ய இயலும் என்பதால் 'பில்ட்டௌன்' போன்ற அறிவியல் புரட்டு மறுபடியும் நிகழ வாய்ப்பில்லை.

❖

இணைப்பு 7

டுமாய்க் (Toumai) கண்டுபிடிப்பு

ஜுராப் (Djurab) பாலைவனம் ஆப்பிரிக்காக் கண்டத்தில் வடக்கில் அமைந்த நாடான சாட்டில் (Chad) உள்ளது. அங்குள்ள டோராஸ் மெனலா (Toras Menala) பகுதியில் உள்ள மையோஸீன் காலத்திய படிவங்களில் பல நாடுகளைச் சார்ந்த தொல்மானிடவியல் ஆய்வுக்குழு ஆதிமனிதத் தடயங்களைத் தேடியது. இந்த ஆய்வுக்குழு 1997 முதல் பாவ்டே (Poitiers) பல்கலைக் கழகத்தைச் சார்ந்த பேராசிரியர் மிஷெல் ப்ரூனட் (Michel Brunet) என்பவரின் தலைமையில், ஜமீனா (N'Djamena) பல்கலைக்கழகத்துடன் இணைந்து செயல்பட்டது. டோரஸ் மெனலா படிவங்களில், ஏறத்தாழ 42 வகை முதுகெலும்புள்ள உயிரினங்களின் 700 தொல்லுயிரெச்சங்கள் கிட்டின. இவற்றில் 24 வகை ஆதி யானை, குதிரை, நீர்யானை, பன்றி மற்றும் குரங்கு இன விலங்குகள் அடங்கும். ஆய்வுக்குழு 300க்கும் மேற்பட்ட இடங்களில் அவற்றைக் கண்டு பிடித்தாலும், பி.எம்.266 எனக் குறியிடப்பட்ட பகுதியில்தான் மனித முன்னோடியொன்றின் தொல்லுயிரெச்சங்கள் கிடைத்தன. ஆய்வுக் குழுவில் தொல்லுயி ரெச்சங்கள் பலவற்றைக் கண்டுபிடித்த பெருமை அஹௌன்டா ஜிம்டுமல் பயி (Ahounta Djimdoumal Baye) எனும் இளநிலைப் பட்டப்படிப்பு பயின்று கொண்டிருந்த மாணவரைச் சாரும். அஹௌன்டா, 2001ஆம் ஆண்டு ஒரு மண்டையோடு, இருகீழ்த் தாடை எலும்புகள் மற்றும் மூன்று பற்களைக் கண்டு பிடித்தார். அவை படிந்திருந்த படிவங்கள் ஏறத்தாழ 7 மில்லியன் ஆண்டுகளுக்கு முற்பட்டவை. சிம்பன்ஸியின் மண்டையோட்டின் அளவேயிருந்தாலும், அந்த மண்டையோடு சிம்பன்ஸியின் முக அமைப்பையோ அல்லது ஆஸ்டிரேலோபிதஸீன் முக அமைப்பையோ போலல்லாமல் இருந்ததால் அதைப் புது இனமாகக் கருதி ஆய்வுக்குழு, அவ்வினத்திற்கு 'டுமாய்' என்ற செல்லப் பெயர் கொடுத்தது. சாட் நாட்டில் வேனிலுக்கு முன் பிறக்கும் குழந்தைக்கு அங்கு பேசப்படும் கோரான் (Goran) மொழியில் 'நம்பிக்கை' என பொருள் படுமாறு 'டுமாய்' என்று அழைப்பர். இதையே இந்த அரிய கண்டுபிடிப்பின் பெயராக வைத்தனர். 'டுமாய்'க் கண்டுபிடிப்பின் சிறப்பம்சங்கள்:

மண்டையோட்டின் முகம், தாடை, பல்லமைப்பு ஆகியவை பரிணாம வளர்ச்சியில் மனிதக்குரங்கின் முன்னோடிகள் ஒரு கிளையாகவும், மனிதயினத்தின் முன்னோடிகள் ஒரு கிளையாகவும் பிரிந்தபின் தோன்றிய மனிதயின முன்னோடியின் தொல்லெச்சங்கள் என உணர்த்துகின்றன.

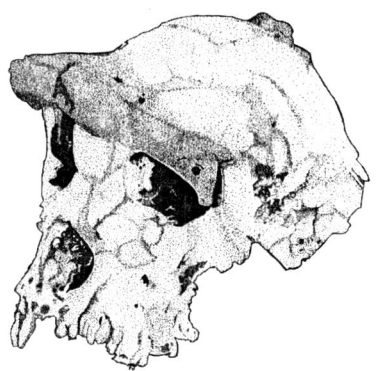

படம் 41 டுமாய் மண்டையோடு

எத்தியோப்பியாவில் கண்டுபிடிக்கப்பட்ட உலகின் மூத்த மனிதயினத்தின் முன்னோடி என இதுவரை கருதப்பட்ட ஆர்டிபிதகஸை (4.4.-5.8 மில்லியன் ஆண்டுகள்) விட பரிணாம வளர்ச்சியில் ஒருபடி கீழேயுள்ளது டுமாய் மண்டையோடு.

டுமாய் கண்டுபிடிக்கப்பட்ட பகுதி, கிழக்காப்பிரிக்காவில் ஆதிமனிதத் தொல்லெச்சங்கள் பல கண்டுபிடிக்கப்பட்ட, நிலப்பிளவால் உருவான ரிஃப்ட் (Rift Valley) பள்ளத்தாக்குப் பகுதிக்கு 2500 கி.மீ. மேற்கே அமைந்த பகுதி. மனித முன்னோடிகள் ஆப்பிரிக்காவில் 7 மில்லியன் ஆண்டுகளுக்கு முன் பரவியிருந்தனர் என்பது தெரியவருகிறது. 'டுமாய்' இனத்தின் கை, கால் எலும்புகள் ஏதும் கிடைக்காத நிலையில் அவை இருகாலில் நடந்த இனமா அல்லது இருகாலில் நடக்க முயன்ற இனமா என்பதை அறிய முடியவில்லை. என்றாலும் டுமாய்க் கண்டுபிடிப்பே இதுவரை கண்டுபிடிக்கப்பட்ட மனித முன்னோடிகளில் மூத்தது.

இணைப்பு 8

டிகிக்கா (Dikika) குழந்தை

எத்தியோப்பியாவின் ஹடாரிலுள்ள அஃபார் (Afar) பள்ளத்தாக்கு, ஆப்பிரிக்காவின் பெரும் பிளவான (Great Rift Valley) பகுதியில் அமைந்துள்ளது. அங்குள்ள அவாஷ் (Awash) ஆற்றினருகே அமைந்த ஒரு குன்றின் பெயர் டிகிக்கா. அங்கு புவியியலாளர் ஸெரெசெனே (Zeresanay) 2000ஆம் ஆண்டில் ஆய்வுகள் செய்தார். அகழாய்வுகளில் யானை, நீர்யானை, காண்டாமிருகம், மான்கள் போன்ற பாலூட்டிகளின் எலும்புகள் பல கிடைத்தன என்றாலும், ஹோமினின் எலும்புகள் ஆரம்பத்தில் கிடைக்கவில்லை. அதே ஆண்டின் இறுதியில் ஒரு ஆஸ்ட்ரேலோப்பிதஸீன் அஃபாரன்ஸிஸ் இனக்குழந்தையின் மண்டையோடு, அப் படிவங்களில் புதையுண்ட நிலையில் இருந்தது. மணற் படிவங்களில் பல்லாயிரம் ஆண்டுகள் பதித்திருந்ததால் அது மணற்சாரத்தினால் மூடப்பட்டிருந்தது. பல் மருத்துவர் பயன்படுத்தும் நுண்ணிய உளி, துளை போடும் கருவிகள் போன்றவற்றால் அதை அதி சிரத்தையுடன் அகழ்ந்தெடுத்தனர். அகழ்ந்தெடுக்கப்பட்ட எலும்புகளில், தண்டுவடத்துடன் கூடிய முழுமையான மண்டையோடு, நெஞ்செலும்பு, தோள்பட்டை எலும்புகள், முழங்கையெலும்பு, கைவிரல்கள், முழங்கால், கால் எலும்புகள் அதனுடன் இணைந்திருந்த பாத எலும்புகள், கால் விரல்கள் ஆகியவை அடங்கும். இவை அந்தயினத்தின் உடலமைப்பை அறியவுதவின. ஏறத்தாழ 3.3 மில்லியன் ஆண்டுகளுக்கு முன் வாழ்ந்த இக்குழந்தையின் இனத்தைச் சேர்ந்த ஹோமினின், 1972இல் கண்டுபிடிக்கப்பட்ட லூஸி எனும் அதேயினப்பெண், அதே பகுதியில் அகழ்ந்தெடுக்கப்பட்ட அதேயினத்தின் AL – 444–2 என்ற ஆணின் மண்டையோடு ஒன்று.

மணற்சாரம் பூசப்பட்ட சிறிய மண்டையோடு, சி.டி. ஸ்கேன் ஆய்வுக்குட்படுத்தப்பட்டது. பலகோணங்களில் நூற்றுக்கணக்கான பிம்பங்கள் எடுக்கப்பட்டன. இவற்றிலிருந்து டிகிக்கா குழந்தை 330 க.செ.மீ மூளை கொண்டிருந்தது என்பதும்,

அதன் தாடைகளில் காணப்பட்ட முளைத்த பால் பற்களும், இன்னும் முளைக்காத, நிலையான பற்களும் இருந்தன என்பதும் அறியப்பட்டது. மேலும் அக்குழந்தை ஏறத்தாழ மூன்று வயதானதாக இருக்கலாம் என்றும் அது மனிதக் குழந்தை போன்று அதன் தாயால் பேணப்பட்டிருக்க வேண்டும் என்றும் ஊகித்தனர். சிறிய அளவு மூளை கொண்டிருந்த, சிம்பன்ஸியின் மண்டையோடு போன்று தோற்றமளித்த அந்த மண்டையோட்டில் முகம் சரிந்து, முன் நீண்டும், மூக்குப் பகுதி தட்டையாகவும் காணப்பட்டது. தோள்பட்டையெலும்புகளும், அவை மார்புக் கூட்டில் இணைந்த விதமும், அக்குழந்தையின் முழங்கை மற்றும் கை, நீண்டு, வளைந்த கைவிரல்கள் சிம்பன்ஸிக்கு உள்ளது போல் இருந்தன. இத்தகைய அமைப்பு அந்தயினம், மரங்களின் கிளைகளைப் பிடித்து ஏறித்தாவ ஏதுவானது. இடுப்பிற்குமேலே வாலில்லாக் குரங்கின் அமைப்பைக் கொண்டிருந்த டிகிக்கா குழந்தை உடலமைப்பு இடுப்பிற்குக் கீழே மனிதக் குழந்தையின் உடலமைப்பு போலயிருந்தது. முழங்கால், கால் எலும்புகள் அவை இணையும் மூட்டுப் பகுதி அந்தயினம் இருகாலில் நடந்தயினம் என்பதைக் காட்டுகின்றன. தரையில் நடந்து, தாவரங்களை உண்டு வாழ்ந்த அந்தயினம் தேவையேற்பட்டால் மரங்களில் தாவி ஏறியிருக்கக் கூடும். நீண்ட கைவிரல்கள் இருந்தாலும் கால்விரல்கள், முக்கியமாகக் கட்டை விரல், மனிதக் குரங்குகளுக்கு உள்ளது போலல்லாமலிருந்ததோடு, பாத அமைப்பு மனிதனது பாதங்கள் போன்றும் காணப்பட்டது. டிகிக்கா குன்றிலும் அதையொட்டிய பகுதிகளிலும் ஹோமினின்களைத் தேடி அகழாய்வுகள் இன்றும் தொடர்கின்றன.

இணைப்பு 9

விழுப்புரம் ஓடைக் குழந்தை

2001ஆம் ஆண்டு தமிழ்நாட்டில், விழுப்புரம் அருகேயுள்ள 'ஓடை' எனுமிடத்தில், ஒரு ஹோமினின் மண்டையோட்டை கேரளப் பல்கலைக்கழக வரலாற்றாசிரியர் பி.ராஜேந்திரன் கண்டுபிடித்துள்ளார். புதுச்சேரி எல்லையிலிருந்து 2 கி.மீ தூரத்தில், கடற்கரையிலிருந்து 1கிமீ தொலைவில் உள்ள பொம்மயர்பாளையம் கிராமத்தருகில் ஓடை பகுதியில், பொதுப்பணித்துறை தோண்டிய பள்ளங்களில் 5 மீட்டர் ஆழம் வரை காணப்பட்ட மணற்படிவங்களில் கற்கால கருவிகள் கிடைத்ததால், அப்பகுதியின் தொல்லியல் முக்கியத்துவம் உணரப்பட்டது. அக்குழிகள் மேலும் ஆழப்படுத்தப்பட்டபோது மணற்படிவங்களுக்கு கீழே சொறிப்பாறை (செம்பாறாங்கல் – Laterite) அமைப்பு காணப்பட்டது. நிலத்தடியில் மக்கிய பாறை, மண் ஆகியவற்றில் உள்ள இரும்பு தாதுக்களைக் கரைத்து ஏந்திவரும் நிலத்தடி நீர், உயிர்வளியின் கிரகிப்பால் (oxidization) அவற்றை இரும்புச்சாரமாக மண், மணல் படிமங்களில் படிய வைப்பதால் உருவாவதே சொறிப்பாறை.

ஓடைப்பகுதியில் மணற்படிவங்களுக்கு கீழேயிருந்த சொறிப்பாறையை தோண்டியபோது 7 மீட்டர் ஆழத்திற்குக் கீழே, கல் உருண்டை ஒன்றைக் கண்டு 'அது ஒருவேளை மண் போர்த்த தொல்லுயிரெச்சமாக இருக்குமோ?' என சந்தேகித்த ராஜேந்திரன் கொல்லத்தில் ஒரு மருத்துவமனை ஒன்றில் சிடி ஸ்கேன், ஊடுகதிர் மூலம் அதைப் பரிசோதித்துள்ளார். பல கோணங்களில் எடுத்த பிம்பங்கள் மூலம், இரும்புச்சாரத்தால் பூசப்பட்டிருந்த உருண்டையில் உள்ளே ஒரு சிறிய, நீண்ட வட்டவடிவ அமைப்பு கொண்ட மண்டையோடு இருப்பதைக் கண்டார். அதன் உள்ளமைப்பு, நாசி, கண் துவாரங்கள், இவைகளுடன் தண்டுவடம் புகும் பெருந்துளையும், தாடையில் முளைக்காத பற்களும், கழுத்தெலும்புகள் ஒன்றிரெண்டும் தெரிய வந்தன. அந்த மண்டையோட்டின் நீளம் 10.1 செ.மீ; அகலம் 806 செ.மீ; இருந்த மூளையின் அளவு 312 கன செ.மீ ஆக இருப்பதால்,

அது ஐந்தே மாதமான ஒரு குழந்தையின் மண்டையோடு என்பது ராஜேந்திரனின் மதிப்பீடு. மண்டையோட்டின் மீதிருந்த மண்ணை ஈ.எஸ்.ஆர். (Electron Spin Resonance) முறையில் காலக்கணிப்பு செய்தபோது அது 1.66 லட்சம் ஆண்டுகளுக்கு முந்தியது எனத் தெரியவந்தது.

தம் ஆய்வறிக்கையில் ராஜேந்திரன் அது ஹோமோ எரக்டஸ் அல்லது ஹோமோ செபியனாக இருக்கலாம் என்கிறார். மண்டையோடு படிந்திருந்த படிவம் ப்ளைஸ்டோஸீன் யுகத்தில் படிந்த படிமம் என்பது கண்டறிப்பட்டது. அக்காலகட்டத்தில் ஹோமோ செபியன்கள் தோன்றியிருக்கவில்லை என்பதால் அது ஹோமோ எரக்டஸ் ஒன்றின் மண்டையோடாக இருக்கலாம் என்பது என் அபிப்பிராயம்.

கண்டறியப்பட்டு பத்தாண்டுகள் ஆன பின்னரும், இந்த மண்டையோடு இன்னும் மண் உருண்டைக்குள்ளேயே இருப்பதையும், மானிடவியலாளர் எவராலும் இதுவரை இது ஆராயப்படவில்லை என்பதையும் சுட்டிக்காட்டும் புனே பல்கலைக்கழக மானிடவியல் பேராசிரியர் எஸ்.ஆர். வாலிம்பி (S.R. Walimbe). ஆராய்ச்சிகள் செய்து அந்த கண்டுபிடிப்பின் நம்பகத்தன்மையை நிரூபித்தால், அதை ஒரு முக்கிய கண்டுபிடிப்பாக ஏற்றுக்கொள்ளலாம் என்கிறார்.

இணைப்பு 10

ஆதி அமெரிக்கன் (அமெரிந்தியர்களின் முன்னோர்கள்)

I. நய்யாகண்டுபிடிப்பு

மெக்சிகோவிலுள்ள யுகாடன் (Yucatan) தீபகற்பத்தில், துலும் (Tulum) நகருக்கருகில் கடற்கரையிலிருந்து 8 கி.மீ உள்நிலத்தில் கறுப்புக்குழி எனப் பொருள்படும் ஹோயோ நெக்ரோ (Hoyo Negro) எனும் ஒரு நிலத்தடி குகை உள்ளது. *51 மீ ஆழமும் 65 மீ விட்டமும் கொண்ட இக்குகை, பனியுகத்தின் இறுதியில், எட்டாயிரம் ஆண்டுகளுக்கு முன் கடல் மட்டம் உயர ஆரம்பித்த போது நீரால் நிரப்பப்பட்டது.*

2007ஆம் ஆண்டு குகை ஆய்வாளர் அல்பர்ட்டோ நாவா (Alberto Nava), *அவரது சகாக்களுடன் குகையில் முக்குளித்து அடித்தளம் வரை சென்றார். ஆதிமனிதர் எலும்புகளுடன், சில விலங்கினங்களின் எலும்புகளையும் அங்கு கண்டறிந்து, அவை பற்றி மெக்சிகோ நாட்டின் தொல் மானிடவியல் துறைக்கு அறிவித்தார்.* பன்னாட்டு ஆய்வாளர் குழு ஒன்றால் இவ்வெலும்புகள் பரிசோதிக்கப்பட்டன. நீரடியில் கிடைத்த ஒரு எலும்புக்கூடு இளம்பெண் ஒருத்தியுடையது என்றும், இடுப்பு மற்றும் நெஞ்சு எலும்புகள் உடைந்திருந்ததால் அவள் குகையில் தவறி விழுந்து இறந்திருக்கலாம் என்றும் ஊகிக்கப்பட்டது. அந்த ஆதி அமெரிக்கப் பெண்ணுக்கு நய்யா (Naia) என்ற கிரேக்க நீர் தேவதையின் பெயர் சூட்டப்பட்டது. அப்பெண்ணின் மண்டையோடு நன்கு பாதுகாக்கப்பட்ட நிலையிலிருந்ததால் பற்களிலிருந்து மரபணுக்கள் எடுக்கப்பட்டு ஆய்விற்கு உட்படுத்தப் பட்டன.

குகையின் அடித்தளத்தில் பல்லாயிரம் ஆண்டுகளாக இந்த எலும்புகள் மூழ்கிக் கிடந்ததால் கரிமம் 14 முறையில் முதலில் அவற்றைக் காலக்கணிப்பு செய்ய முடியவில்லை. ஆகவே கீழ்க்கண்ட வேறு முறைகள் கையாளப்பட்டன. 1. சில பத்தாயிரம் ஆண்டுகளுக்கு முன்னிருந்த கடல்மட்ட மாற்றங்களைக் கணித்து, எப்போது அக்குகை நீரால் நிரம்பியது என்பது அறியப்பட்டது. 2. நய்யாவின் எலும்புகளுடன் கிடைத்த மற்ற எலும்புகள் சார்ந்த விலங்கினங்கள் எப்போது மறைந்தன என்பதை வைத்து நய்யா எப்போது வாழ்ந்தாள் என்பது உத்தேசமாக கணிக்கப்பட்டது.

3. அந்த எலும்புகள் மீது கனிமக்கரைசல் படிந்ததால் உருவான நுண் படிகங்களின் காலத்தைக் கணித்து, அவை பன்னிரெண்டு அல்லது பதிமூன்று ஆயிரம் ஆண்டுகளுக்கு முந்தியவை என்றறியப் பட்டது. 4. நய்யாவின் மரபணுக்கள் மீது செய்யப்பட்ட ஆய்வு அவள் வாழ்ந்த காலத்தை உறுதி செய்தது. நய்யாவின் தாய் வழிவந்த மிட்டொகோண்டிரியன் டிஎன்ஏ (mt.DNA), ஹேப்லோ க்ரூப் 'டி' (Haplo group D) வகையைச் சார்ந்த்து. இந்த வகை மரபணுக்கள், ஆசியாவிலிருந்து வந்த மூதாதையர்களின்

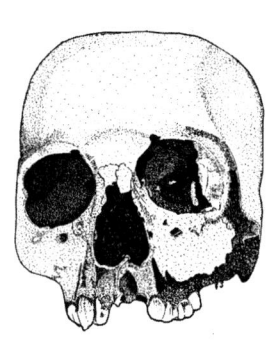

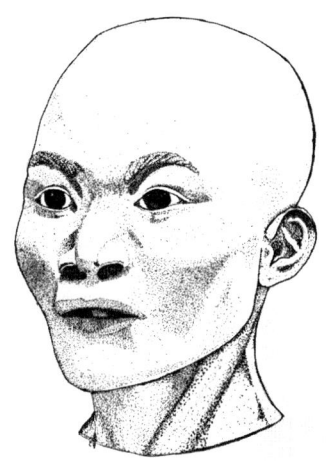

படம் 42 'நய்யா' – ஆதி அமெரிக்கப் பெண்ணின் மண்டையோடும் உருவகிக்கப்பட்ட அவள் முகமும்
(நன்றி: NGM)

வழிவந்த, தெற்கு அமெரிக்காவில் வாழும் பூர்வகுடியினரிடையே 29% காணப்படுகின்றன. அவள் அமெரிந்திய இனத்தின் மூதாதை என்பது இவற்றால் உறுதியானது. நய்யாவின் மண்டையோட்டின் அமைப்பு, பற்கள், முகத் தசைகள் பற்றி யிருந்த அடையாளங்கள்இவற்றின்அடிப்படையில்அவளது முகத்தோற்றம் சித்தரிக்கப்பட்டது. நய்யாவின் எலும்புகள் தவிர, அல்பர்ட்டோ கண்டறிந்த மனித எலும்புகள் ஆதி அமெரிக்கருடையவை (Palaeo-American) என்றறியப்பட்டன. அவர்களில் ஆண்கள் திடகாத்திரமானவர்கள் என்றும் எலும்புகளில் காணப்பட்ட காயங்கள், சிராய்ப்புகள், முறிவுகளைக் கொண்டு இவர்களில் பெரும்பான்மையோர் சன்டையில் காயமுற்று இறந்திருக்க வேண்டும் என்றும் ஊகிக்கப்பட்டது. பெண்கள், ஆண்களை விட சிறிய, வலுவில் குறைந்த உடல் கொண்டிருந்தனர். நய்யாஅதற்கு ஓர் எடுத்துக்காட்டு.

II. அன்ஸிக் குழந்தை (Anzick Baby)

இறுதிப் பனியுகத்தின் முடிவில் அமெரிக்காவின் மோன்டேனா (Montana) பகுதியில், ஆதி அமெரிக்க குழு தலைவன் ஒருவனின் ஒன்றரை வயதுக் குழந்தை இறந்துவிட்டது. அதை ஒரு கல்லறையில் இட்டு, தலைவனின் அந்தஸ்த்தைக் காட்டுமாறு கல், எலும்புக் கருவிகளுடன், சாயம் தீட்டப்பட்ட மானின் கொம்புடன் சேர்த்துப் புதைத்து இறுதி மரியாதை செலுத்தியிருக்கின்றனர்.

1968ஆம் ஆண்டு மெல்வின் அன்ஸிக் (Melvin Anzick) என்பவரின் நிலத்தில் பள்ளி ஒன்றைக் கட்ட குழிதோண்டியவர்கள் அக் கல்லறையை கண்டனர். அதில் இருந்த எலும்புக் கூட்டையும். 125 கற்கருவிகளையும், எலும்புக் கருவிகளையும் கண்ட அன்ஸிக் அவைகளின் தொல்லியல் சிறப்பை உணர்ந்தார். புதைகுழியிலிருந்து அகழ்ந்தெடுக்கப்பட்ட அந்த தொல்லெச்சங்கள் தீவிர பரிசோதனைக்கு உட்படுத்தப்பட்டன. அந்த ஆய்வில் முக்கிய பங்கேற்றவர், கோபன் ஹாகன் பல்கலைக் கழகத்தைச் சார்ந்த மரபியலாளர் எஸ்கே வில்லர்ஸ்லெவ் (Eske Willerslev). தொல்லியலாளர்களால் அன்ஸிக் 1 என்று குறிப்பிடப்பட்ட அக் குழந்தையின் மண்டையோட்டுத் துண்டுகளிலிருந்த மரபணுக்களை ஆராய்ந்த எஸ்கே குழந்தையின் முழு மரபணுத் தொகுதியை (ge nome) கண்டறிந்தார். மேலும் அக் குழந்தையின் முன்னோர்கள் ஆசியாவிலிருந்து, குறிப்பாக சைபீரியாவிலிருந்து பெரிஞ்சியாஜி வழியாக வந்தவர்கள் என்பதை 12,800 ஆண்டுகளுக்கு வாழ்ந்த அக்குழந்தையின் மரபணுக்கள் காட்டுவதை சுட்டிக் காட்டியுள்ளார். அன்ஸிக் குழந்தை தலைமுறை வழிவந்தவர்களே 'குளொவிஸ்' மனிதர்களும் இன்று வாழும் அமெரிந்தியர்களும் என்பது தெளிவாயிற்று. இந்த இனத்தின் மரபணுக்கள் வட, மத்திய, தெற்கு அமெரிக்கப் பூர்வகுடியினரில் காணப்படுகின்றன.

தம் மூதாதையரின் இனத்தைச் சேர்ந்தது இந்த அன்ஸிக் குழந்தை என்றுணர்ந்த அங்கு வாழ்ந்த அமெரிந்தியர்கள் தம்மரியாதையை செலுத்துமாறு அந்த எலும்புகளை மறுபடியும் அடக்கம் செய்ய வேண்டும் என வற்புறுத்தினர். அமெரிக்க அரசும் அகழ்ந்தெடுக்கப்பட்ட அந்த எலும்புகளை இறுதி மரியாதையுடன் புதைக்க அனுமதித்தது.

❖

இணைப்பு 11

ஆதிச்சநல்லூர் அகழாய்வு

தூத்துக்குடி மாவட்டத்தில் தாமிரவருணி ஆற்றின் கரையில் ஆதிச்சநல்லூர் அமைந்துள்ளது. இங்குள்ள சுமார் நூறு ஏக்கர் பரப்புள்ள மண்மேடு இரும்பு யுகத்தைச் சார்ந்த (இ.மு. 2500) பரம்பரை ஒன்றின் ஈமக்காடு எனத் தெரியவந்தது. இவ்விடத்தில் 1876இல் யகோர் (Jagore) என்ற ஜெர்மானியர் அப்போதிருந்த ஸ்டுவார்ட் (Stewart) என்ற உதவிக் கலெக்டரின் அனுமதியுடன் அகழாய்வு செய்தார். பல பொற்பட்டங்களும் முதுமக்கள் தாழிகளும் மண்பாண்டங்களும் எலும்புகளும் வெண்கலம் மற்றும் இரும்புப் பாத்திரங்களும் ஆயுதங்கள் பலவும் தோண்டியெடுக்கப்பட்டு பெர்லின் காட்சிச் சாலைக்கு எடுத்துச்செல்லப்பட்டன. மறுபடியும் 1903-1904இல் லூயி லேப்ஸிக் (Louis Lapcique) என்ற பிரெஞ்சு நாட்டவர் இங்கு அகழாய்வு செய்து, பல பழம்பொருட்களைப் பாரீசுக்கு எடுத்துச் சென்றார். இப்படி ஐரோப்பாவிற்குக் கடத்திச் செல்லப்பட்ட பழம் பொருட்களின் பட்டியல் பற்றி முழுவதுமாக அறிய இயலாவிட்டாலும், இவை பற்றி ஸ்டுவார்ட், பிரிட்டிஷ் கிழக்கு இந்தியக் கம்பெனிக்கு எழுதிய கடிதங்கள் மூலம் அறியலாம். இருபதாம் நூற்றாண்டின் ஆரம்பத்தில், சென்னைப் பொருட்காட்சிச் சாலையின் கண்காணிப்பாளரான அலெக்ஸாந்தர் ரீ (Alexandar Rea) என்பவர் இங்கு மேற்கொண்ட ஆய்வில் தாம் கண்டெடுத்தவை பற்றி எழுதியதே ஆதிச்சநல்லூர் அகழாய்வு பற்றிய முதல் அறிக்கை. இவர் முதலில் அகழாய்வு செய்தபோது சுமார் மூன்றரை நான்கு அடி உயரம் கொண்ட, இருபத்தைந்திற்கும் மேற்பட்ட முதுமக்கள் தாழிகளையும், மண்பாண்டங்களையும், பல இரும்புக் கருவிகளையும், ஆபரணங்களையும், மக்கிய நிலையிலிருந்த அரிசி, சாமை போன்ற தானியங்களையும், மண்டையோடுகள் சிலவற்றுடன் இதர எலும்புகளையும் கண்டெடுத்தார். இந்த முதல் அகழாய்வுக்குப்பின் ஒவ்வொரு ஆண்டும், சில மாதங்கள், தான் கண்காணிப்பாளராக இருந்த ஆண்டுகளில் அகழாய்வு செய்து வெகுவான பழம் பொருட்களை ரீ தோண்டியெடுக்க, ஆதிச்சநல்லூரில் வாழ்ந்த பழந்தமிழர் பற்றி ஓரளவு தெரிந்துகொள்ள முடிந்தது.

2004ஆம் ஆண்டு இந்தியத் தொல்லியல் துறை இங்கு அகழாய்வுகள் நடத்தியது அப்போது அங்கு 3800 ஆண்டுகளுக்கு முற்பட்ட 160 முதுமக்கள் தாழிகள் கண்டுபிடிக்கப்பட்டன. அங்கு சில தாழிகளிலும், சில மட்பாண்டங்களிலும் ஆரம்ப காலகட்டத்திய தமிழ் பிராமி எழுத்துக்களும் கண்டறியப்பட்டன. 3மீ கீழே புதைக்கப்பட்ட பழங்காலத்தவர் மீது, மேலும் இரண்டு அடுக்குகளில் அவர்களது வம்சாவழியினர் புதைக்கப் பட்டுள்ளனர். பாண்டியனின் பழம் தலைநகரமான கொற்கையி லிருந்து 45கி.மீ தொலைவில் உள்ள ஈமக்காடு, ஒருகாலத்தில் பரபரப்பாக இயங்கிய, அரண்கொண்ட ஒரு நகரமாகயிருக்க வேண்டும். இங்கு கண்டெடுக்கப்பட்ட தமிழ் பிராமி எழுத்துக்கள், சிந்து வெளியில் அறியப்பட்ட குறியீடுகள் போன்றவை சிந்துவெளி நாகரிகத்தின் தொடர்புகளை விளக்கும். ஆனால் அண்மைக்கால ஆய்வுகளின் முடிவுகள் இன்னும் அறிவிக்கப்படாமல் அந்தத் துறையின் மெத்தனத்தால் முடங்கியுள்ளன, இன்று வரை.

இங்கு தாழிகளுடன் புதைக்கப்பட்ட பொருட்கள், இறந்துபட்டவர்கள் இம்மையில் உபயோகித்த பொருட்கள். மறுமையில் அவர்கள் அவற்றைப் பயன்படுத்துவார்கள் என்ற நம்பிக்கையில் உடன் வைக்கப்பட்டவை. ஆதிச்சநல்லூரில் முப்பதுக்கும் மேற்பட்ட வகைகளாலான இரும்பால் செய்யப் பட்ட வேல், சூலம், கத்தி, வாள், கோடாரி போன்ற ஆயுதங்கள் காணப்பட்டன. இரும்பை உருக்கி ஆயுதங்கள், கருவிகளை உருவாக்கத் தெரிந்திருந்த இவர்கள் வெண்கலம், தங்கம் ஆகியவற்றையும் உபயோகிக்கத் தெரிந்தவர்கள். வெண்கலத் தால் செய்யப்பட்ட குவளை, சாடி, கிண்ணம் போன்ற பல சமையலறைப் பாண்டங்களும், மான், புலி, ஆடு, மாடு போன்ற விலங்குகளின் உருவங்களும், வளையல் போன்ற ஆபரணங்களும் கிடைத்துள்ளன; வெண்கலப் பொருட்கள், இரும்புக்கருவிகள் போல அதிகமாகக் கிடைக்கவில்லை. மேலும் இந்த அகழாய்வு ஆதிச்சநல்லூரில் ஒரு தலைமுறையினர் மட்டும் உபயோகித்த பொருட்களைத் தரவில்லை; மாறாக, தோண்டும்போது, பல நூற்றாண்டுகளாக வாழ்ந்த இனத்தின் படைப்புகளைத் தந்தது. எனவே, இரும்பின் பயனை நன்கு அறிந்த ஆதிச்சநல்லூர் கலாசாரம் இக்காலகட்டத்தில், வெண்கலத்தின் பயனை மெதுவாகத் தெரிந்துகொள்ள ஆரம்பித்தது என்றே கருதலாம்.

ரீயின் கண்டுபிடிப்பில் அறுநூற்றுக்கும் மேற்பட்ட சிவப்பு, கறுப்பு மண்பாண்டங்கள் இருந்தன. இவற்றை பானைகள், சட்டிகள், மூடிகள், குவளைகள், கிண்ணங்கள், சாடிகள், கூஜாக்கள், தாழிகள் எனப் பொதுவாகப் பிரிக்கலாம். வடிவாக

அமைக்கப்பட்ட மண்பாண்டங்கள், சக்கரத்தை உபயோகித்து வனையப்பட்டவை என்பது தெளிவாகிறது. முதுமக்கள் தாழிகள், அகன்ற வாய்கொண்ட உயரமான குதிர் போன்ற கனமான மண்பாண்டங்களாகும். இவற்றை ஹரப்பாவில் கண்டெடுத்த முதுமக்கள் தாழிகளுடன் ஒப்பிடலாம். இங்கு எடுக்கப்பட்ட தாழிகளிலிருந்து இருபத்து மூன்று பொற்பட்டங்கள் கண்டெடுக்கப்பட்டன. பொற்பட்டம் என்பது, இறந்தவர்களின் நெற்றியில் கட்டப்பட்ட மாவிலை போன்ற தங்கத்தகடு ஆகும். இவற்றை நெற்றியில் கட்டும் வகையில் நுனியில் துளைகள் இருந்தன. நெற்றி அகலம் கொண்ட இந்த மெல்லிய தகடுகள் அன்றாட வாழ்வில் பயன்படுத்தப்பட்ட ஆபரணங்கள் அல்ல. நெற்றியில் பொற்பட்டம் கட்டுவது இறுதிச்சடங்குகளில் ஒன்றாகும்.

பருத்த முதுமக்கள் தாழிகளில் எலும்புகள் அடக்கம் பெற்றன. சிலவற்றில் மட்டுமே எலும்புக்கூடுகளின் முழு எலும்புகளும் இருந்தன. சில எலும்புகளில் பருத்தி ஆடையின் அடையாளங்கள் இருந்தன. இந்தக் கண்டுபிடிப்பில் முக்கியமானவை 17–19 செ.மீ. நீளமும் 12–14 செ.மீ. அகலமும் கொண்ட இருவகையான மண்டையோடுகள் ஆறு. இந்த மண்டையோடுகளில் வகைக்கு ஒன்றாக இரு மண்டையோடுகளை 1927இல் ஆராய்ந்த எலியட் ஸ்மித் (Elliot Smith), ஒன்று ஆதி ஆஸ்திரலாய்டு (ஆஸ்திரேலியப் பழங்குடிவகை) போன்றும், மற்றொன்று மத்தியதரைக் கடற்பகுதியினம் தலை போன்றும் உள்ளது எனத் தெரிவித்தார். முதல் மண்டையோடு, ஆஸ்திரேலியப் பழங்குடியினர் வேடர், இருளர், குறும்பர் போன்ற திராவிட இனத்துடன் தொடர்பு கொண்ட இனம் என்ற வாதத்திற்கு ஆதாரமாக விளங்குகிறது. மத்திய தரைக் கடற்பகுதியினம் என இரண்டாவதாகக் குறிக்கப்படும் பெரும் இனப்பிரிவில் திராவிட இனமும் அடக்கம். மொகஞ்சதாரோ ஆய்வை முன்னின்று நடத்திய பானர்ஜி (1927) "சிந்து–பலூசிஸ்தான் அகழாய்வில், திருநெல்வேலி தொடங்கி – மத்தியதரைக் கடற்பகுதி வரை இருந்த கலாசாரங்களில் திராவிடக் கலாசாரத்தின் இயல்புகளைக் காணலாம்" என்றார்.

❖

இணைப்பு 12

இந்நூலாசிரியரின் தொல்லுயிரெச்சக் கண்டுபிடிப்புகள்

நான் எழுபதுகளில் தமிழ்நாட்டில் நிலத்தடி நீராய்வுக்கான களப்பணிகள் செய்த போது தொல்லுயிர் எச்சங்கள் சிலவற்றைக் கண்டெடுக்க நேர்ந்தது.

1. கல்லாக சமைந்த மரம்: கோயம்புத்தூர் மாவட்டத்தில் திருப்பூருக்கு அருகில் உள்ள மங்கலம் எனும் கிராமத்தின் அருகே நொய்யல் ஆற்றின் கரையில் (வடக்கு அட்ச ரேகை *$11^0 6' 2''$*, கிழக்கு தீர்க்கரேகை *$77^0 16' 20''$*) கல்லாகச் சமைந்த மரத்துண்டுகள் கண்டெடுக்கப்பட்டன. ஆற்றுப்படுகையில் சுமார் எட்டு மீட்டர் கனத்தில் படிந்துள்ள மணற்படிவத்தின் மேற்பரப்பில், இம்மரத்துண்டுகள் குறுக்காகக் கிடந்தன. இவை தாம் வளர்ந்த இடங்களிலிருந்து வேரறுக்கப்பட்டு ஆற்றின் போக்கில் உருட்டப்பட்டுப் பின்னர் புதையுண்டவை. புதையுண்ட மரம், நிலத்தடி நீரில் கரைந்துள்ள மணல் சாரத்தால் முழுவதுமாகக் கல்லாக மாற்றப்பட்டது. லக்னோவிலுள்ள பீர்பால் சகானி தொல் தாவரவியல் ஆய்வுக்கூடம் இம்மரம் ‘டெர்மினேலியா’ வகை மரம் எனக் கண்டறிந்தது. புதுவை பிரெஞ்சுக் கழகத்திலிருந்த டாக்டர் தணிகை மணி, மரம் படிந்திருந்த படிவங்களில் உள்ள மகரந்தத்துகள்பற்றி ஆய்வு செய்தார். (Ref. S.C. Jayakaran: On The Occurrence of Terminalia Wood Fossil from Coimbatore District. Tamilnadu, Journal of the Geological Society of India. Vol. 18. No. pp 502, 503, 1977)

2. ஆதி காண்டாமிருகத்தின் மண்டையோடு: இந்தியாவில் இன்று அஸ்ஸாமிலும், மேற்கு வங்காளத்திலும் மட்டுமே உள்ள காண்டாமிருகங்கள் பழங்காலத்தே பரவலாக வாழ்ந்தன என்பதற்கு ஆதாரம், தமிழ்நாட்டில் முதன் முறையாகக் கண்டுபிடிக்கப்பட்ட, உத்தேசமாக பிளைஸ்டோஸீன் காலத்தில் வாழ்ந்த காண்டாமிருகத்தின் மண்டையோடு (படம் 43). திருநெல்வேலி மாவட்டத்தில் உள்ள சாத்தான்குளம் (வடக்கு அட்சரேகை *8^0 $27'$* – கிழக்கு தீர்க்கரேசை *77^0 $55''$*) அருகே காராமணி

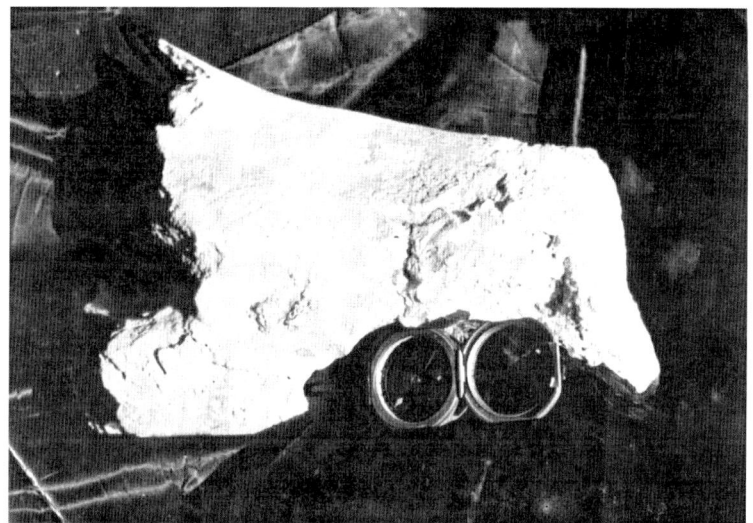

படம் 43 ஆதி காண்டாமிருக மண்டையோட்டின் பக்கவாட்டுத் தோற்றம்

ஆற்றின் கரையில் களிமண், மணல் கலந்த படிவம் ஒன்றிலிருந்து அகழ்ந்து எடுக்கப்பட்ட, இந்த உடைந்த மண்டையோட்டின் மேற்பகுதி சுமார் அரை மீட்டர் நீளமானது. இந்த ஒற்றைக் கொம்புக் காண்டாமிருகம் இன்றுள்ள காண்டாமிருகத்தைவிட சற்றே பெரியது என்பது மண்டையோடுகளை ஒப்பிடுகையில் புலப்பட்டது. இம் மண்டையோடு சென்னை அருங்காட்சியத்தில் புவியியல் பகுதியில் உள்ளது. (Ref. S.C. Jayakaran: Fossil Rhinoceros From Tamilnadu, Current Science Vol. 49. No.9, pp. 346-47, 1980)

இலங்கையில் அதே காலகட்டத்தைச் சேர்ந்த இரத்தினபுரிப் படிவங்களில் காண்டாமிருகத்தின் எலும்புகள் கண்டறியப் பட்டன. ரத்தினபுரி அருங்காட்சியகத்தில் உள்ள அந்தத் தொல் லுயிரெச்சங்கள், தென்னிந்தியா, இலங்கை இணைந்திருந்த நிலப்பரப்பில் காண்டாமிருகங்கள் பரவி வாழந்தன என்பதற்கான ஆதாரம்.

3. ஆதி காட்டு மாட்டினத்தின் கொம்பு, தாடையெலும்பு: கோயம்புத்தூர்–பொள்ளாச்சி பெருவழியின் மீது அமைந்துள்ள கிணத்துக்கடவுக்கருகேயுள்ள ஏழூரில் மாட்டினத்தின் தொல்லுயிரெச்சங்கள் ஆசிரியரால் அகழ்ந்தெடுக்கப்பட்டன. கிணறு தோண்டியபோது புலப்பட்ட பழம் ஏரியின் படிவங்களில் கண்டுபிடிக்கப்பட்ட எலும்புகள், பாஸ். (Bos. sp) எனும் ஆதிக்காட்டு மாட்டினத்தினுடையவை. இந்த இனம் பிளைஸ்டோஸீன் யுகம் முதல் இந்தியாவில் பரவலாகத் திரிந்த

மாட்டினம். இவற்றின் எலும்புகள் பொதுவாக கற்காலக் கருவிகளுடனும், இரும்புயுக மனிதர் வாழ்ந்த இடங்களிலும் காணப்படுவதால், அவை அவர்களால் வேட்டையாடப்பட்டிருக்க வேண்டும் என்பதும் மாட்டினத்தை வளர்ப்பு விலங்குகளாகப் பழக்கியுமிருக்கலாம் என்பதும் தெரியவருகிறது. (Ref: Badam. GL., Jayakaran S.C.: Pleistocene Vertebrate Fossils from Tamilnadu - Evolving Biotas Seminar, Hongkong, 1993.)

4. சாம்பியத் தொல்லெச்சங்கள்

ஆப்பிரிக்காவில், சாம்பியா நாட்டில் 1990களில் நான் பணியாற்றிக் கொண்டிருந்த போது ஆதிமனிதர் சார்ந்த தொல்லெச்சங்கள் நிறைந்த ஓர் இடத்தை கண்டறியும் அரிய வாய்ப்பு கிடைத்தது. கஃபுவே நதியில் கட்டப்பட்ட இட்டேசி–டேஹி அணைக்கு தென்கிழக்கே, 8 கிமீ தொலைவில் லொங்கோலோ (15 49' 10" 8 – 26 3' 40" E) என்றறியப்படும் வெந்நீர் ஊற்றை ஒட்டிய பகுதியில் கற்கால மனிதர்கள் வாழ்ந்த தடயங்களையும் அவர்கள் அடித்து உண்ட விலங்குகளின் எலும்புகளையும் களப்பணியின் போது கண்டறிந்தேன்.

இந்த ஊற்று, ஏறக்குறைய 70 செல்சியஸ் சூடான கந்தகம் கலந்த சுடுநீரை பீச்சியடிக்கிறது. அது ஓடையாகப் பெருக்கெடுத்து கஃபுவே நதியில் கலக்கின்றது. இந்த ஊற்றைச் சுற்றி, 1–1.5 மீட்டர் உயரத்திற்கு சாம்பல் நிற வண்டல் மண்மேடு சுமார் 200 சதுரமீட்டர் பரப்பில் காணப்படுகின்றது. அந்த மேட்டிலும், ஓடை அரித்த பகுதிகளிலும் பல கற்கருவிகளும், மனிதர் கொன்ற விலங்குகளின் தொல்லெச்சங்களும் காணப்பட்டன. இவ்வோடையின் கொதிநீரில் தவறி விழுந்த முயல் போன்ற சிற்றுயிர்களின் வெந்த இறைச்சியை அங்கு வந்த மனிதர் உண்டு, இறைச்சியை வேக வைக்கும் முறையை தற்செயலாக அறிந்திருக்கலாம். இன்றும் இவ்வழி செல்வோர், அரிசி, கிழங்கு, முட்டை இவற்றை துணியில் கட்டி, வெந்நீரில் வேகவைத்து உண்பதைக் காணலாம்.

இந்தக் கண்டுபிடிப்பின் சிறப்பு என்னவென்றால் 1. பழங்கற்காலத்தவரிலிருந்து புதிய கற்காலத்தவர் வரை பல தலைமுறையினர் இங்கு வாழ்ந்திருந்தது 2. இங்கு கிடைத்த 'ஒல்டோவன்' பாணி கைக்கோடாரி, இப்பகுதியில் காணப்படாத பசால்ட் பாறையால் செய்யப்பட்டிருப்பது. 3. வேகவைத்த இறைச்சி பற்றி தற்செயலாக, அப்பகுதியில் வாழ்ந்த ஆதிமனிதர் தெரிந்துகொண்டது. 4. மேல் படிவங்களில் கிடைத்த பிறை வடிவிலான புதிய கற்கால நுண்கற்கருவிகள்.

இந்த இடம் பற்றியும் நான் இங்கு கண்டறிந்தவை பற்றியும் சாம்பிய அரசு தொல்லியல் துறைக்கும், அந்நாட்டின் மற்றொரு பகுதியில் அகழ்வாய்வு செய்து கொண்டிருந்த தொல்லியலாளர் பேராசிரியர் லாறி பார்னமுக்கும் (Larry Barnam, Liverpool University) தெரிவித்தேன். அதைத் தொடர்ந்து லொங்கோலாவில் அகழ்வாய்வுகள் மேற்கொள்ள முடிவு செய்யப்பட்டு தற்சமயம் அங்கு களப்பணிகள் நடைபெற்றுக் கொண்டிருக்கின்றன.

படம் 44 சாம்பியத் தொல்லெச்சங்கள் – சிங்கத்தின் பற்கள்

கஃபுவே பள்ளத்தாக்கில், லாக் இன்வார் சரணாலயத்தின் எல்லையில் உள்ள கிவிஷோ (Gwisho) வெந்நீர் ஊற்றைச் சுற்றியும் ஆதிமனிதர் வாழ்ந்த தடயங்கள் கண்டறியப்பட்டுள்ளன. பிரித்தானியர்கள் ஆட்சிக் காலத்தில் தொல்லியலாளர் ஃபேகன் (Fagan) இங்கு களப்பணி மேற்கொண்டார். அவரது ஆய்வில் அங்கு வேட்டையாடி வாழ்ந்தவர் பற்றிய தொல்லெச்சங்கள் கிடைத்துள்ளன (படம்: 44). மேற்கொள்ளப்படும் ஆய்வுகள் இதற்கும் லொங்கோலக் கண்டுபிடிப்பிற்கும் உள்ள ஒற்றுமைகளைக் காட்டலாம்.

❖

இணைப்பு – 13

மேரி ஆனிங் (Mary Anning) (1799 – 1847) தொல்லுயிரெச்ச சேகரிப்பாளர்

தொல்லுயிரெச்சங்கள் பற்றி முறையான ஆய்வு 19ஆம் நூற்றாண்டில் ஐரோப்பாவில் தொடங்கியது. அக்காலகட்டத்தில் உலகத்தின் படைப்பு, அதில் வாழும் அனைத்து ஜீவராசிகளின் உருவாக்கம் ஆகியவை பற்றி விவிலியம் கூறுவதை மக்கள் அப்படியே நம்பினர். படைப்புக்குப்பின் உயிரினங்கள் மாற வில்லை என்று நம்பிய காலம் அது, பரிணாம வளர்ச்சி பற்றி அவர்கள் அறிந்திருக்கவில்லை. பிடிப்பு கொண்ட கிறித்துவ அடிப்படைவாதிகள் மாற்றுக் கருத்துக்களைப் பொறுத்துக் கொள்ளாத நிலையில், கண்டெடுக்கப்பட்ட தொல்லுயிரெச்சங்கள் அனைத்தும் நோவாவின் காலத்து பிரளயத்தில் அழிந்தவை என்ற நம்பிக்கையும் இருந்தது. அப்போது தொல்லுயிரெச்சங்களைச் சேகரித்துப் புகழ் பெற்றவர் மேரிஆனிங். அறிவியல் பட்டங்கள் ஏதும் பெறாதவர் என்றாலும், இவரது கண்டுபிடிப்புகளால் பரிணாமம் பற்றிய புரிதலில் ஒரு பெரும் பாதிப்பு ஏற்பட்டது. இதுவே தொல்லுயிரியல் துறையின் ஆரம்பம் எனலாம்.

இங்கிலாந்தின் உள்ள டோர்ஸெட் கௌன்டியில் லைம் ரெஜிஸ் (Lime Regis) என்ற ஊரில் ரிச்சர்ட் ஆனிங் என்பவரின் மூத்த குழந்தையாகப் பிறந்தவர் மேரி. அலமாரிகள் செய்து பொருளீட்டிய அவரது குடும்பம் பத்துக் குழந்தைகளுடன் வறுமையால் வாடியது. இது இங்கிலாந்துக்கும் ஃபிரான்ஸுக்கும் இடையே போர்கள் நடந்து கொண்டிருந்த காலம். நாட்டில் பஞ்சம் நிலவியது. வருமானத்தைக் கூட்ட ரிச்சார்ட் அங்கு படிவப் பாறைகளில் கிடைத்த தொல்லுயிரெச்சங்களை எடுத்து விற்றுப் பிழைத்த போது, மேரி தன் தந்தைக்கு உதவி செய்ய தொல்லுயிரெச்சங்களைச் சேகரித்தார். அவரது பதினொரு வயதில் அவர் தந்தை இறந்தபோது, அவரது தாயார் அதே வேலையைத் தொடர்ந்தார். அவர் வாழ்ந்த ப்ரூஸ் லையஸ் மலைச்சாரலில், ஜுரேஸிக் காலக்கட்டத்தில் (ஏறத்தாழ 200 மில்லியன் ஆண்டுகளுக்கு முற்பட்ட) ஷேல் (இறுகிய

களிமண் படிவம்) மற்றும் சுண்ணாம்புப் படிவங்கள் ஒன்றின் மேல் ஒன்றாகப் படிந்திருந்தன. அவற்றில் ஏராளமான தொல்லுயிரெச்சங்கள் படிந்திருந்தன. முக்கியமாக, 'பாம்புக்கல்' எனப்படும் அம்மோனைட், 'பேயின் விரல்கள்' எனப்படும் பெலெம்னைட் (இவை கணுவாய் மீனின் முன்னோடிகள்) படிந்திருந்தன. குளிர்காலத்தில் ஏற்படும் நிலச்சரிவுகளால் அவை வெளிப்பட்டன. அவற்றை மேரியும் அவரது சகோதரர் ஜோசப்பும் சேகரித்துள்ளனர். 1811இல் அவர்கள் இக்தியோஸாரஸ் என்ற கடல் வாழ் விலங்கின் 1.2மீ நீளம்கொண்ட மண்டையோட்டையும், சிலமாதங்கள் கழித்து அவ்விலங்கின் 5.2மீ கொண்ட முழு எலும்புக் கூட்டையும் கண்டெடுத்தனர். அது பற்றி ஒரு நாளிதழ், 'ஒரு ஆதி முதலையின்' மண்டையோடு கண்டுபிடிக்கப்பட்டதாக எழுதியது. ஆனால் அது ஒரு இக்தியோஸரஸ் என்று அடையாளம் கண்டுகொண்ட மேரிக்கு அப்போது வயது 12. 1815-19 ஆண்டுகளில் அவர் மேலும் பல அரிய கண்டுபிடிப்புகளைச் செய்தார். அவற்றில் முக்கியமானது ப்ளீஸியோசாரஸ் (Plesiosaurus) என்ற கடலில் வாழ்ந்த டைனோஸாரின் முழுமையான எலும்புக்கூடு. அன்று 'கடல் டிராகன்' என்று பாமரர்களால் அழைக்கப்பட்ட அந்த விலங்கின் தொல்லுயிரெச்சம் பலரது கவனத்தையும் ஈர்த்தது. ஜுரோஸிக் காலகட்டத்தில் பறக்க ஆரம்பித்த ஒரு சிறிய டீரோஸார் என்ற டைனோஸாரின் தொல்லெச்சத்தையும் மேரி கண்டுபிடித்தார். ஜெர்மனியில் இதே விலங்கு முதலில் கண்டுபிடிக்கப்பட்டாலும், ஜெர்மனிக்கு வெளியே கண்டுபிடிக்கப்பட்டது அதுவே முதல் தடவை. இந்நிலையில் அவர் பிரிட்டனில் மட்டுமின்றி ஐரோப்பாவிலும், அமெரிக்காவிலும் அறியப்பட்டார். என்றாலும் லண்டன் புவியியல் கழகம், பெண் என்பதால் அவரை அங்கத்தினராக்க வில்லை.மனந்தளராமல் தொல்லுயிரெச்சங்களின் மீது கொண்ட ஆர்வத்தால் உயிரியல், உடற்கூற்றியல் துறைசார்ந்த நூற்களைப்படித்து மேரி புலமை பெற்றார். தான் கண்டு பிடித்த தொல்லுயிரெச்சங்களை முறையாக அடையாளம் கண்டார். 'சில ஆயிரம் ஆண்டுகட்குமுன் உலகம் உருவானது, படைக்கப்பட்ட உயிரினங்கள் மாறவில்லை' என நம்பியவர்களுக்கு இவரது கண்டுபிடிப்புகளும், விளக்கங்களும் அதிர்வை ஏற்படுத்தின. மேரியின் கண்டுபிடிப்புகளின் அடிப்படையில், ஜுரேஸிக் கால கட்டத்தில் வாழ்ந்த விலங்குகளை உருவகித்து புவியியலாளர் ஹென்றி ஓவியங்களை வரைந்து அவற்றை விற்று வறுமையில் வாடிய மேரிக்கு உதவிசெய்தார். இந்த கண்டுபிடிப்புகளின் முக்கியத்துவத்தை உணர்ந்த அருங்காட்சியகங்களும், புவியியலாளர்களும், வணிகர் பலரும் மேரி ஆனிங்கிடமிருந்து தொல்லெச்சங்களை விலை கொடுத்து வாங்கினர். பெண்களுக்கு

ஓட்டுரிமை கூடக் கொடுக்காத 19ஆம் நூற்றாண்டு இங்கிலாந்தில், அறிவியலாளர் என்றால் அது பணம் படைத்த ஆண்களின் கூட்டமாகவே இருந்தது. அதனால் உழைக்கும் வர்க்கத்தைச் சேர்ந்த, பட்டம் பெறாத மேரிக்குத் தன் கண்டுபிடிப்புகளைப் பகிர்ந்துகொள்ள வாய்ப்புகள் கொடுக்கப்படவில்லை. 47 வயதில் புற்றுநோயால் அவர் இறந்தபின், ராயல் ஸொஸைட்டி அறிவியல் உலகிற்கு பங்களித்த பத்து ஆங்கிலேயப் பெண்டிர்களின் பட்டியலில் மேரி ஆனிங் பெயரைச் சேர்த்தது. ஆக்ஸ்போர்டு பல்கலைக் கழகம், லண்டன் புவியியல் குழுமம் (London Geological Survey) இரண்டும் 200 ஆண்டுகளுக்குப் பிறகு மேரி ஆனிங்கை கௌரவித்தன.

❖ ❖

துணை நூற்பட்டியல்

அரசு, பொன். – தமிழகத்தில் வரலாற்றுக்கும் முற்பட்ட கால, ஓவியங்கள் – தமிழ்நாடு மற்றும் கேரள மாநிலங்களின் தொல்லியல் தஞ்சை தமிழ் பல்கலைக்கழக கருத்தரங்கில் சமர்ப்பிக்கப்பட்ட கட்டுரை – 1984.

இராசவேலு, சு.திருமூர்த்தி, கோ.–தமிழ்நாட்டுத் தொல்லியல் அகழாய்வுகள்–பண்பாட்டு வெளியீட்டகம், சென்னை 1955.

இராகவன், அ. ஆதித்த நல்லூரும் பொருநைவெளி நாகரிகமும், திருநெல்வேலி சைவ சித்தாந்த நூற்பதிப்புக்கழகம், 1971

இராசு பவுன்துரை – தமிழகப் பாறை ஓவியங்கள் – மெய்யப்பன் தமிழாய்வு வெளியீடு, 2001

இராமநாதன், செட்டியார், லெ.ப.கரு. – சங்ககாலத் தமிழர் வாழ்வு – வெள்ளையன் பதிப்புக்கழகம், 1958.

சந்திரசேகரன் – மரபியல் (உயர் மட்டக் கையேடு) – டி.கே. பப்ளிகேஷன், 2011

சம்பத், கே.எஸ். – தமிழகத்தில் பெருங்கற்கால ஓவியங்கள் – தொல்லியல் ஆய்வுத் தொகுதி – தொல்பொருள் தொழில் நுட்பப் பணியாளர் பண்பாட்டுக்கழக வெளியீடு, 1985

துரைசாமி, ப., மதிவாணன், இரா.–தருமபுரி பறை ஓவியங்களில் சிந்துவெளி எழுத்துகள். சேகர் பதிப்பகம், 2002.

பக்தவத்சல பாரதி – பண்பாட்டு மானிடவியல் – மெய்யப்பன் பதிப்பகம், 2003

ராமராஜன், கே. ஆதிமனிதன் (இர்விங், ஆனா கோல்ட் மேன் எழுதிய First Men என்ற நூலின் மொழிபெயர்ப்பு) ஸ்டார் பப்ளிகேஷன்ஸ், மதுரை, 1958.

ஜெயகரன், சு.கி., குமரி நில நீட்சி – காலச்சுவடு பதிப்பகம், 2002.

ஆங்கிலம்

Adrian Lister and Paul Bahn- *Mammoths- Giants of Ice Age*- Marshal Publishing London1992

Alice Roberts – *Evolution, the Human Story*- Darling Kindersley Publishers-2011

Arthur S.Gregor -*The Adventure of Man*- Macmillan Company, 1966

Brenda Fowler- *Ice Man*- The University of Chicago Press 2001

British Museum of Natural History- *Man's place in Evolution*- Cambridge University Press- 1980

Brett Hilton- Barber, Lee. R. Berger - *Cradle of Mankind* - Struik Publishers, Cape Town.2004

Bridget and Raymond Allchin.*The rise of civilisation in India and Pakistan* (Cambridge World Archaeology series) Cambridge University Press 1996

Burkit.M.C. *The Old Stone Age* - Rupa & Co, Calcutta 1992

Chakavarthy. K.K (edited by) *Rock Art of India* – Paintings and Engravings - Arnold Henamann Publishers (India) Ltd, New Delhi 1984

Charles Darwin - *The Origin of Species by means of Natural Selection*- first published by John Murray, London in 1872. Reprinted by Tiger Book International, London in 1998

Chandramouli - *Rock Art of South India (with special reference to Andhra Pradesh)* - Bharatiya Kala Prakshan , Delhi, 2002

Cyril Walker and David Ward - *Fossils* - Dorling Kindersley Inc. New York 1992

Donald Joahnson, James Shreeve - *Lucy's child - The discovery of human ancestors* - Avon Books, New York 1989

Ian Tattersall - *The Fossil Trail* - Oxford University Press 1995

Michael H.Day - *Fossil Man*- The Hamlyn Publishing Group Ltd 1972

Paul Jordan - *Early Man*. Sutton Publishing, UK 1999

Ramachandran.K.S - *Neolithic Cultures of India* - Tamilnadu State Department of Archaeology Publication 1980

Richard Leakey -*The origins of Humankind* - Phoenix, London 1996

Richard Leakey and Roger Lewin, Origins Rediscovered, Little Brown and Company, 1992

Readers Digest -*Vanished Civilisations*- Reader's Digest Association Ltd, London 2004

Stephen Oppenheimer - *Out of Africa, the Peopling of the world*- Constable and Robinson Ltd, London 2003

Sridhar.T.S. – *Rock art of Tamilnadu* - Department of Archaeology, Government of TamilNadu-2005.

Tiwari, S.K - *Riddles of Indian Rock Shelters* - Sarup& Sons, New Delhi 2000

William. A. Haviland - *Human Evolution and prehistory* - Holt Rinehart and Winston Inc. 1974

William Lindsay. *Pre historic Life, eye witness Guide* - Dorling Kindersley, UK 1996

References from Journal and other periodicals.

ArunSonakia - *Skull cap of an early man from Narmada Valley alluvium (Pleistocene) of Central India*- American Anthropologist Sep.1985

Brown.P, Morwood, Soejono.R.A- *New small bodied hominin from the late Pleistocene, Flores, Indonesia.* Nature Oct.2004

Clarkson C, Jones S, and Harris C. 2012. Continuity and change in the lithic industries of the Jurreru Valley, India, before and after the Toba eruption. Quaternary International 258(0):165-179.

Foote, R.B. 1866.*On the occurrence of stone implements in lateritic formations in various parts of the Madras and North Arcot districts.* Madras Journal of Literature and Science, 3rd.series (II):1-35.

Francesco Fedele etal - *Time scale and cultural process at 40,000 BP in the light of Campanian Ignimberite eruption in Western Eurasia*- Journal of Human Evolution-Nov.2008

Fischman, Josh - *Family ties, Dmnisi find.* National Geographic. April 2005

Haslam M, Clarkson C, Petraglia M, Korisettar R, Jones S,et all - *The 74Â ka Toba super-eruption and southern Indian hominins: archaeology, lithic technology and environments at Jwalapuram Locality 3.* Journal of Archaeological Science 37(12):3370-3384. 2010.

John J. Putman – The Search for Modern Humans - National Geographic. Vol174, No.4 Oct.1988

Krishnaswami, V.D. 1938a. *Environmental and cultural changes of Prehistoric man near Madras.* Journal of the Madras Geographic Association 13:58-90.

Mike Morwood, Thomas Sutikna et al – *The People that Time forgot.* Flores - National Geographic. April 2005

Nursall.J.R- *Man in Nature* - Queens quarterly journal vol.72, 1965

Pappu, S..*A re-examination of the Palaeolithic archaeological record of northern Tamil Nadu, south India.* Oxford: BAR International Series 1003. 2001

Rick Gore –*Neandertals*- National Geographic. Vol.189,No.1Jan 1966

Rick Gore – *The first Humans* - National Geographic.Feb.1977

Rick Gore – *New find, the firstpioneer?* - National Geographic. Vol.202. No.2 Aug 2002

Sharon Beagley, Louse. *Life- the way we were- Our Ice Age heritage- Language, Art, fashion and the family* - Newsweek, Nov 10, 1986

Sankalia H.D. *Beginnings of civilisation of south India.* 2nd International conference of Tamil studies, Madras 1968

Stephen S. Hall – *The Other Humans, Neanderthals revealed* - National Geographic.Vol.214.No.4 Oct.2008

Subramanian. T.S. - *DNA of civilisation* - Frontline, May29,2015

VijayaVenugopal - *Cirumalai pre-historic Cave paintings* - Seminar Paper Tamil University 1984

VasanthShinde - *Farmana and Harappan civilisation* - Heritage India, May 2012

Weaver Kenneth - *The search for our ancestors* - National Geographic. Nov. 1985

Zuckerman.S and Elliot Smith.G. - *The Adichanallur skulls.* Bulletein of the Madras Government Museum, 2000(first edition in 1930)

சொல்லடைவு

அம்மோனைட் 45
அந்தமான் நிகோபார் திணைக்குடியினர் 131, 173, 174, 177
அம்மோனைட் 44, 45, 46
அரியலூர் 36, 46
அன்ஸிக் குழந்தை 172, 232
அல்டமிரா (ஸ்பெயின்) 194
அஸோயிக் 40
அத்திரம்பாக்கம் 185, 186, 192
அரிக்கமேடு 192
அபாரிஜினிகள், ஆஸ்திரேலியா 164, 165, 196, 198
அஷூலியன் 105

ஆக்ஸிஜன் 29
ஆர்லிங்டன்சுனை ஆதிமனிதர்கள் 181
ஆசியா 22, 69
ஆதிச்சநல்லூர் 179, 189, 243, 233 – 235

ஆதிமனித குடியேற்றங்கள்
    அமெரிக்கா 166 – 172
    ஆஸ்திரேலியா 164, 165.
    இந்தியா 173 – 177
    இலங்கை 173 – 177
    காலவரிசை 161 – 163

ஆப்ரிக்கா 20, 22, 25, 37, 40, 44, 53, 59, 69, 94, 95, 127, 128, 138
ஆயனிடுப்பு (தூத்துக்குடி) 48
ஆர்கான் 53
ஆர்கியோடெரிக்ஸ் 33, 45, 221,
ஆர்டிபிதகஸ்ரமிடஸ் 78
ஆர்டோவிஸியன் 43

ஆல்ப்ஸ்மலை 216
ஆல்ஃபாகதிர் 51
ஆனிங், மேரி 34, 240 – 242
ஆஸ்ட்ரேலோபிதஸீன் 68 79, 81–89, 91, 93, 135
    கிரெஸைல் 79, 89
    ரோபஸ்ட் 79, 88, 89
ஆஸ்ட்ரோகோடெர்ம் 43
ஆஸ்ட்ரொலோபிதகஸ் 78
    அனமென்சின்ஸ் 78
    ஆஃப்ரிகானஸ் 78, 81, 82
    ரோபஸ்டஸ் 78
ஆஸ்திரேலியா 44, 131, 136, 194, 196

இக்தியஸோர் 34
இந்தியா 43, 44, 47, 145, 173
இந்தோபிதகஸ் 70
இமயமலை 47
இயோஸின் 46
இயோஹிப்பஸ், விலங்கு 48, 135
இராமபிதகஸ் 69 – 75
இனுய்ட் 30

ஈமச்சடங்குகள், ஆதிமனிதரின் 126

உட்டத்தூர் 'உருளைக்கிழங்கு' 46
உயிரின வகைப்பாட்டியல் 20

ஐசோடோப்புகள் 51–54
ஐசக்நியுட்டன் 212

ஒத்த இயல்புகள் 21, 22
ஒலிகோஸின் 47
ஒராங்உடான் 21, 22 25
ஒங்கில் 34
ஒட்ஸி, உறைந்த மனிதன் 216–219
ஒல்டுவாய் பள்ளத்தாக்கு 84, 87, 88

கங்கை 69, 70
கனவுநேரம், அபாரிஜினிகளின் 198
கண்டங்களின் பெயர்ச்சி 47, 211–213
கண்ணாடிப் பாறை 54, 55
கரிமம் 14   51
கரிமமாதல் 34, 35, 201
கல்லாக சமைதல் 31. 33

கல்லாக சமைந்த மரம் 31, 32. 236
கல்லாயுதங்கள் 22, 68, 91, 101, 103–105, 109, 184, 186, 192
கனவு நேரம், அபாரிஜினிகளின் 198
கஃப்ஸெகுகை, இஸ்ரேல் 121, 141, 149

காண்டாமிருகம் 47, 48, 236, 237
காமயோ, புவியியலாளர் 101, 102
கார்பானிஃபெரஸ்க ஈலகட்டம் 44, 211
காராமணி நதி 236
கார்மேல் மலை 121, 141
கால்தடங்கள் 37
காலநிர்ணயம்
    அமினோஅமிலமுறை 56
    கரிமம் 14 முறை 51
    தெர்மோலுமினெஸென்ஸ்முறை 56
    நுண்அணுவெடிப்புமுறை 54–55
    பொட்டாசியம்ஆர்கான்முறை 53
    மரவளையஎண்ணிக்கைமுறை 50
    மூலக்கூறுகாலங்காட்டி 57

காஷ்மிர் 44, 45,

கிப்பன், வாலில்லாகுரங்கு 21, 22
கியூரி, மேரிவிஞ்ஞானி 51
கியூரி, பியர்விஞ்ஞானி 51
கிரகடோவ்எரிமலை 54
கிரிடேஸியஸ்சகாப்தம் 45, 46
கிருஷ்ணன், எம்.எஸ். புவியியலாளர் 32

குகைஓவியங்கள் 179
    ஆப்பிரிக்கா 196, 197
    ஆஸ்திரேலியா 194, 198
    இந்தியா 198, 199
    ஐரோப்பா 193, 195
    தமிழகம் 199 – 202

குரோம்ட்ராய் மந்திமனிதன் 83
குரோமேன்யோ ஆதிமனிதர் 155, 158
குறியீட்டுதொல்லுயிர்எச்சம் 43
குளோவிஸ்மனிதர்கள் 167, 168, 172
குலக்குறியீடுகள் 201

கூபிஃபோரா 91
கூழாங்கற்கள் 38, 46

கெயினோஸோயிக் 46
கெபாராகுகை 121
கேஸ்ட்ரோபாட், சங்கு 43
கேஸ்ட்ரோலித்கற்கள் 38

கொத்தும்சீர் 206
கொடுமணல்அகழ்வராய்ச்சி 191
கொரில்லா 21, 22, 25, 72, 88, 91
கொன்சாலஸ், சில்வியா, புவியியலாளர் 38

கோட்டீலோஸார், ஊர்வன 44
கோண்ட்வானாகண்டம் 35, 44, 211, 212, 214
கோரைப்பல்புலி 47
கோனிஸ்வால்டுஃபான், ஆய்வாளர் 98
கோபிபாலைவனம் 29

சங்காலியா, தொல்லியலாளர் 185
சஞ்சிரான், (ஜாவா) 98
சதுப்புநில அமிலநீர்ச் சூழல் 29

சாத்தனூர் 32
சாயர்மலை 47
சாலமந்தர், உயிரினம் 44
சாலிக்கிராமம் 45
சாம்பியா, காப்வேமனிதன் 112
சாம்பியா தொல்லெச்சங்கள் 238, 239
சானூர், தமிழ்நாடு 192
சான்திணைக்குடியினர் புஷ்மென் 196 – 197
சாகுல்மட்டம் 116

சிந்துநதி 69, 70
சிந்துவெளி நாகரிகம் 183 – 185
சிம்பன்ஸி 22, 25, 26, 71, 72, 88, 91, 93
சிவாபிதகஸ் 70, 72, 74
சிவாலிக் மலைத்தொடர் 69, 70
  படிவங்கள் 69, 70, 104
சிலப்பதிகாரம், காவியம் 190
சின்ஜ், 74, 90
சின்ஜேந்த்ரோபஸ் 84
சிறுமலை பாறை ஓவியங்கள் 201
சுக்ரீவாபிதகஸ் 70

சேவேஜ், மானிடவியலாளர், 208

சைமன்ஸ், ஃப்ஐ, ஆய்வாளர் 70, 71
சைல்யூரியன்காலகட்டம் 43
செனோமேனியன், கடல்உட்புகுதல் 47

சோடியம்உப்பு 32
சோலன்ஹோபன், ஜெர்மன் 33
சோனாக்கியா, அருண், புவியியலாளர் 104

சௌகௌடியன், சீனா 98

'டாங்' குழந்தை 80 – 82, 91
டார்ட், ரேமண்ட், உடற்கூறியல் அறிஞர் 80, 81, 83
டார்வின், சார்லஸ் 14, 15, 21, 24, 120
டால்ச்சிர் படிவங்கள் 214
டி.என்.ஏ 58, 129, 161
    நியூக்ளியர் 58
    மிட்டொகோண்டிரியல் 58, 129, 161
    டிரினில்கிராமம் 96
    டிரையேஸிக் காலகட்டம் 45
    டிரைலோபைட் படிமம் 43

டுமானிஸி, ஜியார்ஜியா 94, 95
டுமாய் ஆதியினம் 224, 225
டெதிஸ்கடல் 45
டெனிஸோவன் 15, 128 – 131
டெர்மினேலியா மரம் 32, 236
டெர்ஷியரி காலகட்டம் 46
டெவோனியன் காலகட்டம் 44

டைனசார் 35, 36, 38, 45, 46
டிரைலோபைட் 44

டோபோ எரிமலை 162, 219, 220
டோர்டோன் குகை, பிரான்ஸ் 195
டோலுண்ட் மனிதன் 29, 30

தக்கரே, ஃபிரான்ஸிஸ் தொல்மானிடவியலாளர் 82
தமிழ் இலக்கியம் 192, 190, 191
திராவிட கலாச்சாரம் 235
திராவிட மொழி 174, 175
திரோபாட்டைடைனசார்

தீவுநியதி 135, 154

துட்டுஅங்க்அமான் 60

துர்கானா, கீன்யா 102
தூப்வா, மருத்துவர் 96, 104
தொல்லுயிர் எச்சங்கள்
    பதிவுகள் 35 – 37
    மாற்றமடைந்த 31 – 33
    மாற்றமடையாத 28 – 31
நர்மதை மனிதன் 104 – 105
நய்யா 172, 230, 231
நச்சிகுஃபு (சாம்பியா) 197

நாகரிக வளர்ச்சி
    சிந்துசமவெளி 183 184
    தென்னிந்திய 185 – 192
    பிற நாகரிகங்கள் 181 – 183
நாசரேத், இஸ்ரேல் 121

நிமிளைச் சூழல் 31
நியாண்டர், யோவாக்கிம், கவிஞர் 120
நியாண்டெர்தால் மனிதர் காண்க 15, 120 – 127, 203
    பனியுக மனிதர்

நீர்நாய் 22

நைட்ரஜன்
நொய்யல் ஆறு 32, 236
ப்ரூம், ராபர்ட் 81 83
ப்ரேகியோபாட், சிப்பிவகை 43, 45
ப்ளேக், டேவிட்சன், உடற்கூறியலாளர் 98

படிவப் பாறைகள் 27, 40
பவளப் பாறைகள் 43
பழுப்பு நிலக்கரி 29, 47
பனிச்சூழல் 30
பனிப்படர்வு இடைக்காலம் 117
பனியுக ஆதிமனிதர்கள்
    குரோமேன்யோ 155–159, 222
    நியாண்டர்தால் 120–127, 222
பனியுகம் 122, 123, 214, 215
பலாங்கொடை மனிதன், இலங்கை 151–153, 176
    பெல்லான்பண்டி இலங்கை 152, 153

பாக் (சதுப்புநிலம்) 29, 30
'பாக்குவெட்டிப்பல்' மனிதன் 84
பாட்வார் பீடபூமி, பாகிஸ்தான் 72

பாம்பி, ரோம் 35
பார்லி, தானியம் 30
பாறை ஓவியங்கள், தமிழகத்தில் 199 – 202

பிக்மி இனம் 88
பிம்பெட்கா பாறை ஓவியங்கள் 119
பியூப்லோ, மெக்ஸிகொ 37
பிரம்மாபிதகஸ் 70
பிரேட்ஷா, ஆஸ்திரேலியா 198
'பில்ட்டௌன்' ஆதிமனிதன் 222 – 223
பிளாடிபஸ், உயிரினம் 221
பிளையோசின் 47
பிளைஸ்டோஸின் காலகட்டம் 48
பிராமி எழுத்து 179, 192, 234
பீகிங் மனிதன் 70, 98 – 102
பீட் (பழுப்பு நிலக்கரி) 29
பீட்டாகதிர் 51
புரூஸ்ஃபுட், தொல்லியலாளர் 186
பூம்புகார் 192
பூமி தோற்றம் 39 40
பூமி வரலாற்றுக் காலகட்டங்கள்
    ஆர்கியோஸோயிக் 40
    கெயினோஸோயிக் 40
    கேம்பிரியன் 40, 42, 43
    புரோட்டிரோஸோயிக் 40
    பேலியோஸோயிக் 40 – 44
    மிஸோஸோயிக் 41
பெட்ராலோனா 114, 115
பெர்ரிங் நீரிணை 163, 166, 215
பெரிஞ்ஜியா நிலப்பாலம் 167, 171, 172, 215
பெர்மியன் காலகட்டம் 44
போனபோ 25

ஃப்ரிமன், லெஸ்லி, தொல்லியலாளர் 103   104
ஃப்ளோராஸ் தீவு ஆதி குட்டைமனிதர் 119, 132, 136, 158
ஃபாக், டீன், ஆய்வாளர் 125
ஃபுல்ராட், பள்ளி ஆசிரியர் 120

மகாபன்சன்ட் 82
மங்கலம், திருப்பூர் 32, 236
மணற்கல் படிவம் 45
மயிரடர்ந்த மாமதம் 30, 46

மனித குரங்குகள் 20, 22, 24, 25, 71, 158, 159
மாமதம் 125, 156
'மானுடத்தின் தொட்டில்' 59
மிஸஸ். ப்ளெஸ் 82
மெக்னீசியம் 32
மெலனின் 20
மையோஸீன் காலகட்டம் 47, 72, 74
மைலோடான், தரைக்கரடி 29
மினோவன் நாகரிகம் 183
மூலக்கூறு காலங்காட்டி 57

'யானை வேட்டைக்காரர்கள்' 103, 104

ராபின்ஸன், ஜான் 83
ரிஃப்ட் பள்ளத்தாக்கு 225
ரேடியம் 51
ரோமானியர் 35

லாயத்தொலில், தன்சானியா 37
லாஸ்கோ, பிரான்ஸ் 179, 195
லாஷாபல் ஆசெயின்ஸ் குகை, பிரான்ஸ் 125
லீக்கி, மேரி 37, 84, 90, 93
லீக்கி, ரிச்சர்டு
லீமர், குரங்கினம் 26
லூயிஸ், ஜி.இ. ஆய்வாளர் 69
லூஸி 86 – 89
வறண்ட சூழல் 28, 29

வாத்துமூக்குடைனசார் 29
வார்ப்புகள் 35
வாலில்லாக் குரங்குகள் 21, 22, 24, 69, 71, 96

விந்தியா, குரோஷியா 122
விழுப்புரம் ஓடைக்குழந்தை 228 229
வீனஸ், உருவங்கள் 194
வெஸுவியஸ் எரிமலை 35

ஸ்டார்க்போன்டெய்ன் தெற்கு ஆப்பிரிக்கா 81, 82
ஸ்பாக்னம் எனும் பாசி 29
ஸ்பிட்டி பள்ளத்தாக்கு 43 – 45
ஸ்வாட்கரான்
செல்லுலோஸ் 31

ஜாரவா மக்கள் 173, 174

ஜாவா 70, 96
ஜாவா மனிதர் 96 – 97, 100
ஜுரேஸிக் காலகட்டம் 34, 45
ஜுரேஸிக் படிவங்கள் 32, 33, 45
ஜோஹன்ஸன் டொனால்ட், பேராசிரியர் 85

ஹக்ஸ்லி, தாமஸ் 14
ஹயாய்ட் (பேச்சு எலும்பு)
ஹரப்பா நாகரிகம் 183, 184, 235
ஹமுராபி பாபிலோனிய மன்னன் 182
ஹமுராபி நீதிமுறை 182
ஹைலோபாடிடே விலங்கினம் 25
ஹோபிட் 133
ஹோமினாய்டியா பேரினம் 25
ஹோமினினி 25
ஹோமினிட் விலங்கினம் 25
ஹோமோ எரக்டஸ் 78, 94, 96 – 110, 134, 136, 159, 160
ஹோமோ செபியன் 121, 136, 137, 160, 166, 179, 203
ஹோமோ ஹெபிலிஸ் 78
ஹோமோ ஹெய்டல்பெர்கென்ஸிஸ் 78, 119 – 124
ஹோமோ ஹெபிலைன் 90 – 93, 95, 159

ஷாவே குகை, பிரான்ஸ் 195

ஜ்வாலபுரம் அகழ்வாய்வு 147 – 148